RUDRAKSHA MAGIC

RudrakshA Magic

by
Dr. Mohan Makkar Ph.D. (A.M.)
Dr. Geeta (Naturopathy)

Winsome Books India

ISBN: 81-88043-23-0

Edition 2005

© **Dr. Mohan Makkar**
Ph.D. (A.M.)

Published by
WINSOME BOOKS INDIA
209, F-17, Harsha Complex, Subhash Chowk,
Laxmi Nagar, Delhi-110 092
Email: winsomebooks@rediffmail.com

Dear Readers,

Let me thank you for buying this book.

I have tried to include everything in this book that is to be known about Rudrakshas.

Dr. Geeta has helped me in researching many of the aspects of the Rudraksha. So, my special thanks to Geeta, for her research & information on Rudrakshas. It is a pleasure to get such assistance from a person who widely knows the subject and know the need of the readers.

On my side, I have tried to complete the book with a fresh look, a fresh side to it, inclusive of prices in the current market, which can fluctuate depending on the availability of the Rudraksha. Prices given are in US Dollars and are approximate.

If anything else is wished, or you have any question/s hanging, which is/are not included in this book, do not hesitate to contact on my e-mail <makkar02@yahoo.com>

It is always your satisfaction which will prove my ability.

With love and light

Dr. Mohan Makkar Ph.D. (A.M.)

INDEX

CHAPTER 1

THE STORY OF RUDRAKSHA
Side one of the Story

'Rudraksha' is formed by association of two words, 'RUDRA' and 'AKSHA', 'Rudra' is the name of 'Lord Shiva', and 'Aksha' means 'tear'. It is said that the plant of Rudraksha is originated from the tear drops of Lord Shiva. As per the vedic scriptures Rudraksha can nullify the effects of malefic planets to a great extent. Shastras say Rudraksha of any mukhis can never do any harm to the wearer unlike Navratnas, which have to be carefully chosen. No other necklace or bead is so auspicious and powerful as Rudraksha.

Rudraksha come in different mukhis or the clefts or furrows on the surface. Shastras speak of 1 to 38 mukhis but normally 1 to 14 mukhis are used for astrological benefits. Each bead has a different effect on you, depending on the number of mukhis it has. Each Rudraksha is very individualistic and has to be carefully matched with one's horoscope for it to be beneficial.

The seed of Rudraksha has been given a very special place and it is credited with mystical and divine properties. The botanical name of the Rudraksha plant is *'ELAEOCARPUS GRANITRUS'*. This is found in the various parts of the world. It is said that the seed of Rudraksha contains the secrets of entire evolution of the cosmos within it.

The devotees of Shiva, observe forms of Shiva, Shiva-Parvati,

Shivalinga etc. in Rudraksha. There are various stories regarding the origin of Rudraksha in various Puranas. Ancient vedic scriptures like Shiva Purana, Padma Purana (Chap 57) Srimad Bhagwata (Chap III to VII) Rudraksha Jabbalaoapanishad, Mantra Maharnava, etc. mentioned about the greatness and wonderful properties of Rudraksha beads.

It is believed that one who wears Rudraksha on their bodies, cannot be affected by sins. Even if, one wears Rudraksha on his body, without doing worship and saying the sacred mantra, does not get near any sinful deed or thought.

CHAPTER 2

THE STORY OF RUDRAKSHA
Side Two of the Story

Generally speaking, one who wears the Rudraksha in the prescribed manner will invoke the energies of Lord Shiva and negative thoughts and emotions will be destroyed. Rudraksha has a calming effect on the central nervous system. It is said that the Rudraksha helps maintain a normal blood pressure and helps maintains health. It has no adverse effects and promotes peace of mind and prosperity for the wearer. In various ancient scriptures (i.e. Padma Purana, Shiva Purana, Mantramaharnava, Rudrajabalopanishad) it is proclaimed that if a person meets his death while wearing a Rudraksha he is released from the cycle of life and death and achieves moksha (liberation).

Indian legend relates many stories about Lord Shiva, also known as "Rudra". He is famous for being the embodiment of the power of destruction in an eternal cycle of creation maintenance, and destruction. Shiva is also associated with deep states of meditation where thoughts are absent and only silence and emptiness exist. It is said that Lord Shiva once entered a profound state of meditation for the benefit of mankind for a very long time. When he finally emerged from this state and opened his eyes, the deep joy, peace, and love he felt for the human race was expressed with sacred tears which ran down his cheek and fell to earth. Each tear generated a Rudraksha tree whose tiny fruits are born of the tears of rudra the Lord Almighty Himself.

The word Rudraksha, in fact, comes from the two Sanskrit words rudra, a synonym for "Lord Shiva", and aksha, meaning "eyes". Botanically, the Rudraksha tree is known as Elaeocarpus Granitrus. These trees grow in very few places in the world including the Himalayas of India and Nepal, as well as in parts of Indonesia. They are large trees with a wide silhouette whose flowers bloom annually.

The Rudraksha berry varies in size (3-40 mm; 1/8 to 1½ inches). It has smooth light green skin and pulp much like a green grape. Lodged within the pulp is a single round seed which has a rough surface and a hole, running through it from top to bottom.

It is these seeds, which are the Rudraksha beads. Each seed also possesses from 1 to 21 vertical lines running down its surface, like the longitude lines on a globe. These lines are known as mukhas or facets, and are natural formations of the seed. Seeds with one vertical line are known as Ek-mukhi (one facet); those with two lines are dwi-mukhi (two facets), and so on.

Many different Hindu scriptures written over many different periods of history describe divine qualities of this little bead. One intriguing aspect of Rudraksha lore is that it is worn and worshipped by absolutely everyone regardless of caste, religion, sect, creed, color, or sex. Given the highly secularized history of India this is quite peculiar. Even today, as in past times, it is worn by the Brahmin priest, while, performing solemn ceremonies, by the soldier engaged in battle, by the store owner or stockbroker conducting business, by the student for knowledge, the poorest of our society for sustenance.

CHAPTER 3

SAMA-VEDA
What does Rukraksha-Jabala Upanishad say?

Om! Let my limbs and speech, Prana, eyes, ears, vitality and all the senses grow in strength. All existence is the Brahman of the Upanishads. May I never deny Brahman, nor Brahman deny me.

Let there be no denial at all:

Let there be no denial at least from me.

May the virtues that are proclaimed in the Upanishads be in me, Who am devoted to the Atman; may they reside in me.

Om! Let there be Peace in me!

Let there be Peace in my environment!

Let there be Peace in the forces that act on me!

Hail Om! I praise the Effulgent State of Absolute Peace, belonging to Sri Maharudra, which is to be known through the Rudraksha Jabala Upanishad.

Bhusunda questioned Lord Kalagnirudra: "What is the beginning of Rudraksha beads?" "What is the benefit of wearing them on the body?"

Lord Kalagnirudra answered him thus: "I closed my eyes for the sake of destroying the Tripura Asuras. From my eyes thus closed, drops of water fell on the earth. These drops of tears turned into Rudrakshas".

By the mere utterance of the name of 'Rudraksha', one acquires the benefit of giving ten cows in charity. By seeing and touching it, one attains double that benefit. I am unable to praise it any more.

I closed my eyes one thousand celestial years. Then from my eyelids, drops of water dropped down and attained the state of immobility for blessing the devoted persons.

This Rudraksha destroys the devotees' sins that are committed both night and day, by wearing it.

By mere vision of the Rudraksha, the benefit will be say, a lac. But by wearing them, it will be a crore. Why, it will be equal to hundred crores.

But it will be a thousand lacs of crores and hundred lacs of crores times powerful when one does Japa with Rudraksha and wears it at all times.

Among Rudrakshas, one as big as Amalaka (myrobalan), is considered to be the best. One as big as the Badari fruit (Indian berry) is considered to be of the middle sort. But that as big as Chana (Bengal gram) is considered to be the worst of all. This is my idea about the size of Rudraksha beads.

The four kinds of people, Brahmins, Kshatriyas, Vaisyas and Sudras are born as merely a worthless burden on the earth. The real Brahmin is the white Rudraksha. The red is a Kshatriya. The yellow is a Vaisya. And the black is a Sudra.

Therefore, a Brahmin should wear white Rudrakshas, a Kshatriya the red, a Vaisya the yellow and a Sudra the black.

One should use those Rudraksha-beads which are nice, handsome, strong, big, auspicious and thorny. One should avoid those eaten by worms, broken, without thorns, and having sores.

The self-holed Rudraksha is of the best variety. But that which is holed by man's attempt, is considered to be worse. Those best Rudrakshas should be strung in white thread. A worshipper of Siva should wear Rudraksha all over the body. He should wear one bead on the crest, three hundred round the head, thirty-six round the neck, sixteen round each arm, twelve round the chest and five hundred round the waist. He should wear a Yajnopavita consisting of one hundred and eight beads of Rudrakshas. He should wear two, three, five or seven Malas of Rudraksha round the neck.

A Siva-Bhakta should wear Rudrakshas round his crown, earring, chain, round the ear, armlet, at all times, and specially round the stomach, irrespective of the fact whether he is sleeping, drinking, etc.

If the devotee wears three hundred beads, it is the worst, if he wears five hundred it will be medium, but one thousand will be the best of all.

The devotee, when wearing Rudrakshas on the head, should repeat his Ishta Mantra, and when wearing them round the neck, should repeat the Tat-Purusha Mantra and when wearing round the throat, should repeat the Aghora Mantra. The same Mantra (Aghora) should be recited when wearing round the chest also.

He should wear them round the arms with the Aghora Bija Mantra.

Then again Bhusunda asked Lord Kalagnirudra: "What are the different forms and effects of Rudraksha beads? Please tell me about the secret of these blessed ones including their various faces, which is the means of getting rid of all evil".

Lord Kalagnirudra said: "The bead with one face is of the form of the Supreme Truth. A disciplined one (controlling his senses) mingles himself with the one Eternal Truth, after wearing these Rudrakshas. The bead with two faces is of the form of Ardhanarisvara and the devotee wearing it attains the grace of Ardhanarisvara (Siva united with Sakti)".

"The bead with three faces is of the form of the three fires and the devotee wearing it attains the grace of Agni. The bead with four faces is of the form of the four-faced Brahma and the devotee wearing it attains the grace of Brahma. The bead with five faces is of the form of Panchabrahman (the five-faced Siva) and the devotee wearing it attains the grace of Panchabrahman and drives away the sin of homicide.

"The bead with six faces is of the form of the six-faced Kartikeya or Ganesha and the devotee wearing it attains the grace of wealth and health, clear intellect and wisdom, and purification. The bead with seven faces is of the form of the seven Matras (Mother Goddesses) and the devotee wearing it attains the grace of wealth and health, right perception, and purity of mind".

"The bead with eight faces is of the form of the eight-fold Nature (five elements, mind, ego, and matter) or the eight Vasus and the devotee wearing it attains the grace of these Devatas and becomes truthful. The bead with nine faces is of the form of the Nava-Saktis and the devotee wearing it attains the grace of the nine Powers".

"The bead with ten faces is of the form of the ten Yamas means used by Yogins and the devotee wearing it attains the grace of achieving peace of the mind. The bead with eleven faces is of the form of the eleven Rudras and the devotee wearing it attains the grace of increase well-being and wealth".

"The bead with twelve faces is of the form of Mahavishnu or the twelve Adityas and the devotee wearing it attains the grace of Moksha. The bead with thirteen faces is of the form of the Kama (Cupid or the god of Love) and the devotee wearing it attains the grace of Cupid in gratifying all desires".

"The bead with fourteen faces is of the form of Rudra being generated out of his eyes and the devotee wearing it attains the grace of destruction of all diseases".

"One who wears Rudrakshas, should not use intoxicants, meat, garlic, onions, carrots and all such prohibited things. By wearing Rudrakshas during eclipses, Vishusankranti (the end of Mina and beginning of Mesha Masa), new moon, full moon and other such auspicious days, one is freed of all sins".

"The base of the Rudraksha bead is Brahma, its navel is Vishnu, its face is Rudra and its hole consists of all gods".

One day Sanatkumara asked Kalagnirudra: "O Lord! Tell me the rules for wearing Rudrakshas". At that time Nidagha, Jadabharata, Dattatreya, Katyayana, Bharadvaja, Kapila, Vasishtha, Pippalada, etc., came to Kalagnirudra. Then Lord Kalagnirudra asked them why they all had come in a group. They all answered that they came to hear the method of wearing Rudrakshas.

Kalagnirudra said: "Those that are born out of Rudra's Akshis (eyes) are called Rudrakshas. When these beads are even once touched by hand, one attains the glory of giving in charity two thousand cows at a time. When they are worn in ears, he gets the effect of giving out eleven thousand cows in charity. He also attains the state of the eleven Rudras. When the beads are worn on the head, one has the benefit of giving a crore of cows in charity. Of all these places, I am unable to tell you the benefit when worn in the ears".

"Whoever studies this Rudraksha Jabala Upanishad, be he a boy or a youth, becomes great. He becomes the Guru of all and the teacher of all Mantras. Havan and Archana should be done with these Mantras (of the Upanishad)".

"That Brahmin who recites this Upanishad in the evening, destroys the sins committed during day time; who recites at noon, destroys the sins of six births; who recites in the morning and evening, destroys the sins of many births. He attains the same benefit of doing six thousand lacs of Gayatri Japa".

"He becomes purified from all sins of killing a Brahmin, drinking toddy, stealing gold, approaching Guru's wife, having intercourse with her, speaking with corrupted person, etc".

"He gets the benefits of all pilgrimages and river-baths. He attains Siva-sayujya. He does not come back (to rebirth)".

"Om! Let my limbs and speech, Prana, eyes, ears, vitality".

And all the senses grow in strength.
All existence is the Brahman of the Upanishads.
May I never deny Brahman, nor Brahman deny me.
Let there be no denial at all:
Let there be no denial at least from me.
May the virtues that are proclaimed in the Upanishads be in me,
Who am devoted to the Atman; may they reside in me.

Om! Let there be Peace in me!
Let there be Peace in my environment!
Let there be Peace in the forces that act on me!
Here ends the Rudraksha Jabalopanishad, included in the Sama-Veda".

CHAPTER 4

ATHARVA-VEDA
What does Rukraksha-Jabala Upanishad say?

Om! O Devas, may we hear with our ears what is auspicious;

May we see with our eyes what is auspicious, O ye worthy of worship!

May we enjoy the term of life allotted by the Devas,

Praising them with our body and limbs steady!

May the glorious Indra bless us!

May the all-knowing Sun bless us!

May Garuda, the thunderbolt for evil, bless us!

May Brihaspati grant us well-being!

Om! Let there be Peace in me!

Let there be Peace in my environment!

Let there be Peace in the forces that act on me!

I am that Absolute Brahman only which, after being understood in its true aspect (as one with this Atman), entirely burns into ashes (Bhasma) the ignorance (illusion or Maya) of considering this universe to be existing (real) and separate from one's own Self, through the destructive fire of (Supreme) Knowledge!

Once Bhusunda, a descendant of Jabali went to the Kailas Peak and prostrated before Lord Mahadeva Siva, who is the form of Omkara and who is beyond the trinity of Brahma, Vishnu and Rudra.

Bhusunda worshipped Siva with great devotion again and again through fruits, flowers and leaves.

Then he questioned Lord Siva: "Lord! Kindly impart to me the essential knowledge of all the Vedas, embodying the process and technique of using the Bhasma (sacred ash), because it is the only means for attaining Liberation. What is the Bhasma made of? Where should it be applied? What are the Mantras to be recited? Who are the persons fitted for this? What are the rules regarding it? Kindly instruct me, born from depressed class."

The kind Lord Paramesvara said: "At first the devotee after understanding the influence of the celestials at the prescribed time, should fetch some sacred and pure cow-dung early in the morning, keep it in the leaf of a Palasa-tree and then dry it with the Vedic Mantra 'Tryambakam' etc. (in the sun)".

"Then he should burn that dry cow-dung, placed in a convenient place, with any fire that is available, according to the rules laid down in the Grihya Sutras of his sect, and then pour Ahutis of seasamum and paddy together with ghee, with the Mantra 'Somaya Svaha'. The number of Ahutis should be 1008, or if possible, 1 ½ times this. The instruments for pouring ghee should be made of leaf; in that case man does not commit any sin".

"Then, at the end, the devotee should offer the oblation of Sveshtakruta at the time of Purna-Ahuti, with the Mantra 'Tryambakam' etc. With the same Mantra Bali (an offering) should be placed in the eight directions (of the fire)".

"That Bhasma should be sprinkled with water by the Gayatri Mantra. Then that sacred ash should be placed in a gold, silver, copper or earthen vessel and sprinkled again with the Rudra Mantras. It should then be kept in a clean and decent place".

"Then the devotee should honour the Brahmins with a grand feast. Then only he will become purified. Then he should take the Bhasma from the vessel with the Pancha-Brahma-Mantras, 'Manastoka', 'Sadyo Jatam', etc., and with the idea that 'fire is Bhasma, air is Bhasma, water is Bhasma, earth is Bhasma, ether is Bhasma, gods are Bhasma, Rishis are Bhasma, all this universe and existence are Bhasma; I prostrate to this sacred and purifying Bhasma which destroys all my sins".

"Thus, the devotee should keep a little Bhasma with the clean palm of his left hand saying, 'Vamadevaya' (this is to Vamadeva) sprinkling with the Mantra 'Tryambakam' etc., and cleaning it with the Mantra 'Suddham suddhena' etc. Then he should filter it nicely. Then he should apply it from head to foot, with the five Brahma-Mantras. With the first finger, middle finger and ring finger, he should apply the same to the middle of the head saying 'to the head' and 'O Bhasma! Thou hast come from Agni!'

He should apply bhasma at the top of the head with the mantra 'Murdhanam.' On the forehead with 'Tryambakam etc.', on the neck with 'Nilagrivaya etc., on the right side of the neck with 'Tryayusham etc. and Vama etc.', on the cheeks with 'Kalaya etc.', on the 'eyes with 'Trilochanaya etc.', on the ears with 'Srinavama etc.', on the mouth with 'Prabravama etc.', on the heart (chest) with 'Atmane etc.', on the navel with 'Nabhih etc.', on the right shoulder with 'Bhavaya etc.', on the right elbow with 'Rudraya etc.', on the right wrist with 'Sarvaya etc.', on the back of the right palm with 'Pasupataye etc.', on the left shoulder with 'Ugraya etc.', on the left elbow with 'Agre-vadhaya etc.', on the left wrist with 'Dure-vadhaya etc.', on the back of the left palm with 'Namo Hartre etc.', and over the shoulder-blades with 'Sankaraya etc.'.

"The devotee should then prostrate to Siva with the Mantra 'Somaya' etc. He should wash the hands and drink that ash-water with the Mantra 'Apah Punantu' etc. The water should never be spilt down from any cause".

"Thus, this practice of Bhasmadharana should be done in the morning, noon and evening. If he does not do this, he will become fallen. This very thing is the prescribed Dharma of all Brahmins. Without having Bhasmadharana in this fashion, he should never take any food, water or anything else. Accidentally if this practice is forgotten, that day, Gayatri should not be repeated. No Yajna should be done on that day; no Tarpana should be offered to gods, Rishis or Pitrus. This is the eternal Dharma that destroys all sins and gives the final state of Moksha".

"This is the daily rite of Brahmins, Brahmacharins, Grihasthas, Vanaprasthas and Sannyasins. If this is overlooked even once, he should stand in water upto the neck, repeating Gayatri 108 times, and fast the whole day. If a Sannyasin does not wear Bhasma, even a single day, he should fast during the whole day and do 1000 Pranava Japa, for being purified once again. Otherwise, the

Lord will throw these Sannyasins to dogs and wolves.

"In case this kind of Bhasma is not available, any other Bhasma that may be at hand should be used with the prescribed Mantras. This kind of practice shall destroy any kind of sin that may be committed by man".

"Then again Bhusunda asked Siva: What are the daily rites to be performed by a Brahmin, by neglecting which he will commit a sin? Who is to be then meditated upon? Who is to be remembered? How to meditate? Where to practice this? Please tell me in detail".

The Lord answered all in a nutshell: "First of all the devotee should get up early in the morning before sunrise, and after finishing the purificatory actions, should take his bath. He should clean the body with the Rudra Suktas. Then he should wear a clean cloth. After this, he should meditate on the sun-god and apply Bhasma to all the prescribed parts of the body".

"He should then wear white Rudraksha, as prescribed. Some prescribe the following way of wearing Rudraksha beads: Over the head should be worn forty Rudraksha beads. One or three beads on the chest. Twelve beads over each of the two ears. Thirty-two beads around the neck. Sixteen beads around each of the upper arms. Twelve beads around each of the wrists. Six beads around each of the thumbs".

"Then the devotee should observe Sandhya with the Kusa grass in his hand. He should do Japa of either Siva-Shadakshara or Siva-Ashtakshara. 'Om Namah Sivaya' and 'Om Namo Mahadevaya' are the two Mantras".

"This is the highest truth and the greatest instruction. I myself am that Great Lord Siva, God of all gods, the Supreme Controller of all the universes. I am that Impersonal Brahman, I am Omkara, I am the Creator, Preserver and Destroyer of all. Through My terror only, all are working properly. I am this world and the five elements. I am the Highest Truth that exists, the Brahman of the Upanishads. This is the greatest Vidya".

"I am the only giver of Moksha. Hence all people come to Me for final help. That is why I absorb into My Being those creatures who leave their Pranas at Banares which is standing at the top of My Trisula (trident). Therefore, everyone should perform penance at Banares only. Banares should not be neglected under any circumstance. Everybody should try to live at Banares as far as possible. No place is better than Banares".

"Even at Banares, the most celebrated is the temple of Siva, where in the East, there is the place of Wealth, in the South, the place of Vichara, in the West, the place of Vairagya and in the North, the place of Jnana. There in the middle, I, the Eternal Spirit should be worshipped. That Linga at Banares, is not illumined by the sun, moon or the stars. That self-luminous Linga called 'Visvesvara' has its root in Pathala. That is Myself. I should be worshipped by one who wears the sacred Bhasma and Rudrakshas in the prescribed manner. I shall deliver him from all sins and sorrows".

"By performing My Abhisheka, he attains My Sayujya state. Nothing exists other than Myself. I initiate all with the Taraka Mantra. Those who want Mukti should live at Banares. I will take care of them. I am the Lord of Brahma, Vishnu and Rudra. The most corrupt man or woman will attain Moksha, if he or she dies at Banares. Other sinners will be fried in burning pits of live coals after death. Therefore, everybody should try to live at Banares which is My Pranalinga Itself".

Om! O Devas, may we hear with our ears what is auspicious;

May we see with our eyes what is auspicious, O ye worthy of worship!

May we enjoy the term of life allotted by the Devas,

Praising them with our body and limbs steady!

May the glorious Indra bless us!

May the all-knowing Sun bless us!

May Garuda, the thunderbolt for evil, bless us!

May Brihaspati grant us well-being!

Om! Let there be Peace in me!

Let there be Peace in my environment!

Let there be Peace in the forces that act on me!

Here ends the Bhasma-Jabalopanishad, as contained in the Atharva-Veda.

CHAPTER 5

S'KANDA PURANA
The Glory of Rudraksha

"Hearing or reading the glory of rudraksha can drive away the sins of anybody. Be devoted or not, scholar or illiterate, whomsoever it be one who wears the rudraksha will surely get rid of all the bad deeds. Philosophers call this as *mahAvrata*. There is no deed more virtuous than wearing rudraksha. One who gets adorned in a sincere and proper way with thousand rudraksha, all the divines will salute that person. If thousands are not available sixteen each in both the hands, one at the head top, each hand twelve, in the neck thirty-two, six each in the ears shall be worn.

One who wears like that is worshipped by others as if they are Lord rudra. One who wears Rudraksha with pearl, ruby, *spaTikam* crystals, silver, gold, *vaiDUryam* (lapis lazuli), that person is rudra Himself ! One who wears the emblem of Lord rudra, the rudraksha, them the sins do not approach as the darkness cannot approach the sun. The chanting (*japa*) with rudraksha mala will yield lots of good result. The japa done without that will give the fruit only to the extent of its own glory.

Thus very virtuous rudrAxa is not worn by anybody, their life gets wasted like that of the one who does not wear Holy Ash. The wise who keeps the rudrAxa at the head and bathes, gets the benefits of bathing in ganges, this is beyond doubt. Such rudraksha even if only one beed is worn that person gets rid of the did in many births. One who anoints rudraksha gets the benefit of anointing *shiva linga*. One, five and fourteen faced rudraksha are adorable in all the worlds. Human who worships rudraksha, even if he/she is very poor, will get all the wealth."

On the request of the divines Lord shiva burnt the three demon forts called tripurAsura who were into disruptive activities. God burnt them without even a weapon just by the smile itself!

The demons in those forts who were good and devotees of the Lord came out without any harm by the Lord's Grace! At this point of time from the Three eyes of the Lord Rudraksha came out. Since it came from the aksha (eye) of Lord rudra (a role played by the Supreme shiva), it is called rudraksha.

CHAPTER 6

IMPORTANCE OF RUDRAKSHA

Rudraksha is often believed to symbolize the link between earth and heaven, and though Hindu scriptures like the updated Jabal Rudrakasha Upanishad have made the berries their own, modern scholars and gurus have described them as being of no particular religion or rather non religious and have pointed out that they can be used as a mala, rosary or tasbih (sibah).

Though mired in obscurity so far, the Rudraksha is slowly but surely making its way into the lives of the health conscious human beings. Whether it proves to be a panacea remains to be seen. Says a researcher from Pune, India-: "I have found that Rudraksha helps relieving from blood pressure and lessening stress. Soak it in a glass of water overnight and drink it the next day to relieve stomach disorders. Dip it in any vegetable oil for 21 days, and apply it on your aching joints and feel the relief you get.

"Of course, most people who have tried this have done so along with their regular medicine," he adds. But one must approach the Rudraksha with a mixture of open mindedness and faith, rationalism as well as emotion, to get positive feedback that is why many who put it under their pillow have sworn that it cured them of their insomnia".

"Ancient medical texts claim that the Rudraksha can prevent aging and can prolong life. The beads are supposed to be anti -

pyretic, anti paralysis and can help balance the vital chakras of the human body that control bile, wind and phlegm. It also has the power to heal those suffering from hypertension and heart ailments. Besides, as it is completely without any side effects it cannot do you any harm. That explains why the old medical literature allows its use for menstruating women while banning other beads and malas.

Among the 38 varieties mentioned out of which 21 are most conspicuous the rarest is the one faceted or one - mouthed (the one with a single cleft) Rudrasksha. Usually encased in gold and carefully preserved as a family relic by many, it indicates continued well being and prosperity for the possessor.

While the two - mouthed ones are supposed to have magical, mystic & Hypnotic powers - The powers of being able to influence others, the three mouth ones are said to bring good luck. Wear the four - mouthed one and be an object of desire for the opposite sex. But one more cleft and you will achieve salvation! The six faceted brings success in business and an absolution of most sins; the seven faceted makes one immune to attack by any weapon. Wear the eight faceted and try your luck of the draw for it is supposed to bring good fortune in ventures of chance - improving powers of speculation. Want to be the wittiest person around? Wear the 8 faceted it will subdue your enemies in any war of words - enhanced and powerful communication skills. Wear it if you are a lawyer for it will win you court battles.

Spare yourself (and your husband if you happen to be a married woman) from the evils of the world by wearing the ten - faceted. It will safeguard your security and that of your partners the list is endless. Rudrakshas are available in different colors white, red yellow and black. Wearing it is considered to be auspicious during lunar and solar eclipses, or on full or new moon days.

A person attains unlimited pleasure only by seeing Rudraksha. The persons wishing devotion and salvation should wear it after purifying themselves. It removes their numerous pains, sorrows, and calamities. Rudraksha fulfills all the wishes. It is peerless in the universe. If a person wears Rudraksha with love and faith, he gets rid of all sins and attains the supreme goal. As long as a man keeps wearing Rudraksha, he does not fear untimely death. He cannot die without completing his span of life. At the time of death he gets the true knowledge of Lord and His abode too. One should wear Rudraksha by all bits of efforts.

Thousand of persons who have worn Authentic Rudraksha beads have repeatedly confirmed that it has given them considerable relief from Blood pressure, Stress, Hyper tension, Depression & other mind related problems including neurotic conditions.

Rudraksha has been found to boost the confidence and inner strength of the wearer significantly. The Rudraksha Beads have also been boosting the luck and prosperity of the wearer significantly. It is quite understandable as with enhanced self-esteem and confidence one achieves greater success in all ventures.

Surely Rudraksha are the wonder beads helping us lead a more successful and complete life. Buddha wore them, Gandhi wore them, and Dalai Lama wore them. So did Yehudi Menuhin, Osho Rajneesh or far that matter Many Hollywood and Bollywood artists. Probably the best of the berries ever produced in the world, the Rudraksha, courtesy a growing interest in alternative therapies, is catching on like never before. Though mired in obscurity so far, the Rudraksha is slowly but surely making its way into the lives of the health conscious health of the body, mind and spirit. Whether it proves to be a panacea remains to be seen.

CHAPTER 7

MORE DETAILS ON RUDRAKSHA

Trees giving rudraksha beads grow in the himalayan regions of India and Nepal. Experience says, before buying Rudraksha, do tests to confirm the originality of the rudraksha beads, or get a certificate of authencity.

Upanishads that hail Rudraksha

- Bhasmajapala

- Japala (brihajjapala)

- RrAmarahasya

- Akshamalika

- Dakshinamurti

- Rudrakshajapala

CHAPTER 8

DIFFERENT TYPES OF RUDRAKSHA

Rudraksha are in three colors. Tawny reddish (kapila) color represent sun (Surya), white represent moon (Chandra) and black represent fire (Agni) eyes of the Lord from which they originated.

Rudraksha come with different number of faces. Though all Rudraksha are emblems of the Lord shiva, each type has its additional significance. Some of them are given in this book.

CHAPTER 9

INTRODUCTION & PROPERTIES OF RUDRAKSHA

It is evident from the ancient Holy Scriptures that the beads of Rudrakasha have immense amazing powers. They are considered to be associated with the eyes or the tears of lord Shiva. These beads are said to be a gift from the Almighty to his children.

These beads help the people world wide in relieving their sins, pains and sufferings. Recent scientific researches indicate the magnetic and electrical powers of this vegetable matter obtained from the Rudrakasha tree. The researches have proved that these beads really have the ability to affect neuro physiology of human beings.

Rudraksha Beads have been used for thousands of years as an aid to Self Empowerment and the Self Enlightment. It has been shown that Rudraksha Beads have electromagnetic properties and that they affect the Human Body when worn. In addition to this, scientific researches have found that the different faces or Mukhis found on the different Beads have different electromagnetic qualities. Therefore these beads affect the Human Neuro physiology in different life supporting ways.

Scientifically the Rudrakasha beads are Dielectrical as they store electrical energy and also possess permanent Magnetic properties changing with the variation in the number of faces on the beads.

Rudrakasha seeds are dynamically polar and also posses Electromagnetic, Paramagnetic and Diamagnetic properties. Due to Electromagnetic properties the Rudrakasha beads have anti ageing factors also. Though the fact of Rudraksha bead of vegetable matter having electromagnetic property is still unrevealed but their power of curing body ailments cannot be denied. It is indicated that the dielectric and magnetic properties of the Rudraksha seeds impart positive changes in the bioelectrical system of the human body in a life-supporting manner. As a result of this, electrical makeup of our body changes.

As Bioelectrical and Biochemical actions and reactions organize in the body at higher levels of interaction another change is then initiated in our Bio Mechanical System and the Sacred Trinity of Body Systems are in Union with one another. Many scientists have described the beneficial powers of a Rudraksha by virtue of its Electrical and Magnetic properties that affect our Central Nervous System, Autonomic, Sympathetic and Para Sympathetic Nervous Systems and various other Organ Systems. Group of Scientists proved that wearing Rudraksha controlled heartbeat and had a positive effect on Blood Pressure, Stress, Anxiety, Depression, Palpitations and Lack of Concentration.

Some statements also indicate that persons wearing certain Rudraksha also posses an anti ageing property. The electromagnetic powers of a Rudraksha bead vary from single mukhi to a 15 mukhi Rudraksha. Persons can wear Rudrakasha of a single kind of mukhi or that of a combination of different types of mukhis. Prof. Roy says, "that normally within 45 days you can start feeling the positive change. In 90 days you can feel much better. Thereafter it will work continuously giving benefits".

When asked, "Can Rudraksha cause harm?" His answer was "No it cannot". He states that all beads are not recommended for those below 8 years of age. Additional Knowledge can be added to these statements with rules from the Devi Bhagwat stating "The mentioned rules of wearing Rudraksha of different colors by different persons are not compulsory". And Ladies are allowed to wear Rudraksha.

Properties: Rudrakasha beads denote the "eyes" of lord Shiva. Hence they are considered to be very auspicious and pious. These beads are obtained from a plant Elaeocarpus Granitrus. The Rudrakasha trees are very tall and bear small white colored sweet smelling flowers on blooming in the rainy season. These flowers turn into black berry like fruits, which yield brownish red colored Rudrakasha seeds on maturing. These seeds have sutures running throughout their diameter determining their type.

CHAPTER 10

TYPES OF RUDRAKSHA-PLANETARY EFFECTS AND BENEFITS

There are many types of Rudraksha Beads available. In this section the properties of the major types of the Rudraksha Beads have been explained in detail.

Anyone can wear a rosary of the five faced beads (108/54 beads) strung together. However in certain cases it is important to consult an expert who can tell you which bead will bring about maximum benefit or which particular type or a combination may be helpful to solve a particular problem. <u>Mantra energized Rudraksha</u> beads can be very helpful.

Following is the description of the powers of different facets ,the ruling planets for each bead, the representing deities and their benefits. The mantras for wearing the respective faceted Rudraksha beads are given below the description of each

A Rudraksha Tree

Rudraksha bead. These mantras have been described in the Padam Purana. Rudrakshas are famous and sought after because of their inherent power and healing affects.

They are grown in Nepal, Dehradun, Rameshwar, Assam and other parts of the Indian subcontinent. Only 50 to 100 Rudraksha fruits from a tree are single faced and are thus very difficult to search from the thousands of multi-faced Rudraksha fruits.

And not all Rudrakshas are genuine, some have more power than others. That is why these beads vary so much in their costs. And the single faced Rudrakshas being the rarest are the most expensive. Most of the Rudraksha beads that are available in the market are fakes and have been tampered with. Peeling and cutting a Rudraksha damages it. Much as a Rudraksha is beneficial for mankind, it can also cause considerable harm if damaged.

One must be very careful and not be fooled by the many things written in books or heard from various sources, as there is only one in millions. So you need to be very careful when purchasing this ever-so powerful bead and make sure that your money is well spent.

CHAPTER 11

IDENTIFICATION OF A REAL RUDRAKSHA

In the present day world when people can prepare the clones of a human being then making the exact copies of a thing is not a very difficult task for them. On account of its increasing importance and price, artificial Rudrakasha seeds are being made & sold in the market.

Artificial Rudraksha is often made from the wild berry seeds or nuts. But these berries cannot be made as real as the ones that are in the genuine ones and therefore easily be detected by an experienced eye. Here the facet (Mukhi) means the deep lining running through the diameter of a Rudraksha bead. Looking at these deep linings-facets one can recognize real Rudraksha. There are some simple tests to distinguish the real Rudraksha from fake one, though there is no fullproof method. A real bead does not float in the surface of water or milk. It is also believed if in a string one suspends a real Rudraksha over a contaminated onion, it will begin to rotate. The best quality Rudraksha is a little greasy, rounded, hard, with protuberant mouth, clear face, and with a natural hole. It should be worn on solar or lunar eclipse day after performing ritual worship.

It is seen that even an unripe but genuine Rudraksha may float in the water, and a non-genuine ones made out of wood impregnated with lead may sink. Therefore, before buying a Rudrakasha one should consult a reliable and an experienced person. The five-faced Rudrakasha are very commonly found and therefore are mostly the real ones. The one-faced variety of Rudrakasha found abundantly and also very expensive. Therefore cheating is done mostly in this variety. Skilled artists draw artificial mukhis on the surface of berries, betel nuts and Areca nuts and thus try to give them a real appearance. But these artificial mukhis can easily be seen by an experienced eye and thus caught. Rudraksha having 2,3,4,6,7, or 8 faces can also be found easily but its price is more than the five-faced Rudraksha's and therefore made artificially.

Little experience and awareness can save people from being cheated. Generally the Rudrakasha sold in the market are real ones as they are available in abundant in the nature but the Rudrakasha that are of rare kind are prepared artificially in order to satisfy the increasing demand of people. Price of a Rudraksha bead does not affect its religious or spiritual importance or medicinal value. Thus there is no link or connection between the price of Rudraksha and its religious, spirituals and medicinal importance.

It is evident from the ancient scriptures that Rudrakasha has spiritual as well as religious and medicinal importance. The electro-magnetic waves in the life form may be responsible for amazing powers of Rudraksha discovered several thousand years ago.

CHAPTER 12

FAKE RUDRAKSHA BEADS

In the interest of consumer protection and public education, we are obligated to inform you that many varieties of fake Rudraksha are being sold throughout the world and over the internet. These beads are sold in large quantities in India by unscrupulous people taking advantage of the recent increased interest in them. The typical price at which they are sold ranges from $100 to $50,000 (for a fake ek-mukhi)!!! Be particularly careful about ever purchasing a one-faced Rudraksha (ek-mukhi). Many sellers do not trade in round one mukhis as *they are not currently available in nature* at all.

Even if you buy them for several thousand dollars or from a reputable ashram or reliable person, it is not authentic. No tree in India, Nepal or Indonesia has produced the ek-mukhi in the past few centuries. Only if one acquires one which has been passed down from generation to generation might it be possible to find this exceedingly rare object.

Also, if you find Rudrakshas offered at very low prices, it is unlikely to be authentic. Many fake Rudrakshas are being fashioned today out of betel nut, lotus seed, polyvinyl plastic, and other materials. The sellers are *extremely* skillful at creating the appearance of authentic Rudrakshas. There are no accurate tests to identify real beads except for examination by an experienced scholar of the species.

Sellers offer a free Authentication Service where there might be doubt regarding authenticity of any Rudraksha beads purchased anywhere in the world. If ordered by mailing service, the client pays shipping both ways to sellers but there is no other charge.

CHAPTER 13

HOW TO USE AND CARE FOR THE RUDRAKSHA MALA

1. It is best to wear the Rudraksha mala (i.e necklace) for the first time on a Monday. If at all possible it should be first brought to a Shiva temple for sanctification early on a Monday morning and then worn immediately after worship. If a Shiva temple is not available then simply wear it initially on a Monday.

2. At bedtime remove the mala and place it on the alter in your home. When traveling you should sleep with it on.

3. After bathing in the morning, hold the mala in the right hand and repeat the appropriate mantra aloud (see below) for 108 times.

4. A precaution for women, do not wear the Rudraksha mala during periods of menstrual bleeding or also for men, while attending funerals.

5. The Rudraksha mala has a very long lifespan. A properly cared for mala can be passed along to eight generations as a family heirloom.

6. The Rudraksha mala can be washed occasionally with warm soapy water and allowed to dry naturally. Do not soak for

extended periods of time.

7. Rudraksha beads vary in size from 3-40 mm. The size of the bead has no bearing on its effects. However a given mala must contain beads all with the same number of mukhis.

CHAPTER 14

CARE & PRECAUTION WHILE WEARING RUDRAKSHA

Acquiring an authentic Rudraksha is a challenge in itself. But the hunt doesn't stop there. If the bead has not been purified, sanctified and energized, it is of no use. The Rudrakshas are very rare to find. Obviously, something so rare will come to you at a price. Hundreds of Rudraksha beads grow on the same tree, but only one in hundred is the magical bead that you are looking for.

What can make the Rudraksha even more powerful and effective is the power invested in it through prayers, through purification and energisation and through the ongoing process of retaining its sanctity. Utmost care and certain precautions should be observed in order to get the maximum benefit from it and maintain its sanctity.

Before wearing the Rudraksha for the first time, it should be blessed and sanctified by chanting the mantra associated with it and performing the right prayers and rituals.

Rudrakasha should always be kept oiled. It should regularly be cleaned, oiled and bathed with incense especially when you are not using the bead for sometime.

Ideally, keep them off the ground; they can be kept on or wrapped in wool or silk when you're not wearing them. Once a month, they can be cleansed by rubbing them with Sandalwood Oil.

The Rudraksha should not be worn at times when the energy is directed downward, i.e., during bowel movements, during sexual intercourse.

Rudraksha may create in some people a sense of aloofness or separateness from the world, which is one reason they are so wonderful for meditation, but it may depend on your type of work whether you choose to wear them in daily activity.

Rudrakasha beads should always be worn in a cotton thread or a gold or a silver chain. Rudrakasha should never be worn in form of a bracelet.

Always keep your Rudraksha clean. Remove the dust and dirt that settle in the pores of the bead. Clean these as frequently as possible with a soft brush. If the thread becomes dirty or worn out, change it.

After cleaning, wash your Rudraksha with some blessed holy water. This helps in maintaining its sanctity.

Rudraksha should not be worn while visiting a funeral ground or when visiting a newly born baby.

?Women must not wear the Rudraksha during their menstrual cycle.

CHAPTER 15

HOW TO WEAR RUDRAKSHAS

Rudrakshas are very Holy. One should wear them with respect and maintain their sanctity. Various ways are suggested by the scriptures on adorning oneself with them. Some of them are:

- Adorning with thousand Rudraksha.

- 26 beads on head, 50 over the chest, 14 on the shoulders, 12 on the wrist.

- 16 each in both the hands, 1 at the head top, 12 in each hand, 32 in the neck, 6 each in the ears.

- Garlands of 108, 50 or 27 are boonful.

- A single bead.

CHAPTER 16

WEARING RUDRAKSHA FOR THE FIRST TIME

Before Rudraksha is worn on the body it needs to be sanctified and energized.

In case you would like to sanctify the Rudraksha yourself, the simplest procedure is

- Choose an auspicious day. Monday are Lord Shiva days and could be chosen.

- Wash Rudraksha with unboiled milk and water.

- Apply sandalwood paste on it. Offer Incense and flowers.

- Chant "Om Namah Shivaya" 108 times.

- Chant the specific mantra of the mukhis minimum of 9 times.

Faces / Mukhi	Related Mantra for wearing mala/seed the first time
One	"Om Namah Shivaya" "Om Hreem Namah"
Two	"Shree Gauri Shankaraya Namah" "Om Namah"
Three	"Om Kleem Namah" "Om Namah Shivaya"
Four	"Om Hreem Namah"
Five	"Om Namah Shivaya" "Om Hreem Namah"
Six	"Swami Kaartikeya Namah" "Om Hreem Hum Namah"
Seven	"Om MahaLaxmi Namah" "Om Hum Namah"
Eight	"Om Hum Namah" "Om Ganeshaya Namah"
Nine	"Nav Durgayi Namah" "Om Hreem Hum Namah"
Ten	"Shree Narayanaaye Namah" " Shree Vishnavai Namah" "Om Hreem Namaha"
Eleven	"Om Shree Rudraya Namah" "Om Hreem Hum Namah"
Twelve	"Shree Suryay Namah" "Om Krown Kshown Rown Namah"
Thirteen	"Om Hreem Namah"
Fourteen	"Om Namah Shivaye"

Upon completion of the above described steps wear your Rudraksha chanting "Om Namah Shivaye". The Rudraksha thus becomes divine, and creates a a divine armour around it's worshipper and bestows health, wealth and success.

If you would like to enhance the effects of the different Rudraksha then the specific mantras for each of the Rudraksha could be repeated as often as you choose any time of the day. Also "Om Namah Shivaya" or "Namah Shivaya" mantra energizes the Rudraksha beads when chanted with them. Keep the beads as close to your skin as possible and not in sight or touch of others. Rudraksha can also be kept in Puja room and prayed for benefit of whole family.

CHAPTER 17

RUDRAKSHA IN DISEASE CONTROL

Rudrakasha is considered as a very effective Ayurvedic medicine. The electro magnetic waves emitted by the Rudrakasha seeds may be responsible for its amazing powers in the medicinal and spiritual fields.

Rudrakasha is considered as one of the best medicines in Ayurveda. These seeds are warm and humid in temperament and have a bitter taste. The vaidyas and astrologers recommend Rudrakash for external besmearing ad well to be taken as an oral drug. Rudrakasha is used in the treatment of various diseases.

Aesthetically very attractive looking, Natural Tranquilizer beads worn around heart keeps blood pressure under control. For this it is necessary that the Rudrakasha bead should touch the heart of the patient. One bead has the same effect as the whole rosary. This bead will cool down the body temperature and bring peace to a person's mind.

All the beneficial powers of Rudraksha Beads - alleviates depression, boosts confidence stamina of mind & energy levels. Monitors Blood pressure. Soothing and tranquilizing beads enhances focus of mind to perform at highest potential. Enhances focus and concentration of Mind. Will be able to clearly feel the enhanced energy levels within few days of wearing - lasting life long.

The paste of ten-faced Rudrakash with milk relieves a person suffering from a prolonged cough. This medicine should be taken thrice a day. It is used as a cure for skin diseases, sores, ringworm, pimples, boils and burns also.

Rudrakasha is also recommended for pregnant women and also for women suffering from hysteria and coma.

For cure of smallpox equal quantity of black pepper and Rudrakasha should be powdered and taken with water.

Children suffering from frequent fever should wear three-faced Rudrakasha.

Mental diseases can be cured by consuming milk boiled with four faced Rudrakasha seed. This also helps in increasing your memory.

CHAPTER 18

RUDRAKSHA & STRESS CONTROL

People throughout the world have been using Rudraksha beads and necklaces since ages. It has been observed that Rudrakasha beads have been proved to be very helpful in the cure of several physiological as well as psychological diseases. One can feel its affect within a few days of wearing or taking it in the form of oral medicine.

Yogis and sages wore it to keep themselves aloof from the worldly pleasures and also to keep their mind and body calm and cool. All this made them capable of spectacular ability of mind and body control. It has been proved that Rudraksha have significant paramagnetic, diamagnetic, inductive and capacitive properties. When worn over the heart, they apart from slowing down the heartbeat send out electrical impulses of different frequencies varying for different mukhis in tandem with the heartbeat. These impulses act on specific centers of the brain capable of changing the brain chemistry thereby causing significant positive changes in personality of the wearer. Well as a matter of fact lot more of research has to be done on this wonderful bead. All should feel the benefit of Rudraksha. Rudraksha as an Alternative Healing tool is increasingly catching on as never before.

When worn in any body part especially around the neck touching the heart it minimizes the amount of blood flowing from the heart towards the brain. All this is due to the magnetic field created by it. The decrement in the blood flow from heart to brain minimizes the activity of the neurons and other neuro transmitters as they are now driving their energy from the oxygen in the blood.

When a person experiences high levels of stress, hypertension, depression etc shooting up the activities of the brain chemicals. Here the Rudraksha beads show their effect by bringing tranquilizing effects in the brain activity.

This may be the reason for Hindu and Buddhists priests and monks using the Rudarkash beads while meditating their focus of concentration. Many modern day professionals have felt the power of Rudrakasha beads in coping up with Blood pressure, heart problems, hypertension, insomnia etc. to a great extent. Though Rudraksha is a natural medicine and has no side effects, it should only be taken orally after consulting an experienced person.

CHAPTER 19

MEDICINAL VALUE OF RUDRAKSHA

It has been proved that wearing Rudraksha controlled heart beat and had a positive effect on Blood Pressure, Stress, Anxiety, Depression, Palpitations and Lack of Concentration.

Additional statements indicate an anti ageing property by wearing Rudraksha and that the different 1 Mukhi to 15 Mukhi Beads have specific powers and have powerful Electromagnetic, Paramagnetic and Inductive properties that vary for different Mukhi or Facets. Some useful tips for High Blood Pressure Patients.

Those who have the problem of High Blood Pressure shall follow the instruction mentioned below to get Maximum benefit of the Rudraksha Beads.

1. Dip two Beads of Five Mukhi Rudraksha in a glass of water in night and let them be immersed in water for whole night. Drink the water of Rudraksha beads in the morning, before any other intake. You can use any metal for the vessel except copper.

2. Those who suffer from anxiety shall keep big size 5 Mukhi Rudraksha with themselves and whenever they feel nervous, they shall hold them tight in their right palm for ten minutes. They will regain their confidence and their body would become stable.

CHAPTER 20

RUDRAKSHA — 1 FACE
SHIVA SVARUPAM

This is the best among all other Rudraksha seed. This is the mother of all other forms of Rudraksha. This gives all the worldly pleasures and then helps one attain perfection in after life. It is said that where one faced Rudraksha is worshipped, that place is always full of riches and goddess Lakshmi has special grace on such places are destroyed. This is the symbol of lord Rudra. It bestows all prosperity on the devotees. Such a Rudraksha is obtained by the grace of Lord Rudra only.

METHOD OF ITS WORSHIP

On the Eights day of the month of Chaitra Shukla Paksha (as per hindu calendar) which falls around 27th of March every year, this

Rudraksha is worshipped by offering 108 red coloured flowers. An oil lamp should be lit and essenses should be burnt. The Rudraksha should be smeared with the paste of FOURTEEN FACED RUDRAKSHA

Beeja Mantras

Those who wear one faced Rudraksha on their person the following mantra should be recited 108 times daily with devotion and punctuality.

- OM RUDRA EK VAKTRASYA
- OM HREEM NAMAH

Meaning : 'Salutations to that supreme lord (OM) who has one face. Salutations to that lord who is giver of all the auspicious fruits.

The wearer of one faced Rudraksha gets amazing grace. He is able to attain the highest state of spirituality with ease. This is the unending source of health, wealth and mental peace. One who worsips the one faced Rudraksha verily attain these.

These are the general qualities of the Rudraksha bead; the following are the specific attributes of the beads of various numbers of mukhas (lines or "facets"):

1 Mukhi is Extremely rare and equally expensive when found. It represents the Supreme Self. Its wearer is bestowed with worldly

comfort and spiritual fulfillment.

PLANETRY CORELATION & ASTROLOGICAL SIGNIFICANCE OF RUDRAKSHA

The ruling planet of both these mukhis (round and half moon) is the Sun or Surya. The one-faced Rudraksha is itself Lord Shiva and it is the rarest and the most important among all the varities of Rudrakshas. This Rudraksha enlightens the person of the supreme deity GOD. It makes one aware that GOD is only one. One faced Rudraksha is the symbōl of the supreme God. This is the best among all the Rudrakshas.

One faced Rudraksha is found in two shapes round and a half moon shaped. One who gets it and worships it obtains not only all the worldly pleasures during his life span but also remains unaffected by them. Astrologically they are said to cure the malefic effects of the Sun. These mukhis have the power to cure physical ailments like Head ache, ear ailments, Bowel problems, Bone weakness etc and also spiritual ailments such as lack of Confidence, Charisma, Personal power, leadership qualities and Prosperity.

The One Faced Rudraksha should be capped in Gold or Silver and worn round the neck or be placed at the worshipping place chanting OM NAMAH SHIVAYA. The auspicious day for wearing this Rudraksha is Monday.

Benefits: Enlightens the Super Consciousness, provides

improved concentration and mental structure changes specific to renunciation from worldly affairs. The wearer enjoys all comforts at his command but still remains unattached.

PRICE : US$ 50.00 (Cashew shaped/half moon shaped)
PRICE : US$2000.00 to US$2500.00 + (round presently not available)

CHAPTER 21

RUDRAKSHA — 2 FACE DEVADEVI (SHIVA SHAKTI)

Two faced Rudraksha signifies lord Rudra and his consort Parvati. Vaishanavas regard it as the symbol of lord Vishnu. Thus it is regarded as sacred by both the sects, the Vaishnavaites and the Shaivates. The wearer of this Rudraksha gets all his desires fulfilled and he also attains the peace of mind. This also helps in meditation and attainment of spiritual merit becomes easier, if one wears it. It is said that if worn by pregnant ladies it ensures painless delivery without complications.

Patients suffering from sleeplessness and nightmares also get relief by putting a bead of this Rudraksha under their pillow. Such a person also remain free from the harmful influences of evil spirits. If it is difficult to obtain two faced Rudraksha then a few beads of other types of Rudraksha can also be used. This Rudraksha destroys sins and helps wearer reach the heaven.

PLANETRY CORELATION & ASTROLOGICAL SIGNIFICANCE OF RUDRAKSHA

The ruling planet of two Mukhi Rudrakasha is Moon. Two-faced Rudraksha is the symbol of ArdhaNareeshwara a combination of the Lord Shiva and Goddess Parvati (Shakti). It inculcates feeling of unity into the family. They effectively control the malefic effects of Moon such as diseases of Left eye, kidney and intestine at the physical level and lack of harmony in relationship etc at the spiritual level.

They should be worn by fastening them into a red thread and chanting the mantras SHREE ARAYA NAMAH and OM NAMAH. The auspicious day for wearing this Rudraksha is Monday.

Benefits : Worshipping Gauri Shankar relieves a man from his pains and sufferings destroying other earthly obstacles and thus increasing the peace and pleasure of the family members. In puranas the bead of Gauri Shankar is regarded as the best for happy family life.

PRICE: US$7.00

CHAPTER 22

RUDRAKSHA — 3 FACE
AGNI

3 Mukhi Rudraksha as referenced in Books of Knowledge

3 Mukhi Rudraksha Bead is known to be one of the most powerful Rudraksha for stopping all problems created in the past and existing in the present moment and about to take place in the Future. This Rudraksha Bead combined with appropriate Mantras helps to dramatically change a persons life for the better in the 40 days it takes to complete an initial Mantra Discipline.

The 3 Mukhi Rudraksha Bead is a life saver.

In the SIVA PURANA Vidyesvara Samhita Translated by Shastri

Suta said

"Rudraksa is a favorite bead of Siva. It is highly sanctifying. It removes all sins by sight, contact and japas".

SIVA said

"If a man is not liberated after Meditation and acquisition of Knowledge, he shall wear Rudraksha. He shall be freed from all sins and attain the highest goal. A Rudraksha of 3 Faces always bestows means of enjoyment. As a result of its power all lores become firmly established".

THE LORD Said

"The one with three mouths is Fire Himself; the sin earned in the past births of him on whom it remains is burnt as fire burns fuel. A wise man obtains that fruit which is obtained by worshipping Fire or by rites of honoring Fire or by offering the oblation of ghee; and also obtains heaven. He who wears a Rudraksa of three mouths on his body is like Brahma on the earth. It would burn all the sins due to wicked deeds collected in birth after birth. There would be no disease in his belly; he would not be sick. He is never defeated, and his house is not burnt by fire. These and all other fruits are obtained and destructive weapons also are warded off. Nothing inauspicious happens due to wearing of Rudraksa of three mouths i.e. when a Rudraksa of three mouths is worn on one's person".

In the RUDRAKSAJABALOPANISAD

KALAGNI RUDRA replied

"The one with three faces is Fire Himself, which on wearing pleases all the three Fire deities".

In the Introduction Section of the Book RUDRAKSA Planetary Correlations and Astrological Implications of Rudraksa are detailed as follows -:

ASTROLOGICAL EFFECTS

Its ruling planet is Mars, which astrologically represents fire. This planet governs blood, head, neck, ears, testis, bone marrow, genital organs, kidney, red blood corpuscles (RBC) Vitamin K. This mukhi is supposed to cure diseases such as, blood defect, plague, small pox, blood pressure, weakness, bone fracture, disturbed menstrual cycle, spontaneous abortion, ulcer, wounds, etc. caused by the malefic effects of Mars.

In the Book "Gems and Rudraksha" by Mr. Anil Gupta he describes the Values and Merits of the 3 Mukhi Rudraksha Bead as follows : "Three Faced Rudraksha has three natural lines. Its ruling planet is Mars and it is the symbol of god Agni (fire). The Agni (fire) purifies every thing in the same way, the wearer of 3 Faced Rudraksha gets rid of the sins that he had done in his past life and returns to the purely true life. It is the best for those who have fallen prey to inferiority complex or fear stricken and suffer from self hatred or mental strain".

"In a short time after wearing it, the wearer feels its influence by attaining success in his efforts, favorable means, learning and knowledge. Its another best virtue is that it makes the wearer free from chronic fever certainly. Modern physicists and allopathic doctors accept that the patient of the fever that comes after every 3 days, is cured.

It contains the Trinity of gods Brahma, Vishnu and Mahesh and the trinity of Gunas, Sattva, Rajas and Tamas and the three spheres The Sky, The Earth and The Paatal with their divine powers. For its divine powers this bead is the most sacred and powerful and the best.

It means, salutations to that two faced supreme God, by whose grace the difficult merits of tantra are obtained easily. That who leads us on the path of well-being, saves us from sins and grants us prosperity, is also worshipped by us. We salute him and his consort.

'KHAM' is regarded as alluding to the divine. Kalpa Vriksha' which fulfills all desires of the seeker. It is very desirable that Kham be pronounced again and again. The more we say is the better of results it gives. It is essential to pronounce other roots of the mantra. It worshipped with denotion and punctuality, this grants merits in tantra, well beings, saves from sins and causes prosperity.

Three faced Rudraksha symbolises lord Agni the fire god. This destroys ill luck, if worn regularly. It bestows health, wealth and knowledge too. If a rosary made of 108 time (meru) beads is worn, it causes sins of even earlier births to be destroyed. One obtains health and one becomes free from diseases, killing of Brahman, woman and other grace sins are destroyed by wearing a rosary of three faced Rudraksha.

All the merits obtained from the worship of fire god, are attained by wearing a rosary of three faced Rudraksha. The wearer becomes free from al diseases and he becomes like a true brahmin. He enemies are vanquished. He does not suffer any loss from fire. He is also protected from arms and weapons.

THE MANTRA FOR WEARING IT

The rosary should be kept in hand and after reciting the following mantra for 108 times the rosary should be worn.

- *OM AM BAM TRAIVAKTRASYA.*
- *OM RAIM HOOM HREEM HOOM OM.*

It means, Salutations to the three faced supreme lord, who is the centre of all the mantras (OM), who saves us from all disasters. Salutations to him and to the supreme mother goddess, who destroy envy, below knowledge and prosperity and are the most sacred and the embodiment of the ultimate knowledge.

3 Mukhi Represents Agni, Lord of Fire. Helps dispel mental

lethargy and depression. Attracts wealth.

Benefits : The wearer gets free from sins or wrongs from his life and returns to purity. Ideal for those who suffer from inferior complexes, subjective fear, guilt and depression.

PRICE: US$6.00

CHAPTER 23

RUDRAKSHA — 4 FACE
BRAHMA

This symbolises lord Brahma. If the Rudraksha is boiled in milk and that milk is taken for 20 days. It gives knowledge and clarity of mind. It is said by wearing it, the ill evil thoughts arising in one's mind are destroyed. This Rudraksha is especially important for the students and scholars. All types of learning become easier to the wearer of this Rudraksha. Such a person gains deep insight and perceives the secrets of religion easily. Lord Rudra is very much pleased with its wearer.

THE MANTRA FOR WEARING IT

- **OM HREEM CHATURVAKTRASYA**
- **OM VAM KAM THAM HAM EE**

It means, "Salutations to the four faced supreme being who pervades the space, who bestows prosperity on us, who gives pleasures, who gives happiness and who gives knowledge."

4 Mukhi Represents Brahma, the Creator. Worn by students and those who need to renew and recreate. Helps expand vision and mental horizons. Increases attractiveness.

PLANETRY CORELATION & ASTROLOGICAL SIGNIFICANCE OF RUDRAKSHA

Its ruling planet is Mercury. The power of Brahma exists in its whole effectiveness and Divinity. Being influenced by the creative wisdom of four headed Lord Brahma and also Goddess Saraswati, it gives the wearer creative powers and provides him with a learning and knowledge gaining ability. Malefic effects of mercury include intellectual dullness of mind, lack of grasping and understanding power, difficulty in effective communication and also neurotic conditions of mind. It is also beneficial to scientists, researchers, intellectuals, artists, writers, and journalists. It increases wit and intelligence. This mukhi also governs logical and concrete and structural thinking. If the three beads of four-faced Rudraksha are fastened in the right hand nobody can stand to face to the wearer.

Benefits : The wearer gains power of creativity when blessed. Increases memory power, wit and intelligence.

PRICE: US$3.00

CHAPTER 24

RUDRAKSHA — 5 FACE KALAGNI

All five Brahmas are pleased with the devotee who wears this Rudrakshas. Lord Rudra also give success in all the efforts made by such a devotee. Diseases do not come near the wearer of it. One who wears these five faced Rudraksha obtains all kind of riches and prosperity. Persons suffering from high blood pressure get relief by wearing these but one should select them very carefully, or better they take the help of experts. It helps in diseases pertaining to lungs, heart and blood.

THE MANTRA FOR WEARING IT

- **OM HRAM PANCHA VAKTRASYA**
- **OM HREEM AAM KSHAMYOM SWAHA**

The meaning of this mantra is salutations to the supreme lord who has five faces and who fulfills all our desires. I bow to the supreme lord who grants auspiciousness, bestows wealth and fame, protects us and gives us happiness and which leads us towards peace in the end.

5 Mukhi is the fullest representation of Lord Shiva. It will destroy negative thoughts and emotions and grant the wearer peace of mind and clarity of purpose. Helps achieve one's goals. All malas which are worn around the neck or used as japa mala (prayer beads) should be of five mukhi. There should be 108 beads or, alternatively, 54.

PLANETRY CORELATION & ASTROLOGICAL SIGNIFICANCE OF RUDRAKSHA FOUR MUKHI RUDRAKSHA

Its ruling planet is Jupiter. It is the form of Rudra named Kaalagni. This planet governs knowledge and glamour, bone marrow, liver, feet, thigh, religion, money and material. We can recover our memory and recollect or remember the lost learning only after wearing the Five-Faced Rudraksha. Agni (fire) purifies the metals and similarly Five Faced Rudrakshas rectifies all the vices and faults of Jeeva and makes him pure and Jeeva gains the form of Pashupati i.e the Lord of all creatures after becoming free from the animal instincts. By wearing the mala the wearer's mind remains peaceful. . Malefic effect of Jupiter is considered to cause lack of peace of mind, utter poverty, lack of harmony, diseases of fat, Kidney, thigh, ear, diabetes etc. There is no suspicion about

rudraksha magic

the fact that the wearer of Five-Faced Rudraksha mala never gets untimely death.

Benefits : Wearer gains health and peace. It increases memory also.

PRICE : US$2.00

CHAPTER 25

RUDRAKSHA — 6 FACE SUBRAHMANYA

This is regarded as the symbol of Kartikeya, the six faced son of lord Rudra and mother Sharada. He is the younger brother of lord Ganesha. Men should wear this Rudraksha is the right hand and woman should wear in the left hand. This confers knowledge of the very highest kind. This helps women in diseases like hysteria and other mental illness. Those interested in tantra also gets benefit by it. It also helps students and businessmen.

THE MANTRA FOR WEARING IT

* **OM HOOM SHADHA VASTRASYA**
* **OM HREEM SHREEM KLEEM SHOWM YAM**

It means : "I salute to that six faced lord who gives us knowledge, salutations to him who is auspicious who grants us wealth and fame, who purifies us and who protects us."

6 Mukhi is worn by soldiers, police, adventurers, and all persons exposed to danger. It protects one from harm and instills calm and will power in the wearer. It represents Lord Kartikeya.

ASTROLOGICAL SIGNIFICANCE OF RUDRAKSHA
FOUR MUKHI RUDRAKSHA

Its ruling planet is Venus. Six Faced Rudraksha is the central power of Lord Shiva's second son, Kumar Kaartikeya. Venus governs Genital organs, Throat, Valor, Sexual pleasure, Love, Music etc. Its malefic effects can cause diseases and problems related to the above organs. It gives learning, wisdom and knowledge. Moreover, it saves us from the worldly sorrows. It increases amazingly the mental powers of a dull student. If Four Faced Rudraksha is worn with Six Faced Rudraksha, is certainly mental power increase. It is highly recommended for company managers, businessmen, Journalists and Editors etc.

Benefits : Saves from the emotional trauma of worldly sorrows and gives learning, wisdom and knowledge. Affects understanding and appreciation of Love, Sexual Pleasure, Music and Personal Relationships.

PRICE: US$3.00

CHAPTER 26

RUDRAKSHA — 7 FACE
MANMATA

This Rudraksha symbolises the seven great rishis. Wearer of this gets wealth, fame and spiritual knowledge. It is said that poverty and wants never touch its wearer. According to the Vaishnava traditions, it represents Avanta (Shesha), the king of serpents. Each face represents one great serpent. These serpents are Anantha, Kakata, Pundarika, takshak, Visholban, Karisha and shankhachuda. These very powerful serpents live in each face. Snakes never harass the wearer of this Rudraksha. The lord of serpents, Shiva has special grace on the wearer. Due to grace of lord Shiva such a person is not affected by sins. Such a person gets all the merits befitting goals.

THE MANTRA FOR WEARING IT

The following mantra should be recited 550 times before wearing it

- **OM HRA SAPTA VAKTRASYA**
- **OM HRAM KREEM HREEM SHAUM**

It means : Salutations to that seven faced supreme lord who fulfils our desires, who bestows pleasures upon us, who is auspicious and who purifies us. Salutations to the lord who has seven faces and who grants us wealth and prosperity.

7 Mukhi Represents the goddess Laxmi, and is actually stated to be her abode. This Rudraksha is not worn but rather is kept in a wooden box together with a small sum of cash. It will help overcome financial hardship and bring abundance.

Its ruling planet is Saturn. Seven Faced Rudraksha is the symbol of Anag Shiva. This mukhi sublimates the malefic effects of Shani such as Disease & Death occurring suddenly without any cause, impotency, cold, obstruction, hopelessness, Despair, delay in achievements, long time disease, scarcity, worry etc.By wearing Seven Faced Rudraksha man can progress in business and service and spends his life happily.

Benefits : It should be worn by those who are suffering from miseries pertaining to body, finance and mental set-up. By wearing this man can progress in business and service and spends his life happily.

Price: US$10.00

CHAPTER 27

RUDRAKSHA — 8 FACE
VINAYAKA

This Rudraksha is said to represent lord Ganesha. The elephant headed benign god, the son of lord Shiva and Parvati has special grace on the wearer of this Rudraksha. By wearing it on one's person all the pleasures increase and all the difficulties diminish.

This is ESPECIALLY USED IN WORSHIP AND RITUALS. Wearers of this get long life and they become truthful. Such a person is born free of diseases, wise and knowledgeable. Such persons have special ability and talent in studies. They shall remain away from sin.

THE MANTRA FOR WEARING IT

• **OM KAM ASTA VAKTRASYA**

- **OM HRAM GREEM LAM AM SHREE**

It means : We salute the eight faced supreme god who grants us peace (Kam). Also salutations to the god who grants us fulfillment of all our desires (hram), he who helps us in accumulation of wealth (Greem), who produces sex drive within us, who gives pleasures for us to enjoy. Shree is used here to denote the lord and to offer him salutations once again. Shree is used to indicate the name of the supreme being who pervade the universe.

This Rudraksha represents the famous Lord Ganesha, the elephant-faced God. It will help those who have continuously failed in a specific endeavor despite many attempts to succeed.

PLANETRY CORELATION & ASTROLOGICAL SIGNIFICANCE OF RUDRAKSHA

Its ruling planet is Rahu. Eight Faced Rudraksha is the second form of the reflection of the first son of Lord Shiva, Lord Ganesh who is worshipped prior to other gods. Eight linings present on it make it very effective. Its wearer becomes unaffected by physical, Divine or mental miseries. It sets the wearer free from the sin caused by telling a lie. It gives the wearer all kinds of attainments - Riddhies and Siddhies and leads him to Shivloka. His opponents are finished i.e. the mental status of its opponents is changed.

Price: US$30.00

CHAPTER 28

RUDRAKSHA — 9 FACE
BHAIRAVA

This Rudraksha jointly represents Bhairava yama (lord of death) and sage Kapila. This is usually worn in left hand during the sacred occasion of Navratri to obtain blessings of mother goddess Durga. Mother Durga is the bestower of wealth, prosperity, pleasures of family life and also she grants the boon for fulfilling one's desires. Those who wear it also obtain grace of Bhairava. They are benefitted by the power of Bhairava. He obtains honour like the king of gods Indra and he also gets boon from lord Ganesha.

THE MANTRA FOR WEARING IT

• **OM JHAM NAVA-VAK-THRASYA.**

- **OM HREEM VAM YAM RUM LAM.**

The meaning of this mantra is: We salute the nine face supreme lord, he leads us on the path of righteousness, who bestows riches upon us, who gives us protection, who destroys the envy and covetousness in our hearts, who generates desires for sex within our hearts.

This bead represents Mother Durga and can help motivate a person who is experiencing mental inertia (tamas). Protects one's children from misfortune.

PLANETRY CORELATION & ASTROLOGICAL SIGNIFICANCE OF RUDRAKSHA

Its ruling planet is Ketu. Nine Faced Rudraksha is the form of Goddess Durga (Shakti). It increases self-power. This mukhi is beneficial to sublimate the ill effects of Ketu. Ketu inflicts the diseases of lung, fever, eye-pain, bowel pain, skin disease, body pain etc. A child who wears it always has the blessings of Mother. By wearing this a person gets endurance, bravery, courage, and his name and fame spreads all around. His devotion in god increases and his will power is also strengthened.

PRICE: US$50.00

CHAPTER 29

RUDRAKSHA — 10 FACE
VISHNU

This Rudraksha represents lord Vishnu. The wearer of this Rudrakshas remains free of all the evil effects on inauspicious planets and all other evil spirits This Rudraksha is helpful in all respiratory diseases if taken with milk in parts form. This is very helpful in chronic cough and asthma.

THE MANTRA FOR WEARING IT

The rosary of Rudraksha beads should be taken in hands. Thereafter the following mantras should be recited 108 times then it should be worn. This should be worn in neck.

- **OM AKSHAM DASH VAKTRASYA.**

- **OM SHREEM HREEM KLEEM GREEM OM.**

The meaning of the mantra is: We salute the ten faced supreme being, who gives us prosperity, Also salutations to the lord who is the giver of wealth and prosperity to us and who is also of that wealth and prosperity. We salute the supreme being who is the destroyer of the inauspiciousness and who is the bestower of peace, and who guides us to the path of virtuousness.

10 Mukhi Protects the wearer from those people and things that may harm him.

PLANETRY CORELATION & ASTROLOGICAL SIGNIFICANCE OF RUDRAKSHA

It has no ruling planet, and is held to control all the other planets. Ten Faced Rudraksha contains the influence of the ten incarnations and the ten directions. Lord becomes happy with the person who wears it. It gives success in legal, government, functions, name and fame spreads in all directions. The wearer gets a sense of security. Honor is increased in political areas. It is useful for pacifying nine planets. Wearing it destroys all the sins done by the ten human organs. He, who worships it, finds his family progressing from generation to generation.

Price: US$25.00

CHAPTER 30

RUDRAKSHA — 11 FACE
EKADASHARUDRA

This is the symbol of Indra, the lord of the gods. It has combined powers of eleven gods stored within. This should be kept in a safe place of worship or with the jewellery etc or in a safe box. This enhances the wealth and prosperity. This grants long life to the husbands of the wearers. This helps in getting desired son or daughter, also one gets the love and affection of the desired person by its grace. It is believed that eleven Rudras live in its eleven faces. This should always be worn at the top of the head. This is capable of giving instant results. Its wearer get the merits of one thousand horse sacrifices and gifts of one thousand cows to the brahmins. Such a person lives in this world like lord Shiva and he is not born again.

THE MANTRA FOR WEARING IT

- **OM SHREEM EKADASH VAKTRASYA.**
- **OM RAM MAM YAM OM.**

The meaning of the mantra is, "we salute the eleven faced supreme who is the form of peace. Salutations to the supreme and to the mother goddess who destroy envy from our hearts who grant us happiness and who protect us".

This Rudraksha represents Lord Hanuman, the Monkey-God. It promotes excellent general physical and mental health, gives insight and vision, and deflects evil thoughts. Increases energy, power, and mental stamina.

Medicare :

Diseases of circulatory system (hypertension, chronic heart failure, congenital diseases of heart) are treated by wearing and drinking a glass of 11 face rudraksha dipped in water overnight.

Price: US$50.00

CHAPTER 31

RUDRAKSHA — 12 FACE
DVADASHADITYA

This also symbolises lord Vishnu. Sun god is always kind to the wearer of this Rudraksha, such a person always enjoys wealth, prosperity and worldly pleasures. All twelve ADITYAS are said to be having their abodes in each of twelve faces. The wearer obtains the merits of gifting the cows. Such is person is protected again from all kinds of arms and weapons and he does not come to any harm through fire. He is free from diseases and sickness. He enjoys great wealth and happiness. He becomes free of all the sins.

THE MANTRA FOR WEARING IT

Before wearing the rosary of this Rudraksha, the following

mantra should be recited 1008 times, while keeping the rosary in hands. Only after reciting the mantras, the rosary should be worn.

- **OM HREEM DVADASH VAKTRASYA.**
- **OM SHREEM DHDUPI SHREEM.**

The meaning of the mantra is: "I salute to the twelve faced supreme lord, who is the bestower of all auspicious and noble gifts to us. Also salutations to the lord who gives us peace, tranquility and all the fruits for own well being and also who controls our anger".

12 Mukhi represents Surya, the Sun. Its wearer will have the attention and respect of the world and be presented with opportunity.

Price: US$200.00

CHAPTER 32

RUDRAKSHA — 13 FACE
SHANMUKHA

This Rudraksha signifies Vishvadevas. The wearer of this Rudraksha obtains all the pleasures of this world. It is an extremely auspicious happening of one wear a thirteen faced Rudraksha. This fulfills all the desires of the wearer and it brings good luck to him. Such a person remains away from sinful deeds and thoughts. All his worldly desires are fulfilled.

THE MANTRA FOR WEARING IT

It is proper to take the Rudraksha in hand first and then the following mantra should be recited 432 times. Thereafter it should be worn round the neck.

- OM KSHOM TRAYO-DASA-VAK-TRASYA.
- OM EE YAM APA OM.

The meaning of the mantra is: "We salute to the supreme being who has thirteenm faces who gives peace to us. Salutations to that lord of all beings, who leads us to the path of righteous conduct and who provides safety and security for us".

13 Mukhi represents Lord Indra and brings the wearer an appreciation and awareness of the spiritual realm.

PLANETRY CORELATION & ASTROLOGICAL SIGNIFICANCE OF RUDRAKSHA

It has no particular ruling planet. The person who wears it gets a lot of courage and confidence and leads an adventurous life. Also helpful in meditation and removes problem of Yogic practices.

Price: US$125.00

CHAPTER 33

RUDRAKSHA — 14 FACE
LORD SHIVA

The Fourteen-Faced Rudraksha symbolizes God Shiva who is the protector of one and all, the Lord of the three worlds, the God of Gods (MahaDev).

This Rudraksha is considered to be the superior most bead and is thus very valuable. It grows in minuscule numbers and its demand is always more then its availability. This Rudraksha is said to infuse energy in life and gives peace of mind, strengthens the heart and controls the blood pressure. Its helps cure several diseases, improves concentration and leads one on the religious path.

METHOD OF ADORNING A FOURTEEN FACED RUDRAKSHA

The Fourteen-Faced Rudraksha should be strung on a red thread and covered with a glod hat-shaped conical covering and worn around the neck. While wearing it recite the mantra 'Om Namah Shivaya'.

Offering should be made of Sandalwood and camphor. During the worship the Rudraksha should be smeared with these repeatedly. Each of 108 flower should be offered while chanting the mantra given below. This worship should be repeated on Diwali day, once again. The Rudraksha should be kept in some safe box or it should be worn by one's person. This should be worn in red coloured yarn or on a golden chain.

- **SHREE GAUTAM GANAPATI JI KO NAMAH.**

- **OM HREEM SHREEM KLEEM EKAMUKHAYA BHAGAVATE ANURUPAYA.**

- **SARVAYUGESHWARAYA TRAILOKYA NATHAYA,**

- **SARVAKAMA PHALAM PRADAN NAMAH.**

The meaning of this mantra is : My salutations to the god of various groups (ganas). My salutations to that supreme being (OM) who is the bestower of all ..uspiciousness (Hreem), renown (Shreem) and wealth (Kleem). I salute the god having one face, who is the lord of all the times and of all the beings. Salutations of the lord of all three worlds who is the giver of all the pleasures and enjoyments.

14 Mukhi bead is worn only on the forehead in a special headband, after being blessed by a priest in a special puja ceremony. It is said to activate the ajna chakra (third eye) and bestow subtle vision and intuitive powers. Only worn if instructed to do so by one's guru.

PLANETRY CORELATION & ASTROLOGICAL SIGNIFICANCE OF RUDRAKSHA

Ruling planet is Saturn. Improves intuitive thinking. It is held to sublimate the malefic effects of Saturn.

Medicare :

Disesases like respiratory system (Chronic Pulmonary diseases, pulmonary hypertension, cough, tuberculosis,) can be treated by drinking the boiled milk with 14 face rudraksha.

Price: US$500.00

CHAPTER 34

RUDRAKSHA — 15 FACE

Highly rare Rudraksha.This bead represents Pashupati and impacts the wearers mind by improving intuitive, abstract and lateral thinking. In addition, the wearer finds high energy levels to put into action his thoughts and ideas.

Mantra - "Om Namah Shivaya"

15-21 Mukhi Rudrakshas should be kept as a set of seven beads on the personal prayer alter where they will bring health, peace, and prosperity to the family.

The impact on wearers mind by this bead is similar to that of 14 mukhi like improving Intuitive, Abstract and Lateral thinking in addition, the wearer finds high energy levels to put into action his thoughts and ideas.

Benefits : This represents Lord Pashupati and is especially beneficial for economic progress. Its possesor is neither bereft of wealth nor inflicted by any kinds of skin diseases.

Price : US$500/-

CHAPTER 35

RUDRAKSHA — 16 FACE

It represents victory and the possessor is never affected by heat or cold. It specially useful for the saints living in jungles. The house in which it is kept is free from fire, theft or robbery.

Benefits : as above.

PRICE: US$600.00

CHAPTER 36

RUDRAKSHA — 17 FACE

It represents Vishvakarma the builder of this world. It is very effective in gaining the unexpected money. It is specially useful in attaining the property, vehicles and all physical assets.

Benefits : As above.

PRICE : US$1,000.00

CHAPTER 37

RUDRAKSHA — 18 FACE

It represents the mother earth. The possessor remains happy and healthy. It is specially beneficial for the pregnant women in protecting their child.

Benefits : As above.

PRICE : US$1,500.00

CHAPTER 38

RUDRAKSHA — 19 FACE

It represents Lord Narayana. The possessor is bestowed with all worldly pleasures. There is no scarcity in their life.

Benefits : As above.
PRICE : US$3,500.00

CHAPTER 39

RUDRAKSHA — 20 FACE

It represents the Brahama. And the possessor is bestowed with continuous progress in his divine faith and spiritual knowledge. It also useful in the improvement of eyesight.

Benefits : As above.

PRICE : US$8,000.00

CHAPTER 40

RUDRAKSHA — 21 FACE

Very rare and represents the Lord Kuber the God of wealth. Only lucky ones are able to get it. The possessor of this type becomes wealthy.

MEDICARE : Diseases like AIDS, cancer which are more prone to secondary diseases in which the occurances of seconday diseases could be prevented by drinking a glass of water of 21 face rudraksha overnight dipped in water.

Benefits : As above

PRICE : US$9,000.00

CHAPTER 41

GARBH GAURI RUDRAKSHA

Garbh Gauri Rudraksha is another form of Gauri Shankar. In Gauri Shankar both the joined beads have equal size but in Garbh Gauri one bead is significantly smaller than the other. It is the best for those women who suffer defects in their conceptions and are prone to abortion. They are advised to wear Garbh-Gauri Rudraksha around the neck to gain the pleasure to have issues and their motherhood gets perfection.

Reference information states this is the small form of the Gauri Shankar meaning that this Rudraksha has all the power and potential and influence of the Gauri Shankar and this combination of synergistic effects are directed toward influencing safe full term childbirth. Recommendation of the Garbh Gauri for peaceful family life is perfect. It can be worn at place of worship.

When in need of a synergistic enhancement to accelerate the effects of the Mala design it is acceptable to recommend the Gauri Shankar and to be added directly on the back of the neck over the spine where the Kundalini flows.

Mantra: "Om Shree Gauri Ganesh Namah"

Benefits : For women wanting to have children. Her motherhood gains perfection.

Price : Not available

CHAPTER 42

RUDRAKSHA — TRIJUTI

Symbol of Brahma-Vishnu-Mahesh.

Benefits : Wearer becomes invincible.

Price : US$8,000.00

CHAPTER 43

RUDRAKSHA — GANESH

Rudraksha with protrusion like trunk of Ganesha. There is a kind of Rudraksha which bears Trunk like elevation as is seen on the face of Lord Ganesh. It is called Ganesh Rudraksha. It provides the worshipper perfection in every sphere in life and the grace of Lord Ganesh is received by it.

Benefits : For success in all new ventures.

PRICE : US$20.00

CHAPTER 44

RUDRAKSHA — GAURI SHANKAR

These are the two naturally joined Rudrakshas representing goddess Parvati & Lord Shiva. Its influence causes the development of the universe by providing fertility. It makes the husband and wife identify each other. Therefore it is regarded the best thing for peace and comfort in the family.

This Rudraksha must be kept in a closed box at your Puja (prayer) place or temple and while praying, pay obeisance and perfume to the Rudraksha as well. You must also offer leaves and flowers, as we do to the Shivalinga.

The wearer of this Rudraksha does not remain in want of anything. Peace happiness and honour abound and pain, sorrow, poverty and hurdles dare not come close to him who wears this Rudraksha.

Wealth and Lakshmi enter his home. The atmosphere around him becomes pure and sanctified.

Benefits : Regarded the best for peace and comfort in the family. If a man worships Gauri Shankar at his worshipping place, the pain and suffering and other earthly obstacles are destroyed and the peace and pleasure of family are increased.

MEDICARE :

For diseases effecting the skin (like chronic fungal and bacterial ulcer) the wound should be washed by Gaurishankar rudraksha water. Gaurishankar rudraksha should be put in a glass of warm water for whole night and early morning the wound should be cleaned with this water.

PRICE: US$60.00

CHAPTER 45

F.A.Q.'S

How can a Rudraksha be a fake?

In every commercial market a certain percentage is given to merchants, individuals, who specialize in creating fakes, duplicates, in this market too, several sellers are a cheat and they tamper with the Rudraksha beads. Some of these beads are more rare than others and as a result are more expensive. But in their greed to make money, these sellers try and wipe or draw extra lines in order to fool the customer and sell the bead at the higher price. So in the end, you are getting a different and cheaper Rudraksha than the one you paid for.

Not only that, any such tampering with this holy bead, tarnishes it and its power, it also greatly reduces, if not totally diminishes its power. So be extremely cautious while buying this precious bead.

Are different faced Rudraksha grown on different trees?

No, this is not the case. Rudraksha is the fruit of the Rudraksha tree. These trees grow on only very special soil and only in very clean and holy areas.

The Rudraksha tree bears this fruit which is in a shell. When the shell is broken and the fruit extracted, it could have anything from one to fourteen faces. Thus any faced Rudraksha could grow on the same tree. Although the five faced are the most common and the Single faced and Gauri Shankar Rudraksha are the rarest and hence the most expensive. THE ROUND SINGLE FACED IS RAREST OF ALL.

Are there differences between different same-faced beads?

Yes, there can be a considerable difference in the power of different beads with the same number of faces. Some have more powers and hence are more effective than others.

What is also of great significance, is the place where the tree is growing and how the sanctity of the bead is retained from the moment it is removed from the tree to the moment when it reaches you.

After that the onus is on you. The greater respect you give to your Rudraksha, the longer it will shower its benefits on you. If you mistreat it or disrespect it, you can significantly reduce the benefits you can reap from this holy bead, even diminish it completely.

What are Rudraksha Beads? Where are they available?

Rudraksha beads are the seeds of the Rudraksha fruit obtained from Rudraksha trees. The Rudrakasha tree is botanically known as 'Elaeocarpus Granitrus Roxb'. Its English name is **'UTRASUM BEAD TREE'**. These beads are found in different varieties ranging from one mukhi to fifteen mukhi beads according to the number of clefts on their surface.

Rudraksha trees are mostly found in South Eastern Asian Islands of Java, Sumatra, Borneo, Bali, Iran, Java, Timor (Indonesia) and parts of South Asian Kingdom of Nepal. Around 70% of the Rudraksha trees are found in Indonesia, 25% in Nepal and 5% in India.

What is so special about Rudraksha beads?

People all over the world especially the Hindu and Buddhist priests and Monks have been using Rudraksha since ancient times. They have felt the amazing powers of this bead in curing them physically as well as mentally.

Are Rudraksha Beads used only for Meditation? Is it meant only for people of certain background?

Besides giving the user peace of mind, focus and concentration Rudrakasha beads prove to be a great help in curing physical illnesses. They are also said to have an anti ageing property. The Rudraksha beads are found in number of varieties according to the number of facets on their surface. All these varieties have different Electromagnetic properties and thus show different effects. By wearing these beads one gets tranquility, peace of mind, focus and concentration. When around around the neck they are said to control the blood pressure, hypertension, insomnia etc. Sometimes they are very effective in curing ailments of fever, pain etc. When taken as an oral drug.

People of all religions, castes or creed can use these beads. There is no age or sex bar for their use until they are used under certain precautions.

Can one wear the combination of Different Mukhis at the same time?

A person can wear Rudraksha beads having a single type of Mukhi or a combination of several mukhis. Wearing a combination of several mukhis will bring all the different effects of them simultaneously to a person. Remember that wearing Rudraksha brings no harm to an individual unless and until he/she follows the precautions prescribed.

How long it takes to feel some effect?

The effects of a Rudraksha can be felt the very moment you hold it in your palm. Due to its Electromagnetic effects it will vibrate with energy and show pulsation like a lively object. It has tremendous power to heal you in each and every way.

What are the tests for the genuity of a Rudraksha bead?

There are many tests suggested to test the reality of a Rudraksha bead. But these tests cannot be relied upon always. Therefore the best way to check the genuinity of a Rudraksha bead is by consulting a reliable and experience person.

How do we choose the perfect Rudraksha bead?

Many people get confused with the shape and size. It should also be kept in mind that power of a Rudraksha bead has no association with its price. What matters is the genuity of the bead. Just see that the Mukhi is well defined, corns and contours are natural, there are no cracks near the central hole and the bead has a good health. Smaller size is also considered to be very auspicious.

What are the precautions that need to be taken when wearing Rudraksha?

According to our holy books Rudraksha can be worn at all times. Some books say that Rudraksha could be taken off during sex, menstrual cycles, during visit to funeral grounds and also while visiting a newly born baby. It is advisable to take off the beads while taking bath as excess soap may dehydrate the natural oil content of the beads.

What is the average life span of a Rudraksha bead?

A good quality of Rudraksha can last for several years. If taken good care of, it can be passed on from generation to generation.

Does Rudraksha help in coping up with Sudden Nervousness?

Rudrakasha can be very helpful in overcoming Sudden Nervousness. You just need to hold it tight in your palm at times when you feel nervous due to a sudden shock or tremors. Within ten minutes you will calm down and you will be able to regain your confidence.

Can the family members keep interchanging Neck Malas, Japa Malas or Rudraksha beads?

A sort of binding develops between the wearer of the Rudraksha bead and the wearer itself therefore it should not be interchanged within the family members. But one is free to inherit the bead to the later generation.

Should Rudraksha be worn in a thread or silver or Gold metal?

Rudraksha can be worn in anything according to the person's faith. But it is best if it is worn in a metal be it silver or Gold or copper or Panchdhatu. When worn in metal the Electromagnetic powers of the bead increases. Thus increasing its effect.

Is it true that out of hundreds of beads from a tree only a few are magical ones?

All the beads that are obtained naturally and are perfect have the same amount of magical powers inherent inside them. But it should be seen that the bead is flawless and perfect.

CHAPTER 46

ADDENDUM — POOJA

Customs and Rituals are a part of all culture. In this scientific day and age when one doesn't take anything for granted, customs and rituals come under special scrutiny. Do we understand their significance? Are we following them just because our forefathers did?

Questions like these lead us to try and gain a better understanding. When we do gain an understanding, we realize that our ancestors were indeed wise and that these once seemingly meaningless and insignificant customs and rituals are full of meaning and help give us our very identity.

Pooja is believed to be derived from the Dravidian word 'pu-chey', (flower action) or worship with the offering of flowers. Some trace it to the Dravidian word 'pusu', to anoint or smear with sandalwood paste or vermilion.

Pooja is a word in Sanskrit language. In Sanskrit, words are formed with meaning in mind. For instance in the word pooja,

• 'p' stands for 'paapa' meaning 'sins'.
• 'j' stands for 'janma' means 'birth'.

With 'p' it removes all accumulated 'sins', and with 'j' it makes your life's (birth) purpose fulfilled.

The Lord being not accessible to our eyes, ears, nose, touch and beyond the ken of ordinary (un-refined) intellect, the ancients devised a method of bringing Lord within the realm of the senses.

This method is to worship Him (Her or It) in an object (photo, water, fire, precious jewel, idol etc) which you can touch, feel, smell, see, feel the taste of. Thus all wandering senses are brought to a focus, by belief (faith) and by daily practice.

Unshakable faith and long practice, evokes and unfolds hitherto unknown dimensions in awareness, which are generally not communicable in the normal way. By pooja you will be in a position to inject the noblest thoughts in the subconscious. Above all, one will succeed in solving the mystery of 'Life'.

The term pooja is now used to include all forms of ceremonial worship, ranging from the simple daily offerings of flowers, fruit, leaves, rice, sweetmeats and water to the deities in homes or temples.

There are three kinds of pujas: great, intermediate and small. A great puja is usually a community affair or performed during important occasions like religious festivals.

Pooja is the commonest of rituals that all Hindus perform. Performing a Pooja in the simplest of terms constitutes the worship of God so as to please Him and seek His blessings. God is our creator and protector. He gives us all that we have, and in a Pooja, we worship and praise Him so that He continues to do so.

A Pooja can be a very simple affair or an elaborate one. It is performed by each according to ones means; a less elaborate Pooja doesn't take away from the meaning of the ritual and a more elaborate Pooja doesn't please God any more. Pooias may be performed in temples or at home or wherever one deems fit, because Hinduism preaches God's omnipresence.

We have many Gods and Goddesses and by performing a Pooja for a particular God or Goddess, we seek to gain something different from Him or Her, e.g. Goddess Saraswati bestows knowledge and learning upon us while Goddess Lakshmi gives us wealth. During the course of a Pooja, it is customary to chant Mantras, sing Bhajans and make offerings of fruits, flowers and incense to God. Mantras are sacred verses that praise God and seek his blessings. In the more traditional Poojas, the Mantras are recited by the priest performing it. A Bhajan is a devotional hymn that is sung by all attendees and may have musical accompaniment.

Both Mantras and Bhajans have intense meaning and have a greater effect on those that understand them but it also has a soothing and peaceful effect on those that don't. A Pooja ends with the Aarati in which fire or incense is moved in a clock-wise (circular) motion before God. After the Aarati, all the attendees of the Pooja partake of the blessings by feeling the warmth of the fire.

Hinduism is extremely scientific when it comes to the performing of rituals. Astrologers are consulted before performing rituals and they provide us with the right day and also the time of day to perform a ritual.

One could go on for ever and ever about all Pooja rituals and customs but the most important thing to know is their significance. One cannot know of all the rituals and customs that exist but if an effort is made to learn about as many of them as is possible and also to learn of their significance, the quality of one's life as a whole improves and it takes us one step closer to salvation.

Performing and knowing about rituals causes us to improve as human beings and most important of all makes us help others do the same. If we know what a certain ritual or custom signifies, then we can help others understand it and prevent them from assuming it to be meaningless and boring. This cycle will surely carry on because learning is contagious and it will pass from one person to another.

In conclusion, it is important for us to know about our rituals and customs for they were meant to help us lead a fulfilling and meaningful life. Performing our rituals and customs and speaking our language are probably the only ways by which we can remember our roots.

CHAPTER 47

DIFFICULT WORDS MADE EASY

Aaghor

In order to destroy a demon named Tripura Sur, Lord Shiva used a fire weapon called 'Aaghor'.

Aesthetical

Concerned with beauty, having a pleasant appearance.

Aghora Beeja Mantra

Words akin to "kreem," is used to signify Adya Mahakali (the eternal Being personified as a female).

Adya

means original, first of all. "Kleem," the beeja, for Vasudev Krishna (Almighty personified as a male). "Rheem," beeja from Durga (the Supreme Power personified as a female), meaning the power that removes all grief.

Ahutis

Offerings, oblation to deities.

Akshamalika Upanishad

The Akshamalika Upanishad tells us that the letters of Sanskrit are like beads in a rosary string.

Amalaka (myrobabu)

A fruit.

Anag	Sinless.
Apah Punantu	"Apah" the "Deity of Water" "Punantu" "to purify".
Archana	To Worship.
Ardhanari Svara	Shiva Shakti, half man, half woman.
Ashtakshara Mantra	The Ashtakshara Mantra or the 8 letter mantra,which is first given to the devotee who comes under Lord Shri Krishna, is no ordinary mantra. It has divine capabalities. The mantra says "Shri Krishnah Sharnam Mamah" literally meaning "Shri Krishna is my shelter."
Atman	Soul.
Beej Mantra	Secret names for the gods of the Hindu Aryan pantheon.
Bharadvaja	Bharadvaja is one of the Buddha's sixteen disciples.
Bhasma	'that which destroys all sins', 'that which produces auspiciousness', and 'ashes'.

Bhasmadharana	Wearing of Bhasma (ashes).
Brahmacharins	Women who observe celibacy.
Brihaspati	The preceptor of the gods.
Chaitra Shukla Paksha	Lunar Month.
Dakshinamurti Upanishad	Tells us of one of the early traditions and one of the world's most ancient, in the form of Shiva (Dakshinamurti) - the South-Facing Guru. In this form, seated on a low platform, with one leg hanging down in front, he communicated the Sanatana Dharma or Eternal Wisdom to the four Kumaras who appeared early in creation. The Guru spoke no words but taught them by the transmission of mind-to-mind, thus giving us an early example of what was to become a popular concept in Zen. Its purpose was to show that man can realize the Absolute when the human mind is in complete equipoise with the Cosmic Mind.
Dattatreya	The path of Dattatreya embraces all

spiritual paths and is the source of all other traditions. He who treads the path of Truth, regardless of what religion he belongs to, is treading the path of Dattatreya.

As an incarnation of God, Datta came down to spread the universality of true religion. Anyone can be his follower, regardless of cast, creed, status, be they student, householder, recluse or renunciate. No matter what sect or religion the true seeker follows, eventually he comes under the guidance of Lord Dattatreya, the Eternal Spiritual Guide of all mankind.

Effulgent	Radiating or as if radiating light; "the beaming sun"; "the effulgent daffodils"; "a radiant sunrise"; "are fulgent sunset".
Electromagtic	Pertaining to or exhibiting magnetism produced by electric charge in motion; "electromagnetic energy".
Garuda	A fabulous bird often presented with

the head of a handsome young man, the body of an eagle, and a white ring around the neck. ...

Greem	Wealth.
Grihasta	One living with a family.
Grihya Sutra	Brahadaranyaka Upanishad, Asvalayana Griyha Sutra, Sankhayana Grihya sutra and Kathaka Grihya sutra speak of giving a name to a child on the day of its birth.
Havan	A fire sacrifice.
Hram	Desires.
Hreem	Auspiciousness.
Kaalagni Rudra	5 mukhi Rudraksha is the form of Rudra named Kaalagni.
Kailas	Mount Everest.
Kalaya	Also known as '*Enchylaena tomentosa* Ruby Saltbush' **Kalaya,** or Emu Bush as it is also known, is a

low shrub with small succulent leaves. The flowers are too small to see with the naked eye, but the yellow, orange or red berries are small and juicy. The plant fruits all year round, however the most prolific fruiting is after winter rains.

It is a common plant that can be found all through the far north of South Australia, in both sandhill and breakaway country. Kalaya fruit is often eaten by Emus.

Kalpa Vriskhaa	Wish Fulfilling Tree.
Kam	Peace.
Kapila	The (Path of Inward Movement of Consciousness) has long been informed by the philosophy of *Mahayogi Kapila* (c. 800 BC). His *Samkhya-Darsana*, unlike *Vedanta*, was radically dualistic.
Katyayana	Katyayana was born in the state of Avanti in Southern India. His father was the preceptor for the king, so his family was very rich. When he was

young, he started learning all sorts of religious philosophy from his uncle, Asita. Asita knew that Prince Siddartha would attain Buddhahood and be the savior of the world. He told Kattayana he had to follow the Buddha and learn about the universe from him. From his uncle, Katayayana was able to attain supernatural powers and great powers of Meditation, so when he talked to Buddha for the first time, he attained the Arahathood. He was renowned for being the best at commentary, because he was able to comment on and spread the teachings of Buddha.

Ketu

Just like Rahu, Ketu is also an imaginary planet, a node. The two nodes, Rahu and Ketu are positioned where the earth's trajectory around the Sun and the Moon's trajectory around the Earth meet.

According to Indian mythology, Ketu represents the tail of demon (just like Rahu represents the head). The two planets are the parts of the same danava (demon) but are 180 degree apart from each other.

When Ketu, Sun and Moon lie in the same zodiacal longitude lunar eclipse takes place.

Ketu in certain way resembles <u>Mars</u>. But many times, it activates only the negative side of Mars. This is why people ruled by Ketu are secret adversaries. It also influences people in pharmaceutical industries, doctors, and astrologers. The two imaginary nodes, Rahu and Ketu are the mysterious forces and show in the birth chart both karmic and spiritual influences. Like <u>Rahu</u>, Ketu is also not a real luminary and therefore doesn't rule any zodiac sign.

Kleem	Wealth.
Krita Yuga	The first of the four *yugas*, the Age when the law of the Truth is accomplished; (same as *satya yuga*)
Kshatriyas	The Origins of the Warrior Caste.

Kusa Grass	Other Names : Sacred Creeping Grass, Durba, Kusha Dab, Durva, Kusa. Biological name: 'Eragrostis cynosuriodes Poaceae' This herb is found wild throughout the Himalayan ranges. Decoction of the root is used for dysentery and other bowel complaints, menorrhagia, bleeding disorders like hemorrhoids, purpura, etc.
Visvesvara	Another name for Lord Siva.
Maharnaya	Buddha was the son of **Maharnaya** and Suddhodana, King of Kapilavastu, a Kingdom on the borders of present day Nepal.
Murdhanam	Head.
Mantra Murdhanam	From Brhadaranyaka Upanishad, 'antariksham utodaram divam yaScakre mUrdhAnam tasmai jyeshThAya brahmaNe namah | (atharva. ... that this is the worship we do through the mantra "tat savitur ...")

Meru	'Meru' symbolizes the highest Reality in a Mala, Tasbi, Rosary which is called 'Para Brahman' which is formless and attributeless.
Mesha Masa	One of the Solar Months.
Moksha	Liberation.
Mukhis	Faces.
Navratnas	Gems.
Nidagha	Disciple of Sage Sibhu.
Nilagrivaya	The one who is blue throated.
Omkara	A mantra, a prayer, the essence of all words.
Padma Purana	Second among the eighteen Puranas, Padma Purana contains five parts - Srishtikhand, Bhumikhand, Swargkhand, Patalkhand and Uttarkhand.
Palasa tree	Trees with red flowers, without fragrance, these are found in Saline Areas, Biological name, "Butea

Frondosa".

Paramagnetic	As opposed to 'diamagnetic'.
Partattva	Supreme element.
Pathala	an imaginary world in the centre of the Earth.
Pippalada	a revered sage who had his seat under a fig-tree,
Prabhayama	The Upanishad is comprised of six fundamental questions asked by six disciples and the answers to them, given by their Preceptor, the Sage **Pippalada**.
Pranalinga	Experience of all as Siva.
Pranava Japa	The mantra that is held very sacred by all Hindus is the mantra *Om* also called *praNava mantra*. This mantra is part of every worship. This mantra is hailed in scriptures of various languages. Vedas - the holy scripture - is chanted always after chanting this mantra and always concluded with this mantra.

PraNava is the primal sound that existed before the creation and the sound that stays after the *praLaya*. This mantra Om refer, to none other than God. The great yogis meditate in this mantra as the path to Eternal Bliss of the Formless Nameless God!

The PraNava has five parts. They are *akara, ukara, makara, bindhu, nAtham.* (aum). Consequently this is also one of the glorious panchAkshara mantra (1).

The scriptures that explain the glory of this PraNava mantra are quite many. However the significant one is from the skandha purANa. It is a well known purANic event that skandha described the real meaning of the praNava mantra to God shiva. In the above mentioned episode of skandha purANa the sage *vAmadeva* seeks the boon from Lord skandha to tell him too that description. Lord skandha who was pleased with the devotion of sage vAmadeva told him that great secret.

Puranas	Teaching of the Vedas - An exhaustive work covering ancient Indian culture in all aspects: history, geography, religion, myths, beliefs and practices.
Rakshas	The Rakshas are led by Ravana, their king, and are the eternal enemies of Vishnu, one of the foremost divinities of the Hindu pantheon. They usually appear in the shape of a dog or a bird with a fat body, or as a skeleton.
	The Rakshasas eventually ruled the forests and hated sages and seers who sought to bring the order of civilization into their realm. They would attack those seers and yogis who entered the forest to meditate and look for knowledge. Tired of being persecuted by the Rakshasas, the sage Vishwamitra, sought the help of Dasharatha, king of Ayodhya, who sent his son Prince Rama to defend the sages.
	As told in the Ramayana, Rama killed the Rakshasas and was praised

by the sages. Later, Ravana abducted Rama's beautiful wife Sita. In a great war, with the help of monkeys and bears of the forest, Rama defeated the Rakshasas, killed Ravana and brought peace to the forests.

Rudra Suktas	The most powerful appeal by the Afflicted directed towards the Cosmic Source of Inflictions. ...
Sandhya	Dusk.
Sanyasin	One who leaves the worldly ties.
Saraswati	Goddess of Knowledge.
Sarvaya	One who is all.
Sayujya	Oneness with the Lord.
Seasamum	Like Sesame Seeds.
Serotinin	It is chemically known as "O-Methyl-n-Acetyl-Tryptamine" or "Omethy-N-Acetyl-Serotinin," one of the five different neurotransmitters. ... 'gylcine'; 'amine'; transmitters are:

('acetylcholine', 'dopamine', 'adrenaline', 'histamine' and 'serotinin')

Seven Great Rishis	The Mahabharata enumerates the seven Rishis (Saptrishis) of the first manvantara as: 'Marichi' 'Atri' 'Angiras', 'Pulaha', 'Kratu', 'Pulastya', 'Vasishtha'. These are also called the seven great Rishis (Saptarshis) especially associated with the Great Bear -- being, in fact, seven Planetary Regents.
Shani	Saturn. The Planets Jupiter and Saturn exercise great influence over Man destiny. They have a dominant say in almost all the matters of human life.
Shastras	Shastras are a part of the Smriti ("remembered") literature. Dharma Sutras, or manuals on dharma, contain rules of conduct and rites.
Shiva Purana	This contains instructions of Shiva on Dharma sitting in the form of linga (Phallus).

Shiva Svaropam	The Bliss of your own Being.
Shreem	Renown.
Shadak Shara	"Vakratundaya hum"
Skanda Puranam	**Skanda Puranam**, a religious epic, is one of the greatest literary epics in Tamil. It mainly describes the story of the rescue and redemption of the celestials from the cruel subjugation and atrocities committed on them by the asuras whose indomitable leader Surapadma is eventually defeated and slain by Lord Skanda. The epic sings of the glory, grace and beatitude of Lord Skanda in rich melodious language.
Spatik	Crystal.
Sudras	The Sudras are the laborers of the Caste System.
Taraka Mantra	or "Ferryboat Mantra" or the "Mantra of the Crossing". according to some, Om is the *mantra* Shiva utters at the time of death. Others

rudraksha magic

claim it is the *mantra* "Rama, Rama" that is spoken.

Whatever the uttered word of mantra is, however, is quite beside the point. When Shiva speaks in person, it is a revelation of God, from God.

Tarpana Is a healing ceremony that is used to release constraining thoughts about our relationships to others and to empower ourselves as an active co-creator of our lives.

Trilochanaya There are several Shiva panchakshari stotras composed by various saints. This panchakshari stotra, composed by Sri Adi Shankaracharya, is based on the moolamantra of Lord Shiva "Om Namashivaya". Each stanza starts with one of the five syllables, na, ma, shi, va, and ya.

"Nagendraharaya Trilochanaya Bhasmangaragaya Maheshvaraya Nityaya Shuddhaya Digambaraya Tasmai Nakaraya Namah Shivaya.."

Salutations to Shiva, who wears the king of snakes as a garland, the three-eyed god, whose body is smeared with ashes, the great lord, the eternal and pure one, who wears the directions as his garment, and who is represented by the syllable ``na''

"Mandakini salila chandana charchitaya".

Nandishvara pramathanatha Maheshvaraya Mandarapushpa bahupushhpa supujitaya Tasmai Makaraya Namah Shivaya .. 2

I bow to Shiva, who has been worshipped with water from the Ganga (Mandakini) and anointed with sandalwood paste, the lord of Nandi, the lord of the host of goblins and ghosts, the great lord, who is worshiped with Mandara and many other kinds of flowers, and who is represented by the syllable ``ma''

Shivaya Gauri vadanabjavrunda Suryaya Dakshadhvara Nashakaya

Shrinilakanthaya Vrushhadhvajaya
Tasmai Shikaraya Namah Shivaya.3

Salutations to shiva, who is all-auspiciousness, who is the sun that causes the lotus face of Gauri (Parvati) to blossom, who is the destroyer of the yajna of Daksha, whose throat is blue (Nilakantha), whose flag bears the emblem of the bull, and who is represented by the syllable ``shi. "

Vasishhtha kumbhodbhava
gautamarya Munindra devarchita
shekharaya.
Chandrarkavaishvanara lochanaya
Tasmai Vakaraya Namah Shivaya.. 4

Vasishhtha, Agastya, Gautama, and other venerable sages, and Indra and other gods have worshipped the head of (Shiva's linga). I bow to that Shiva whose three eyes are the moon, sun and fire, and who is represented by the syllable ``va. "

Yakshasvarupaya Jatadharaya
Pinakahastaya Sanatanaya Divyaya

Devaya Digambaraya Tasmai
Yakaraya Namah Shivaya.. 5

Salutations to Shiva, who bears the form of a Yaksha, who has matted hair on his head, who bears the Pinaka bow in his hand, the primeval lord, the brilliant god, who is digambara (naked), and who is represented by the syllable ``ya. "

Phalastuti

Panchaksharamidam Punyam Yah Pathechchhivasannidhau.
Shivalokamavapnoti Shivena Saha Modate.

Anyone who recites this sacred five-syllable mantra, (Namah Shivaya) near the Shiva (linga), attains the abode of Shiva and rejoices there with Shiva.

Ugraya	One whose presence is awesome and overwhelming.
Vairagya	Vairagya is the opposite of Raga (attachment). Vairagya is dispassion. Vairagya is detachment.

rudraksha magic

Vairagya is indifference to sensual enjoyment here and hereafter. It is the second item in Sadhana Chatushtaya Viveka, Vairagya, Shadsampat and Mumukshutwa.

Vairyas

Utterings for cleansing objects and surroundings, known as "Ahuna Vairyas" as taught by Zarathustra, one Ahuna Vairya" obviously denotes the complete recitaion of a series of four Ahuna **Vairyas** Vama.

Vamadevaya

An individual soul transmigrates from one birth to another and is caught in an endless cycle. But he who realizes the eternal truth does not take birth again. It is believed that Vamadeva acquired the ultimate knowledge when he was there in his mother's womb. He said in his mother's womb:

"How lucky to have realized that the Gods in form of senses. Until I was devoid of this knowledge, I was locked in these bodies which were like cages. Now, like a bird and with the energy of knowledge in my wings I have broken all these bonds and have become separate. When Vamadeva Rishi took birth and when he attained god-hood, freed himself from all desires and attained immortility.

Vasishta

Vasishta was a great ascetic. He was the preceptor of great men like Sri Rama and Harischandra. He had conquered anger and desire. He was a great saint who humbled insolent men. As a preceptor he imparted knowledge and became a guide to thousands of aspirants.

Have you seen the Pole Star? If you observe keenly you can see it at night in the northern part of the sky shining bright always. Below the Pole Star you will find a group of stars in the shape of inverted English letters as shown here-u). They are seven in number and are called 'Saptarshi Mandala' or the Great Bearla constellation. The seven saints after whom they are named are: Marichi, Atri, Angiras, Pulaha, Kratu and

Pulastya,

Vasishta. Rishi or man, the man secret of the Vedas.

saint means a wise who knows the

Vedic Mantra Tryambakam All these sacred names of Rama are equal to the highest name of God This Mantra cures gossiping and back- biting and makes up for time lost in idle chitchat.

OM *Tryambakam Yajamahe Sugandhim Pushtivardhanam Urvarukamiva Bandhanam Mrityor Mukshiya Mamritat.*

We worship the three-eyed Lord (Siva) who is full of sweet fragrance and nourishes human beings. May he liberate me from bondage, even as the cucumber is severed from the vine.

This is the Maha Mrityunjaya Mantra. It removes disease, prevents accidents and bestows liberation. It should be repeated daily from "Vidveshwara Samhita"

Vishva Devas Mahanirvana Tantra, Chapter 9,

describes the offering of five oblations to Agni, Indra, Prajapati, the Vishva-devas and Brahma.

Yajnopavita	(sacred thread) a handspun cotton thread worn (mostly) by brahmins.
Yamas	God of Death.
Yogins	Female ascetic.

The divine poet through his gift of *Tirukural* gives maxims to serve as guidance for all classes, sections, denominations, etc., in the world. *Tirukural* couplets have the added significance of providing invaluable advice for all times, as it takes into consideration the wider aspects, with necessary changes, of human nature beyond national, religious and linguistic boundaries. *Tirukural* gives added value because the author, Tiruvalluvar, had the rare distinction of having lived the ideal life as portrayed in his immortal work. *Tirukural* shows a way of life applicable to all sections of society, from kings and nobles down to the common man. This teaching echoes the sentiments expressed in many other religious texts, such as *Tirumantiram, Naladiyar, Saiva Tirumuraigal* of the Nayanars and *Vaishnava Prapanthams* of the Alwars. ¶Good conduct with abiding moral values and sincere brotherhood are the centerpieces of Tiruvalluvar's teachings. Kindness to fellow human beings, full sense of humanity and human values will ensure a better world, according to the tenets of *Tirukural*. In a world full of turmoil, the *Tirukural* stands as a beacon to a peaceful way of life, and this coupled with the daily recitation of the Panchakshara Mantra, "Namasivaya," found at the heart of the *Vedas*, will ensure peace and well being.

Dr. T.S. Sambamurthy Sivachariar, Head of the South India Archaka Sangam; Head Priest, Shree Kalikambal Kovil; Chennai, Tamil Nadu, India

The *Tirukural* was very dear to Satguru Siva Yogaswami of Jaffna. Under his holy feet I have been brought up as one of his devotees from my early age of eight years. Whenever I visited, he spoke to me, directed and blessed me always through the sacred *Kural*. In 1949, Satguru Sivaya Subramuniyaswami made a vow to bring together the best of both the East and the West. In 1999, with his latest book, *Tirukural*, he has successfully brought this to the West. Referring to the statue of Saint Tiruvalluvar at Kanya Kumari, Subramuniyaswami states, "While America's Statue of Liberty is a metal monument to political freedom and social promise, Tiruvalluvar stands as a stone statement of political wisdom, social duty and the spiritual promise of *dharma*." ¶We should not confine Tiruvalluvar only to Tamil Nadu. He belongs to the world. *Tirukural* is beyond race, religion and nationality. It will enrich the life of a person as he or she journeys along this Eternal Path. The wisdom of the weaver is a vital part of our lives, and it will pave the way for success in life.

Tiru A. Kandiah, Ph.D.; Author of *Malarum Manamum*; Former Head, Department of Tamil, University of Kelaniya, Sri Lanka; Former Professor, University of London; Sydney, Australia

திருக்குறள்
Tirukural

First published in India 2000

© **Satguru Sivaya Subramuniyaswami**

Publishers

Shakti Malik
Abhinav Publications
E-37 Hauz Khas
New Delhi-110016, India
E-mail: abhinav.abhinaf@axcess.net.in
www.abhinavexports.com

*Translated, designed, typeset and
distributed in North America by*
Himalayan Academy
107 Kaholalele Road
Kapaa, HI 96746-9304 USA
E-mail: books@hindu.org
www.himalayanacademy.com

ISBN 81-7017-390-6

Color imagesetting by
Brisk Process
Okhla Industrial Area–I
New Delhi, India

Printed at
D.K. Fine Arts Press Pvt. Ltd.
Ashok Vihar
Delhi, India

திருக்குறள்
Tirukural

Ethical Masterpiece of
The Tamil People

An American English and Modern
Tamil translation of Saint Tiruvalluvar's
ancient *Tirukural*

Satguru Sivaya Subramuniyaswami

ௐ

Dedication

Samarpanam

சமர்ப்பணம்

THIS DEDICATION IS THREE-FOLD: FIRST TO HONOR MY SATGURU, SIVA YOGASWAMI, THE LAUDED AND PRO-CLAIMED PONTIFF OF THE THREE MILLION JAFFNA Tamil peoples, the 161st successor in the esteemed line of the Nandinatha Sampradaya's Kailasa Parampara, and to Tiru Mylvaganam, whom Yogaswami requested to squeeze grapes into juice for me with his own hands while I sat facing the devotees at the *satguru's* left side in 1949. Mylvaganam was also present at the opening of the Sri Subramuniya Ashram in Alaveddy in the early 70s, and years later at the opening of the Subramuniya Kottam in Kopay, where he lives today. In recent years, despite the terrible conflicts in his country, this great man translated 800 of our English verses into modern Tamil which appear in this edition for the next generation. Long ago, Yogaswami gave a *sadhana* to him to memorize *Tirukural* and to recite some of the verses daily. Humorously, the youthful, Oxford-educated Mylvaganam said, "Swami, what if I forget some days?" Yogaswami said, "Then I will come as a centipede and bite you." Mylvaganam has testified now, at 90 years of age, that he has been bitten forty times or more, always soon after he had neglected to recite the verses. He said, "I now see that Yogaswami was preparing me to translate for Gurudeva into modern Tamil all the verses I memorized so many years ago." We also dedicate this book to Justice of Peace Tiru S. Subramaniam, who witnessed Satguru Yogaswami's giving me, as a gesture of ordination, a slap on the back as I was leaving his compound one morning, by which he transferred his *samskaras*, or vital divine spiritual energies.

Contents

Porulatakkam
பொருளடக்கம்

PART ONE: ON VIRTUE

Section I: Prologue

Section II: The Way of the Householder

About Gurudeva
A Few Unusual Young Men
Mini-Mela Giftshop

Introduction

Arimukam

அறிமுகம்

Many years ago when I was first in Sri Lanka—that was in 1949—I made a vow to bring together the best of the East and the best of the West. Living with a traditional Saivite family that informally adopted me in those early days, I was introduced to the *Tirukural*. I found it to be one of the most important scriptures in all of Asia, so enchanting and so very practical. It contains wondrously no-nonsense insights on life, teaching us how to deal with the various feelings and circumstances that we encounter in our internal life and our interactions with others. In this sense, the *Tirukural* is the most accessible and relevant sacred text I know, applying to everyday matters and common concerns.

The *Tirukural* is a 2,200-year-old South Indian Dravidian classic on ethical living. Not unaware that there are advocates of later dates (from ca 200 bce down to ca 400 ce) we honor here the prevalent Tamil tradition. Its 1,330 verses were written by a Tamil weaver sage named Tiruvalluvar. His work is called *Tirukural* in the Tamil language. *Tiru* means "holy" or "sacred," and *kural* describes a brief verse or literary couplet.

The poetic masterpiece you are holding in your hands is one of the most revered scriptures in South India, where every child learns to recite its verses by heart. Hindus there regard it with the same reverence that Buddhists regard the Buddha's *Dhammapada* and Christians regard Jesus' "Sermon on the Mount." In fact, other religions also claim it as their own. The Jains proclaim it theirs, saying it expresses precisely their ideals of nonviolence, of *dharma*, of asceticism, vegetarianism and other aspects of Jainism. The Christians have argued that the *Tirukural* is so profound and filled with such compassion that it must have been influenced by the Christian missionaries who, their legends say, came to South India in the first century CE (300 years after native historians assert it was written). Many are surprised to find that the *Tirukural* is still sworn upon in the courts of law in South India's state of Tamil Nadu, just as the Christian *Bible* and Muslim *Koran* are sworn on elsewhere. Just as the Sikhs worship their holy text, *Adi Granth,* devout Hindus venerate with a sacred ceremony, called *puja,* the weaver's scripture in temples and home shrines. Albert Schweitzer, medical missionary and Christian theologian in Africa, considered it one of the grandest achievements of the human mind, writing, "Like the Buddha and the *Bhagavad Gita*, the *Kural* desires inner freedom from the world and a mind free from hatred. You find the quintessence of the best gems of thoughts in the *Kural*, a living ethic of love and liberation." Indeed, many claim that the *Tirukural* is man's earliest statement of the ostensibly contemporary ecumenical tenets, for it is free of the dogmatic bias that commonly attends religious scriptures. The Father of modern India, Mahatma Gandhi, took to these verses in his own spiritual life, telling his people, "Only a few of us know the name of Tiruvalluvar. The North Indians do not know the name of the great saint. There is none who has given such a treasure of wisdom like him."

One of the hallmarks of Saint Tiruvalluvar's genius was his ability to deftly define and subtly delineate Sanatana Dharma, the Eternal Spiritual Path, to all men equally, never limiting his audience to a sectarian view. Even when he speaks directly of God, Whom he addresses as *Adi Bhagavan, Iraivan* and *Kadavul*—ancient Tamil words for Supreme God Siva—the weaver's broad heart praises not the God of this faith or that, but sings his panegyric to "God Primordial," "the Incomparable One," "the Gracious One" or "the Compassionate One." In other words, everyone's God.

Having honored the Worshipful One, the weaver then praises rain, for without rain's gift of life all the human experience would be impossible. The third chapter speaks of renunciation, *sannyasa*, for to him the renunciate monk is the most noble exemplar of humanity, the highest of souls, the minister of Sanatana Dharma, nowadays called Hinduism in English, Indu Samayam in Tamil, Hindutva in Sanskrit, Hindouisme in French, Hinduismo in Spanish, Religione Hindú in Italian, and Hinduismus in German. He exalts renunciation as a way of life opposed to that of the householder, encouraging ardent souls seeking the realization of their own True Being to take up their faith with vigor and to live the detached, selfless life of a renunciate—noninvolvement in the joys and sorrows of the world, which he also describes in minute detail in other chapters. Without giving us a hint of what he is up to, the weaver has thus defined in his first three chapters the three fundamental dimensions of Saiva Siddhanta philosophy— God, world and soul, known in Tamil as Pati, *pasam* and *pasu*. It is indicative of his subtle literary style that Tiruvalluvar begins the very first verse with the first letter of the Tamil alphabet, "A," and ends the last line of verse 1,330 with the final letter, "N," quietly informing us that he has covered all human concerns, from A to Z.

In Tamil literature, *kural* names the very difficult and disciplined *venpa* meter in which the verses were written. Each verse is extremely short, containing only two lines of seven measures. In fact, it is the shortest form of stanza in the Tamil language. In many ways these couplets are similar to the Sanskrit *shloka*. The scripture consists of 133 chapters with each chapter elucidating a different aspect of human virtue or human fault. There are ten couplets per chapter, ultimate goal. Along with the *Tirumantiram* (composed by the great Tamil mystic, Rishi Tirumular, during the same period) which explains the means to Self Realization, spiritual *yogas* and liberation, these two classics form a complete whole, covering *dharma, artha, kama* and *moksha.*

The *Tirukural* is Tiruvalluvar's only known work; and though it is relatively short compared to such sacred texts as the *Dhammapada* or the *Adi Granth,* it was sufficient to bring renown to a simple and highly observant weaver, making him a venerated sage and lawgiver of the ancient Tamil Dravidian people. The *Kural's* relative brevity is also its strength, as is its immense practicality. Here is no esoteric doctrine, no other-worldly speculation, but adages for practical daily life in every age, for mankind does not change all that much from era to era. It is my hope and aspiration that this masterpiece finds its way into your heart.

In his work, Tiruvalluvar chose a topic—such as children, friendship or avoidance of anger—and gave us ten different couplets on the one subject. To properly understand his perspective, all ten couplets must be read, for they are like facets of a gem—each reflecting the light of his understanding slightly differently, and the richness of his comprehension. Not infrequently, the subject of one chapter's last verse will serve as the transition to the next chapter's first, like one thread tied to another to continue the weaving. In the opening few verses he tends to focus on the subject at hand, while moving in the latter verses into more specific matters and admonishing against failure to apply noble ideals found in the verses above. In other words, he gets tougher as the verses progress down the page.

It has been explained to us that the saint spent the fullness of his life quietly observing, simply observing, the human condition. Then, toward the end of his life, he was asked to speak out and share the wisdom others in the community knew he possessed. This book, comprising 108 chapters, was his response. I hope you will allow Saint Tiruvalluvar's insights to spark your own intuition and reveal from within yourself the laws which he, too, discovered within himself. Do not look upon this scripture as something "out there." Meditation and reflection will reveal that its knowledge lies within, vibrantly alive and dynamically real. It is impossible not to be moved by the broad compassion and the direct discernment of this holy man. Let him enrich your life as you journey along this Eternal Path, the Sanatana Dharma.

Alas, in Bharat yesterday and in the days of Tiruvalluvar, the art of weaving was a low-caste occupation. Valluvar was a member of a trade group, *jati*, certainly not accepted into the social circles of the higher castes. Still, the weavers' cloth was used extensively by the *brahmins* (the priestly caste) and the *kshatriyas* (the governing class) to adorn their bodies and by the *vaishyas* (the merchant caste) in bartering with other merchants. Yes, weavers were near the bottom of the social scale in India then, as today. It is interesting to note that this man who lived low in the social structure left a legacy that makes all Tamils proud, that shines among human endeavors, and outshines virtually every high-caste neighbor he had.

Stories of the Ideal Wife, Vasuki

Saint Tiruvalluvar lived with his wife, Vasuki, in what is today a part of Chennai in South India. Vasuki was the perfect example of simple devotion and traditional intelligent cooperation with her husband, and several stories, handed down in the oral tradition from generation to generation, are told depicting the marvel of the harmony in their marriage. We cannot know for certain that these stories contain only the facts of those days long ago, but they do show us what Tamil

village life was like two thousand years ago and what was considered to be the ideal home and the ideal householder.

Legends say that Vasuki was the daughter of Margasaha-yam, an affluent farmer of the region who was impressed with Valluvar's right living and lofty thinking and proposed his young daughter's hand in marriage. When the proposal was brought to Valluvar, he agreed, provided his betrothed passed a small test. Tests were common in his culture—a man testing his prospective wife, a guru testing a candidate for initiation, a common man testing a friend before opening his heart and home. When they first met, Valluvar made this request to Vasuki: to take a handful of sand and boil it into rice for him. The girl took the sand without the slightest resistance and, in perfect faith that this holy person's wishes would manifest, proceeded to prepare the requested meal. Miraculously, the sand turned to savory rice, which she served her husband-to-be. Right then, it is said, the poet took Vasuki to be his wife.

As the marriage grew stronger and deeper, villagers began to admire the relationship. Many would come to Valluvar to ask his opinion about marriage, about household life, about the relationships between men and women. On one occasion a neighbor came to the weaver's home and asked, "Some say the path of the ascetic monk is the highest. Others say no, it is that of the householder which holds most merit. What do you think?" Without giving a direct answer to the query, Valluvar invited the man to stay a few days in his home as a guest. A few mornings later Vasuki was drawing water at the family well just outside. Such wells, called *kineru*, are made so that a long wooden pole holds at one end a wooden bucket suspended on a long rope and at the other a counterweight of stones. The empty bucket is let down to the water in the open well and then the counterweight helps lift the water to the top. As the bucket reached above the above-ground level, Vasuki's husband loudly called for her to come to his side. She came instantly, abandoning the task and rushing to her beloved. The guest was astonished, not only at her responsiveness, but at a small miracle he had witnessed. As the story goes, when Vasuki left the well at once at her husband's calling, the bucket was in mid air, filled with water. Instead of falling back into the well, it remained suspended in the same position, apparently defying the law of gravity, until she returned to her wifely chore.

On another morning, Valluvar and his guest were seated together for breakfast, which consisted of plain cold rice from the day before. This was a typical South Indian breakfast, since there was no refrigeration to keep food. Frugality was an important discipline for survival. Suddenly, the weaver said to his wife, "This rice is too hot to eat. It is burning my fingers!" Vasuki swiftly grabbed a fan and began fanning the cold rice, which had been served on a banana leaf. Wonder of wonders, steam rose from the rice as she sought to cool it.

On yet another day as Valluvar was diligently plying his handloom, he accidentally dropped a shuttle to the floor. Though it was midday and the sun shone brightly, the weaver, apparently deep in thought, called to his wife to bring a lamp so he might look for the lost shuttle. Vasuki quickly lit the oil lamp and brought it to her husband without the slightest consciousness of the unreasonableness of her husband's request.

The guest left the home soon thereafter, having witnessed all this. No direct answer was ever given to the original question, but the moral of the story is that the visitor had seen with his own eyes a most marvelous marriage partnership and learned Valluvar's unspoken message, that a man whose wife is equal to Vasuki would best follow the householder path, though without such a wife the ascetic's path is preferred: "If a man masters the duties of married life, what further merits could monkhood offer him?"

Valluvar and Vasuki lived a peaceful, loving life, and apparently had children to delight them and family in great numbers to offer support and affection in their later years. As Vasuki was about to die, her husband asked if there was anything he could do for her. "Yes, dear husband," came her faint reply. "All our wedded life I have had a question which you could answer. From the first day of our marriage, I have been placing a small cup of fresh water and a needle beside you at every meal. May I know, my Lord, why you bid me to do this?"

Valluvar replied, "Dearest wife, I wanted the water and needle nearby so that, if you spilled any rice while serving me, I would be able to pick it up with the needle and rinse it with the water. However, as you never dropped a single grain in all those years, there was never an occasion to put these things to use." Her question answered, Vasuki breathed her last. The story idealizes the wifely attitude of never questioning her husband, and shows how perfectly Vasuki carried out her duties, not once in all their life dropping so much as a single grain of rice!

Valluvar cremated Vasuki as tradition dictated, then returned home to write a poem to her: "O, my beloved, who is sweeter than my daily food. O my darling, who has never once disobeyed me. O gentle one, who rubbing my feet, would go to bed after me and rise before, are you gone? How can slumber ever come again to my unslumbering eyes?"

The Tamil understanding of the husband-and-wife relationship is vastly different from modern thinking, which stresses sameness and equality. Yet, those who have seen the deepness of such a family and such a marriage would never call it antiquated. The Tamil wife is pure in thought, devoted to her duties, perfect in hospitality to guests. She is frugal, strong and modest, never bold. She adores her husband and never even looks into the eyes of another man. She is, they say, the authoress of her husband's renown and glory, the support that lifts him high in the eyes of others. These sentiments are exactly reflected in the Jewish tradition, which recommends that husbands read Proverbs 31 to their wives during domestic religious ceremonies.

Consider the words of Tiru M. Arunachalam of Jaffna, Sri Lanka, a noted historian and philosopher: "The Hindu dharma enjoins the dutiful wife to worship her husband as God Himself. A woman who observes this code in life earns for herself the name of *pati-vrata* (which means 'Godly vow taker'). Our ancient *Epics* and *Puranas* abound in the stories of such dutiful wives. Savitri, Anushya, Arundati are a few. Chief among such wives famous among the Tamils and in literary tradition is Vasuki."

To this very day Vasuki is the role model of tens of millions of Tamil women who pray to Lord Siva that their lives may be as loving and virtuous as this remarkably unspoiled lady's. Differing from their northern counterparts, the Tamils have rejected verses and advice in the *Mahabharata* and *Ramayana* that are said to diminish womankind. For the Tamils it is not Rama's wife Sita but Vasuki, the weaver's wife, who is the incomparable woman, the ideal partner, the noblest lady—as is Parvati to Siva.

The Weaver's Place in History

We are now going into the long, long ago, thousands of years back in human history, when the nations of India, then called Bharat, were already quite advanced and well organized and the culture had, in all that really matters, reached a sophistication that even today is hard to equal. The Sanatana Dharma was already a highly sophisticated religion, and the people were well-balanced and abundant spiritually, socially, culturally, educationally and economically.

India had already enjoyed a long history. Archeology tells

us that stone tools and hand axes found in the North show hu-
man presence in 500,000 BCE, and in Tamil Nadu, in the South,
in 470,000 BCE. According to the earliest dating theories, the
great Vedic era in Bharat (the Hindus' name for India) had be-
gun after the last ice age, fully 12,000 years ago, and by 9,000
years ago the Indus-Sarasvati Valley civilization was growing
grains, worshiping the Gods and building elaborate cities with
sun-baked mud bricks. As the millennia passed, the *Vedas*
evolved, temples were built, and languages emerged, all long
before the Pyramids of Egypt were even started. Historians
say that weaving of fabrics was widespread in India 5,000
years ago. Weaving was honored recently in *Newsweek* mag-
azine as one of the hundred greatest inventions of the human
mind, one which allowed the human race to migrate to all
parts of the planet. The tradition says that by 1915 BCE the
Sangam Period began in Tamil Nadu, when sages and pandits
explored the subtle arts and sciences, the philosophies and
yogas. Thus, all this would have happened before the time of
the *Mahabharata*, before Moses led the Jewish people out of
Egypt, before the Trojan War in Greece and before the Roman
Empire was inaugurated by Julius Caesar.

It was in the South of India, among the Tamil-speaking
peoples, that a culture surpassed by few others grew through
the centuries and finally produced a wonderfully insightful
weaver named Tiruvalluvar. During the time the couplets in
this book were scribed, two centuries before Christ, the Great
Wall of China was being built and Buddhism in India was in
the ascendant. King Ashoka's famed reign had just ended and
the great Chola Empire of Tamil Nadu, where the weaver lived,
was just beginning its thousand-year rule. As G. Ravindran
Nair writes: "Tiruvalluvar lived during a period when the Che-
ra, Chola and Pandya kings were ruling over different parts
of Tamil Nadu, with their overseas contacts with countries
ranging from Egypt, Greece and Rome in the West; Burma,

Malaya, Singapore and China in the East; Ceylon in the South
and the Himalayan kingdoms in the North."

The remarkable government of the Chola Empire stretched
the length and breadth of South India, throughout Sri Lanka
into Malaysia and into the rest of Asia, ruled around the year
1000 by Rajaraja Chola, after whom the empire was named.
Saint Auvaiyar, the great mystical *yogini* and Ganesha *bhak-
tar*, lived, some say, at the very time of Tiruvalluvar. Histori-
ans have even thought they were brother and sister. Patanjali,
author of the *Yoga Sutras*, may also have been a contempo-
rary of the author of this book, along with Maharishi Nandi-
natha and his disciple, Rishi Tirumular, author of the *Tiru-
mantiram*. In fact, while North India was still reeling from
the failed invasions of Greece's Alexander the Great, in South
India, yoga, art, music and literature were as advanced as
anyplace on Earth. Tamil Nadu was then a nation, separate in
its language and politics. It had its king and ministers, its
navy and army, and it had reached through trade other na-
tions in Southeast Asia. It was a proud time for the Tamil peo-
ple, among the most civilized cultures anywhere.

Now that we know where we are in time, shall we now
learn where we are in philosophy, religion, proficiency and
protocol? It was here in this blessed land that the ancient Dra-
vidians thrived, a Caucasian people of dark skin. It was here
that the religion was the worship and realization of Siva, the
Supreme One, the immanent and transcendent Lord, neither
male nor female but both, timeless, formless, spaceless, yet
pervading the universe. Siva's Holy Feet were worshiped in
abandon in temples that stand today as monuments of a living
past which is now a living present. Born of no one, beholden
to no one, the Supreme Creator of all the 330 million Gods
and trillions of *devas*, as well as embodied souls, is honored
and praised today in these golden-domed, fifty-acre-and-more
magnificent temples, such as Madurai and Chidambaram,

built in an era whose splendor has not yet been surpassed.

In every *yuga*, or era, there are instinctive, intellectual and superconscious people in different ratios. These the weaver calls base men, learned men and perfect or knowing men. Instinctive people are those guided by their emotions. Typically, they are the builders and farmers, the craftsmen and servants. They live by the sweat of their brow, and their honest physical labor is the bedrock of society. They react quickly and impulsively and are mainly prompted by fear, chiefly motivated by greed. They worry, have many doubts, and mistrust even those with good intentions. The crudest among them assault with fists and beat the flesh of others, even their own dear children and beloved spouse.

The intellectuals are dependent upon the opinions of others, right or wrong. They are the treasury of accumulated knowledge, the teachers and analyzers, the businessmen, planners and administrators, the bedrock of science, government and intellectual endeavor. They look to the past for solutions to the problems in the present, and usually don't see far into the future. The crudest among them are argumentative and have a conceited opinion of themselves hardly equaled by others. They make up their own rules, not worrying overmuch about laws, community or tradition, and readily challenge any and all prevailing beliefs and systems. They lash out with words and emotions, and hurt the minds and sometimes irreparably disturb the emotions of others, even their cherished offspring and wedded spouse.

The superconscious, or intuitive, men and women depend on their intellect as a tool to record their insights and far-seeing premonitions. They depend on their abilities of reason to check their intuitions, knowing that intuition sees before thinking about what has been seen. They know that intuition is above reason but never conflicts with reason. These are the priests, the rishis, the yogis and gurus, the behind-the-scenes guides of the lawmakers and ratifiers of their plans. They are the heralds of creativity and the defenders of the faith. They hold to the laws, follow divine direction, dharma, and always listen inwardly for proper timing to advise others in the implementation of plans. These mature souls live by the divine law of *ahimsa*, not hurting others physically, emotionally or mentally. They are the exemplars in each *yuga*, millennium, century or decade and arise among and from the instinctives and the intellectuals, lifted by their *sadhanas*, their penance and their purity. Their example gives abundant hope for everyone in a community to rise as they did.

The story is told in India of the beautiful lotus flower that arises out of the mud. Its roots tangle below, as do instinctive people. Its stem is long and proud, reaching for the sky, as do the intellectuals. Its bud and bloom is admired by all, offered on altars, adored as sacred, as are the ones who have lifted themselves into the air and sun and are spiritually unfolded, open to the Divine Light. Yes, all men and women in every society have a chance to become perfect, for all mature and are nurtured by the muddy soil beneath the flowing waters. These 1,080 verses explain in detail just how this is to be done.

Many stories are told about the great ones, the rishis, pandits, seers, saints and sages in the religious literature of India who are the stabilizers of the community and the silent voice whispering in the ear of prominent leaders, the secret advisors of kings and their ministers.

In each *yuga*, millennium, century and decade, there are different ratios of the combinations of the instinctive person, the instinctive-intellectual, the superconsciously intellectual, and the superconscious, intuitive seers. In this Kali Yuga, instinctive people predominate. In the Sat Yuga, superconscious people lead by virtue of their wisdom, not necessarily by holding any official office. They see, ponder, deliberate and guide the intellectuals and are generally listened to. In each

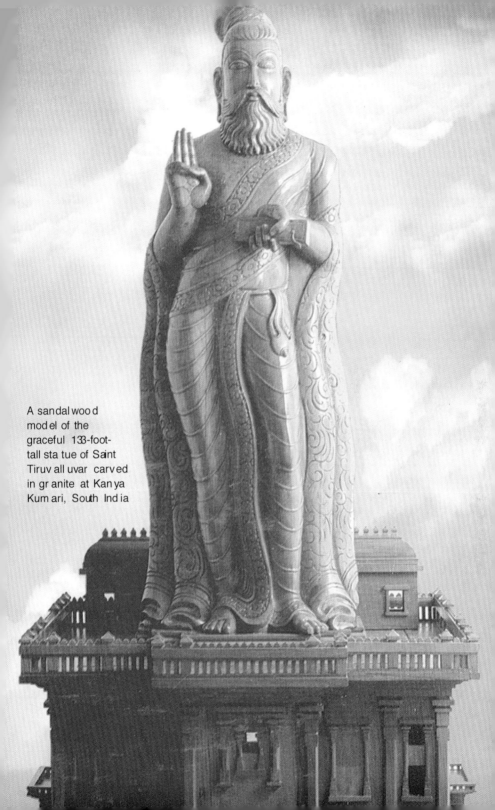

A sandalwood model of the graceful 133-foot-tall statue of Saint Tiruvalluvar carved in granite at Kanya Kumari, South India

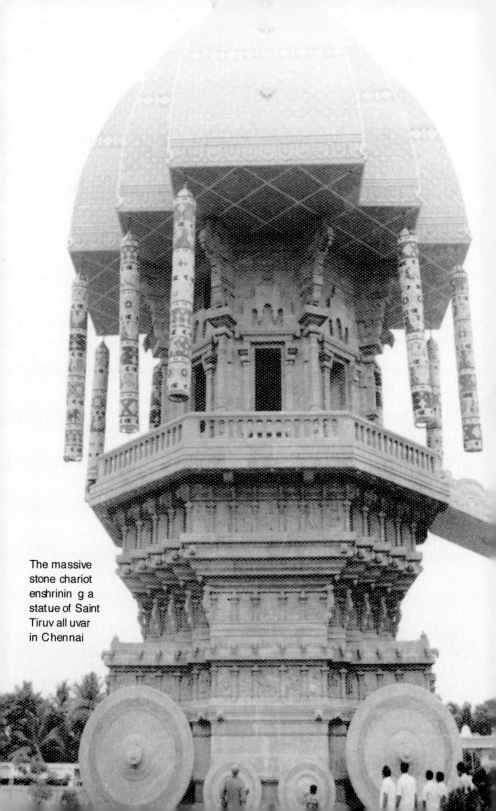

The massive
stone chariot
enshrining a
statue of Saint
Tiruvalluvar
in Chennai

yuga, millennium or century, a nation, state, city or localized community can be dominated by one of these three kinds of groups. It is of these three that our saint speaks.

It is good for leadership to be careful that the moods and emotions of people don't drop into the lower, instinctive energies. The weaver explains this fully, for he has understood the nature of being human. *Sanroor* is the weaver's Tamil word for the perfect, or superconscious, far-seeing and intuitive man or woman, the one who lives a disciplined and noble life and keeps the instinctive and intellectual natures in line with dharma. In olden days, rishis guided the monarchs, who in turn guided these various strata of people, according each one their right tasks and place in the community. Yes, the weaver assures us we can have a Sat Yuga today, a golden age in our community, by understanding and then putting into action the wisdom contained between the covers of this remarkable book.

The Tirukural in Modern South India

Happily, this scripture is not just an obsolete relic of India's past, but is a living light of her present. In fact, there is a great resurgence of interest in the weaver's work. At the dawning of a new millennium in the West (remembering that the Hindu calendar under which the weaver worked calls the Christianera year 2000 by another name, the Tamil year *Pramathin*, 5101), a monument to rival the Statue of Liberty in New York is being raised in South India, a 133-foot-high stone masterpiece of Saint Tiruvalluvar. As this book goes to press, the statue is being completed at Kanya Kumari, the tip of India, where the Indian Ocean, Bay of Bengal and Arabian Sea meet. Designed by Tiru V. Ganapati Sthapati, a traditional temple architect and our own architect for the San Marga Iraivan Temple in Hawaii, the sculpture is a testimony to the stone carver's art, featuring massive stone doors moving on stone hinges, free-swinging stone chains, stone bells that ring resonantly and delicate stone lattices.

At the Valluvar monument, visitors can walk up stone stairs and out onto the saint's outstretched arm. The best stone-workers of South India, demonstrating the vitality of their ancient craft, were assembled to carve the statue of the weaver-saint that now rises out of the ocean on a small island next to the Vivekananda Rock Memorial, a quarter-mile offshore. The statue of the weaver-saint at Kanya Kumari is expected to swell the numbers of the 1.5 million pilgrims who come each year to Kanya Kumari to visit the Vivekananda Memorial. Valluvar's gaze from Minor Rock Island will be able to survey the entire expanse of Mother India, from the Kanya Kumari temple, right up to the Himalayas, blessing the land. While America's Statue of Liberty is a metal monument to political freedom and social promise, Tiruvalluvar stands as a stone statement of political wisdom, social duty and the spiritual promise of dharma.

In 1976, Tiru Ganapati Sthapati completed another monument to Tiruvalluvar, the Valluvar Kottam in Chennai. The three-acre park features the 1,330 verses inscribed on giant polished granite slabs, and a giant stone and concrete replica of a temple chariot, pulled by magnificent elephants, which enshrines a large statue of Tiruvalluvar. The Kottam is today a popular pilgrimage and family outing destination.

On the grounds of Kauai Aadheenam in Hawaii we have installed two large stone statues, made in Mahabalipuram in Tamil Nadu by the famed Neelameham Sthapati, one of Saint Tiruvalluvar and the other of Rishi Tirumular.

There is nothing in Western schools, with the possible exception of nursery rhymes, that compares with the universal memorization of the *Tirukural* in South India. Reflecting the Tamilians' special affection for the weaver's couplets, schools in Tamil Nadu, the southernmost state, always include the weaver's poems (of the first two parts, on dharma and wealth, not the third on love) in school texts from grade one to twelve. *Tirukural* memorization contests are conducted in schools, with hundreds of thousands of students vying to memorize the most, with public recitations and big awards ceremonies each year. Here the state government has declared a paid holiday the day after Pongal festival, January 14, in memory of their eminent saint, Tiruvalluvar. Even in the marketplace you find the weaver's wisdom, on posters in store windows, in institutional literature, on the sides of the buses, and there are buses here as nowhere in the world. The media, too, loves the *Tirukural*. It is read each day on radio stations. Fictional stories are written for television based on a few couplets. Magazine and newspaper articles feature the praises of Tiruvalluvar. College courses and multi-media CDs are available on the subject, and literary seminars abound. In recent years, *Tirukural* websites are proliferating, some of which include audio readings of the verses.

Yes! It is only fitting that the *Tirukural* play a dynamic part in today's world, for through all our experience we have discovered no other work from any culture, from anytime in history, from any place on Earth that in even the least way holds a candle to the *Tirukural*. It is one of a kind, a gift from "up-down," a spiritual, intellectual, emotional guide map for all mankind. There are those who would say that the *Tirukural* is out of date and has long spent its time, now that communism, secularism and democracy are in vogue, now that turmoil is an accepted way of life, now that villages have become cities. We sincerely feel that this new edition and the guiding introductions between each section give new life, an onward, "into-the-future" look for all humanity seeking wise direction in a world that has too little of it.

About this Modern English Translation

This edition of the *Tirukural* was two decades in the prepara-
tion. While in Sri Lanka in 1975, I directed two of my *san-
nyasins* to bring into American English the essential meaning
of 1,080 of the weaver's verses. There had never been a trans-
lation in modern American English, and I saw a need, even
among educated Tamils, for a more accessible edition, one that
spoke to them and to their children (who do not know their
native language) in today's language, not in the language of so
long ago. At Kauai Aadheenam, our monastery in Hawaii, they
worked in the hours before dawn for many years to provide
such a translation. They sat together at Siva's feet, in our Kada-
vul Nataraja Temple, and slowly brought out the meaning,
refining it, then polishing it, then perfecting it.

 I gave them five objectives for their work: 1) to be faithful
to the original Tamil in meaning and style; 2) to be clear and
understandable; 3) to be brief whenever possible so as to cap-
ture the saint's succinct style; 4) to be subtle and profound;
and, finally; 5) to have the verses as graceful and refined in
American English as they are in Tamil. This was not an easy
sadhana, as you can imagine. It was further complicated by
the fact that the text was written twenty centuries ago in a
classical form of Tamil that is difficult even for native speak-
ers to understand today. The two *sannyasins* had to meditate
on exactly what the saint meant, for often his verses are ob-
scure, recondite and subtle. They had to capture the same
meaning, the same insight, to discover the same area of con-
sciousness the saint held as he wrote down those syllables.
And then they had to speak out the perception in the vernac-
ular of our day. Realizing that much meaning would be lost if
the attempt was made to forge rhyming verses in the transla-
tion, I instructed my *sannyasins* not to attempt that, but to
work in prose instead. Following these directions produced

Old-style books: *Olai leaf manuscripts archived at the Mahamaho-padhyaya Dr. U.V. Swaminatha Iyer Library, Besant Nagar, Chennai*

quotable wisdom for lectures, discussions with friends and family, and anywhere where people meet to observe and solve human and social issues. We concluded the final reading and careful editing of *Tirukural* on the 11th of February, 1999.

This special Indian edition contains a modern Tamil rendering that will surprise some and delight all. Why translate Tamil into Tamil? So people can understand the *Tirukural!* Although the verses are honored and memorized, quoted and displayed, the truth is they are not understood by most people. So I gave our translation to Tiru Mylvaganam of Sri Lanka. With inspiration born of a lifetime of studying the *Tirukural*, a *sadhana* that his *satguru* and mine, Siva Yogaswami of Jaffna, gave to him many years ago, Mylvaganam accepted the challenge. I asked him to not start with the original, but instead to take the American English verses back

***Tirukural* treasure:** *The Tirukural was preserved through the centuries by being recopied as needed on olai leaf manuscripts such as this one. (Size is 12¾ x 1½"—Swaminatha Iyer Library, Chennai.)*

into modern Tamil, a form which the Tamil youth of today could easily and quickly comprehend. With the release of the American English edition of *Tirukural*, printed in 1999 in the USA under the name *Weaver's Wisdom*, Tiru S. Kumara-kulasingam and Dr. R.V. Subramanian offered to help complete the work that Mylvaganam was unable to finish in his elder years. The result is the unique book you now hold in your hands, replete with the original Tamil *kurals* alongside our American English translation and modern Tamil translation. A first, I would say.

The art depicting the 108 subjects of this book is all the work of Tiru A. Manivelu of Chennai, a traditionally-trained craftsman who is renowned for having spent his life painting the presiding Deities in all of the sacred temple shrines throughout India. Working with my *sannyasins*, Tiru Mani-velu captured the essence of each chapter in watercolors, a challenge that required many months of diligent effort and interpretation. His style is that of the deep South, and particularly of the Tamil people and culture.

The *Tirukural* is composed of extremely terse heptametic verses, with the seven metrical feet split as four in one line (usually the first) and three in the other. Here, for example, is what the very first *kural* in the book looks and sounds like.

அகர முதல எழுத்தெல்லாம் ஆதி
பகவன் முதற்றே உலகு.

Akara muthala eluth ellam Athi
Bhagavan muthatre ulaku.

"A" is the first and source of all the letters. Even so is God Primordial the first and source of all the world.

Of course, the verses were not written on paper, but etched on *olai* leaves with a sharp stylus, then rubbed with lamp black to color the etching. By the structural style of the *Kural* one is reminded of the *Brahma Sutras* or the Greek epigrammatic masterpieces. With subjects of predicates often only implied, the reader is left to intuit the meaning, and the result is a wide range of legitimate interpretation. This is not helped by the age of the language itself, differing from modern Tamil as much or more as Chaucer's Middle English in the *Canterbury Tales* differs from our language today. One way that translators often chose to indicate to readers what the venerable author actually said and what he implied was to place implied words or phrases in parentheses—a device useful to scholars but cumbersome for the average reader and therefore not used in our translation.

With the *Tirukural's* great popularity, there have arisen many translations through the years. When my swamis began this work, there existed roughly twenty-five English versions; and by the time they finished, another four or five had emerged. The work of other translators sheds an interesting light on ours, giving the reader a sense of the several ways, adept and inept, that the weaver's words have been wrought into English. Only the best among translations were selected for comparison here. They are, of course, also the most renowned. Three were chosen to exemplify the prose approach, those being Rev. W.H. Drew (1840); Tiru G. Vanmikanathan (1984), a dear friend we knew well in those early days; and Tiru P.S. Sundaram (1989). Another two were selected to represent what is undoubtedly the most difficult approach, that of rhymed poetry, these being the famous work of Rev. G.U. Pope (1886) and the more recent couplets of Tiru K.M. Balasubramaniam (1962). Our gratitude to all translators who have gone before us. Here, now, are verses 15, 53, 90, 92, 105, 229 and 252, as translated in our American English edition (abbreviated S.S. and in bold type), and in the works of Drew (W.D.), Pope (G.P.), Balasubramaniam (K.B), Vanmikanathan (G.V.) and Sundaram (P.S.).

Verse 15: The Importance of Rain

S.S.   **It is rain that ruins, and it is rain again
that raises up those it has ruined.**

W.D.   Rain by its absence ruins men;
and by its existence restores them to fortune.

G.P.   'Tis rain works all: it ruin spreads, then timely aid supplies;
as, in the happy days before, it bids the ruined rise.

K.B.   It is the rain which causeth ruin and it is the rain
 .   which, as the prop of ruined ones, doth lift them up again.

G.V.   That which ruins the peasants, and, acting as succor
to the ruined peasants, revives them—all that is rain.

P.S.   It is rain which ruins men; it is also rain
which lifts them up.

Verse 53, The Good Wife

S.S.   **What does a man lack if his wife is worthy?
And what does he possess if she is lacking worth?**

W.D.   If his wife be eminent (in virtue) what does (that man) not pos-
         sess? If she be without excellence, what does (he) possess?

G.P.   There is no lack within the house, where wife in worth excels,
         there is no luck within the house, where wife dishonored dwells.

K.B.   What is the good one lacks with one's own wife of virtuous birth?
         What is the good one hath with one's own wife devoid of worth?

G.V.   What is lacking, provided the wife excels in those accomplish-
         ments? What is there, if the wife does not do so?

P.S.   With a good wife, what is lacking?
         And when she is lacking, what is good?

Verse 90, Hospitality

S.S.   **The delicate *anicham* flower withers when merely smelled.
         But an unwelcome look is enough to wither the heart of a guest.**

W.D.   As the *anicham* flower fades in smelling,
         so fades the guest when the face is turned away.

G.P.   The flower of *anicha* withers 'way if you do but its fragrance in-
         hale; if the face of the host cold welcome convey, the guest's heart
         within him will fail.

K.B.   Whilst soft *anichcha* flower doth wither away but when 'tis smelt,
         a wry-faced look askance will cause one's guests to wither and melt.

G.V.   The *anichcham* flower will wilt on being smelled;
         the guest will wilt on being merely looked at with a wry face.

P.S.   The *aniccam* withers when smelt;
         a cold look withers a guest.

Verse 92, Speaking Pleasant Words

S.S.   **Better than a gift given with a joyous heart
         are sweet words spoken with a cheerful smile.**

W.D.   Sweet speech with a cheerful countenance
         is better than a gift made with a joyous mind.

G.P.   A pleasant word with beaming smile's preferred,
         even to gifts with liberal heart conferred.

K.B.   Ev'n more than gifting off with gladdened heart it is worthwhile
         to greet the guests with pleasing words along with welcome smile.

G.V.   If one becomes a man of pleasant mien and sweet speech, it is superior to giving with all one's heart.

P.S.   More pleasing than a gracious gift
are sweet words heartfelt.

Verse 105, Gratitude

S.S.   **Help rendered another cannot be measured by the extent of the
assistance given. Its true measure is the worth of the recipient.**

W.D.   The benefit itself is not the measure of the benefit;
the worth of those who have received it is its measure.

G.P.   The kindly aid's extent is of its worth no measure true,
its worth is as the worth of him to whom the act you do.

K.B.   No turn for help received is e'er a measure for each measure.
It is dependent on the noble recipient's pleasure.

G.V.   A reciprocal help is not to be limited to the extent of the help
received; its extent is governed by the nobility of the character of
the recipient of the original help.

P.S.   Not according to the aid but its receiver
is its recompense determined.

Verse 229, Charity

S.S.   **More bitter than even a beggar's bread is the meal
of the miser who hoards his wealth and eats alone.**

W.D.   Solitary and unshared eating for the sake of filling up one's
own riches is certainly much more unpleasant than begging.

G.P.   They keep their garners full, for self alone the board they spread;
'tis greater pain, be sure, than begging daily bread!

K.B.   Then e'en the begging far more painful is the act of one
who eats one's hoarded meal by oneself, sharing that with none.

G.V.   More repugnant than begging is eating all alone
in order to make up the shortfall in the target of one's savings.

P.S.   To eat alone what one has hoarded
is worse than begging.

Verse 252, Abstaining from Eating Meat

S.S.   **Riches cannot be found in the hands of the thriftless, nor
can compassion be found in the hearts of those who eat meat.**

W.D.   As those possess no property who do not take care of it,
        so those possess no kindness who feed on flesh.

G.P.   No use of wealth have they who guard not their estate;
        no use of grace have they with flesh who hunger sate.

K.B.   The blessings of the wealth are not for those who fail to guard.
        The blessings of compassion for the flesh-eaters are barred.

G.V.   Profiting by wealth is not for those who do not cherish it;
        profiting by charity is not for those who eat flesh.

P.S.   The fruits of wealth are not for the wastrel.
        Nor of grace for a meat-eater.

We have omitted the third part of the *Tirukural* from this translation for several reasons. Firstly, as monks, the section was too sensual to allow our involvement in the translation. Secondly, the book is designed in large part to engage and interest youth and children, and this section seemed inappropriate for them. Thirdly, it frankly seemed less relevant to modern life and experience, being an ingenuous romantic dialog. Finally, these last twenty-five chapters are so much out of character with the rest of the book that we even wondered whether they might be the work of another author. The structure, language and approach is completely different from all that has preceded it. Even the subtlety of thought is not nearly so great. There is also a logic that says that Tiruvalluvar wrote 108 chapters because of the auspiciousness and meaning of the number 108 in Hindu tradition. The names of God are 108. The number of beads on a *mala* for the performance of *japa*, repetition of God's name, are 108. Note that 108 adds up to nine, so auspicious in Hindu numerology, and 1,080, the total of all the verses in the first two sections of the work, does as well, providing a built-in mystical blessing. That he would have composed 108 chapters is a logical assumption, and that the style changes so radically is, to us, a further negative indication.

This last section, called *Kamatupal* in Tamil, deals with

passion and love. Chapters 109 to 115 are about a young man and a maiden who fall in love and flee into the forest to live, without benefit of a formal marriage. Chapters 116 to 133 are about their life as man and wife, about the pains of their temporary separations, about the merits of feminine wiles and coyness and the pangs of jealousy. All the verses are the spoken words of one of four characters, the man, his lover and their two intimate friends.

To give readers a sense of the 25 chapters not included in this book, here is a selection of verses from the translation by our friend, Tiru G. Vanmikanathan.

1081   "(He to himself on seeing her for the first time) Is she a nymph? Or a rare kind of peacock? Or woman with heavy earrings? Sorely perplexed is my soul."

1167   "(She to her lady-in-waiting who said that one should swim across the sea of passion with self-restraint as a float) I have swum about in the cruel sea of passion and cannot find the shore. Even at midnight, I am all by myself."

1261   "(She, out of eager desire to meet him again) My eyes have lost their luster and have become weak watching for his coming; my fingers are worn out going over the markings on the wall keeping tally on the days that have passed since his departure."

1114-5 "(He to her lady-in-waiting after leaving the bedroom) I told her 'I love you more than anyone else.' She immediately went into the sulks, crying, 'More than whom? More than whom?' I told her, 'I will never leave you in this life.' At once her eyes filled with tears for fear that I may desert her in other lives."

1171   "(She to her lady-in-waiting, who said: 'Your eyes have lost their beauty through weeping ; you should control yourself.') Is it not through these eyes showing my lover to me that I suffer this unremitting illness? Why do they weep now?"

1172   "These collyrium-painted eyes which looked on (my lover that day) without inquiring (into the consequences), why do they now suffer torture without realising (their fault)?"

1173   "These were the eyes that rushed to see (my lover that day); today they themselves weep. This is laughable."

1174   "After bringing upon me this unbearable interminable malady, these collyrium-painted eyes have so dried up that they can no longer weep."

1175   "My eyes which caused this love-sickness which the sea cannot match, now suffer torment without closing in sleep."

1176   "Oh, it is delightful indeed that these eyes which caused these diseases in me have themselves come to this state."

1177   "Let these eyes which longingly and meltingly looked unceasingly at my lover (that day) suffer and suffer (today) and become bereft of tears in them."

1179   "(She to L.i.W., who said: 'You should compose yourself, and your eyes should close in sleep.') If he does not come, they will not sleep; and, even if he comes, they will not sleep (for fear of his going away): in either case, the eyes undergo unendurable suffering."

1211   "(She to L.i.W. on dreaming of a messenger to her husband) How shall I entertain the dream which has come bearing a message from my husband?"

    Oddly, it is traditional in Hindu architecture to have licentious images in view as one approaches a temple. It was explained to me, as a wondering young man, that to stimulate the sexual nature through thought in turn heightened the quality of worship. This means that once stimulated a little upon entering the temple, that same energy would pass up the spine during worship and quiet the mind. All this was explained to me by Tiru Kandiah Chettiar, who adopted me into his family during my 1949 stay in Sri Lanka. He told me that this was also done in certain books, like the *Tirukural*. It was, he explained, a literary tradition to add a sensual last chapter to a book, perhaps centuries after the book was written, to capture readers. He said that some scholars and elders postulate that the section on love was added to the *Tirukural*, with many sensual verses, to bring readers into the weaver's more serious subjects.

How to Apply the Verses to Life

As you go through the verses in this holy book, take in the essence of what is being said. Try to refrain from analyzing each word or phrase. Endeavor to catch the spirit of a land, a government, a religion, a people free from toil, free from conflict and free to express themselves, to thrive and grow. Thousands upon thousands have approached these verses as a friendly guide to life's challenges, in the following way. While holding the book between both hands, keeping an open mind, think "Aum, Aum, Aum," and on the third recitation of *Aum* open the book at random. The first verse your eyes fall upon becomes your meditation and insight for the day, answering the questions weighing upon your mind. If this is done for 365 days for several years, the essence of this amazing seer's wise observation becomes imbedded deep in the subconscious, thus becoming an intrinsic part of your life.

On days that we are feeling empty, with no hope for the future, the answers of upliftment will be found herein. On days when life is full of abundance and free from sorrow, close direction on how to contain and maintain this treasured estate may be found. To those who are statesmen, corporate heads, professionals in finance and medicine, engineering and the military, presidents, ministers, governors, mayors and executives of every kind, answers are abundant as to how to maintain and advance their vision of service, their personal life and career; for the weaver understood well, even then, how to progress from success to success, and how to fall from favor, how to gain and lose wealth, how to nurture and offend friends. Enjoy *Tirukural, Ethical Masterpiece of the Tamil People*, as your map for a most rewarding future.

In fact, one of the striking revelations readers may have as they go through this text is how little has changed in two millennia. People basically have the same worries, face the same

fears and personal challenges, struggle with the same weak-
nesses and foibles, cherish the same aspirations for goodness
and nobility. And, sadly, they have the same propensity for
dishonesty and corruption. How much we are today like the
people the weaver writes about is a most stunning fact. Con-
sequently, we may be startled at the aptness of this old Indian
craftsman's words, for they apply fully to us today as man-
kind enters the third millennium since the work's creation.
There is, indeed, not a single *kural* that seems outmoded or ir-
relevant to our modern life. That in itself is an amazing fact!

We would strongly suggest that you teach these gems to
the children. The weaver's advice and admonition, coming
from the world's most ancient faith and culture, will enrich
every child's understanding of goodness, right conduct and
right thought. It is one of the most sagacious scriptures in the
world today. It should be memorized, especially by small
children, at least one verse carefully chosen by mother and
father, from each of the 108 chapters, as a beginning. This will
create a positive conscience for their inner decisions, guiding
how they will conduct themselves through life. Small chil-
dren all through Sri Lanka and South India memorize the
Holy Kural so as to chant it verse after verse. Many can recite
all 1,330 verses by heart. This gives them a code of living that
remains with them the rest of their lives.

We all know that it is crucial that children be given the
benefit of strong principles from a very early age. This is es-
pecially true in these times when television stories, plots and
scenes present the prevalent dissipated code of living. It is es-
sential that the *Tirukural's* do's and don'ts be carried over for
the next generation with pride and persistence so that our de-
scendants, the heirs of the future, are benefited by these age-
old insights into the universal laws of dharma.

Read to your children one chapter of the book aloud each
day, or have the older ones read. This is best done in the morn-

ing after *puja*, at meal time or just before sleep, to let its wisdom penetrate deeply and enliven their inner knowing, giving the needed tools to make their own decisions in the right way. This responsibility rests with all parents and all who teach children, and who should, therefore, feel free to draw upon this storehouse of ethical living.

Another way to bring this book to life in your everyday life is to commit its verses to memory and meditate upon them. And in your daily conversations, quote freely from them as your very own. You will sound wise if you remember and share these jewels, not mentioning where you learned them. One of the greatest benefits of this scripture is to guide our actions and our thoughts, to direct our purpose in life and refine our interactions with our fellow man. Problems can be resolved in the light of the saint's wisdom. If something is going wrong in your life—stress, conflict, disharmony—bring the forces back into harmony by studying the *Tirukural* and applying its knowledge. That is perhaps its main function—to perfect and protect our lives by preventing mistakes that can cause unhappy *karma*, by preventing erroneous attitudes that bring unnecessary sorrow into our experience. Yet, there is nothing in the *Tirukural* that *has* to be obeyed. Each couplet contains such insight, however, that we are drawn to it and want to obey. But, having said all that, memorize at least one verse from each chapter. Then on special occasions or during *Tirukural* contests you will come forth shining.

Use *Tirukural* as a book of guidance or divination, not unlike other great works, such as the Chinese *I-Ching*, drawing on your innate intuitive powers, which everyone has. Hold the book between both hands in a prayerful posture. Mentally ask for the answer, the solution, the inspiration needed. Chant *Aum* (or your own favorite prayer) three times and then open the book. And there, the first verse your eyes fall upon, is your fortune of the day, any day, many all through the day, day after day. The first *kural* the eyes fall upon has proven time and again to tens of thousands to contain the needed solution, direction, insight and advice.

The *Tirukural* can be your refuge in times of confusion, a source of inspiration when you feel less than inspired, a central hub around which the endless play of Lord Siva's *maya* revolves. It can be studied to comprehend the nature of virtue and the difficulties caused by transgressing virtue's natural laws.

In conclusion to the beginning of the book that we have labored on with great love and tenacity, it is important to note that we have modeled our entire international organization on the weaver's advice, admonitions, the never-ending directives, which has helped us make decisions in uncompromising situations to uncompromise them into solutions. We highly recommend the wisdom of the weaver to be a vital part of your life now as it has been ours.

Love and blessings to you from this and inner worlds,

Satguru Sivaya Subramuniyaswami
162nd Jagadacharya of the Nandinatha
Sampradaya's Kailasa Parampara,
Guru Mahasannidhanam,
Kauai Aadheenam, Kauai, Hawaii
Satguru Purnima, July, 27, 1999, Tamil Year 5101, Pramathin

Arattuppal

அறத்துப்பால்

Part I

On Virtue

Paayiram
பாயிரம்

பிறவிப் பெருங்கடல் நீந்துவர் நீந்தார்
இறைவன் அடிசேரா தார்.

Section I
Prologue

KURAL 10

The boundless ocean of births can be crossed, indeed,
but not without intimate union with Infinity's Holy Feet.

HERE NOW ARE THE PUNGENT OPENING VERSES, FILLED WITH FOUNDATIONAL KNOWLEDGE FOR THE BEGINNING NOVICE AND THE ADVANCED PANDIT. God supreme is explained in no uncertain terms, beginning with the primordial AUM, the Primal Sound of the universe, the A of many alphabets. Nothing would exist without the constant resonant resounding AUM, the Soundless Sound, the impulse of creation, ever emanating from the Cosmic Dance of God Siva, the source of all three worlds. Throughout the first ten *kurals*, one is encouraged to worship, to worship, to worship and thus soften negative karmas. Speaking of the Holy Feet, the weaver tells us of the ancient tradition so imbedded in Indian culture that even today touching the feet of a holy icon, a swami, sadhu, elder and one's mother and father is a gesture of deepest respect.

It is in these first four chapters that the weaver creates the warp, the strong, taut strands that stretch from one end of the loom to the other—as in the *Vedas* the priests' mantras are described as the warp connecting this world with the heavenly Sivaloka—each strand's color indicating a pattern of excellence yet to come. This first section of *Tirukural* tells us of the importance of God Siva's Holy Feet, of rain, of renunciates and of virtuous living, called dharma. Here and in many chapters to come, reincarnation, *punarjanma*, is set forth in a most pragmatic way. In the tenth *kural*, the weaver tells of the boundless ocean of births that can be crossed only when one has become bound to Siva's Feet.

In chapter two, the author shows that in his day man was a vital, responsible part of ecology, inseparably entangled within it. This reverence for the environment forms another group of threads in the warp of our weaver's pattern yet to be unfolded. The Abrahamic religions, upon which historically most scientists based their postulations, brought to mankind the attitude that man is not a part of ecology, but set apart from it, created to control and selfishly exploit it. This perspective has led to mountainous problems: pollution, waste and deforestation, extermination of whole species, drought and much, much more. The weaver speaks eloquently of rain in chapter two. And in verses throughout the book he says that good behavior of the people brings rain, hence wealth, and *adharmic,* or unvirtuous, behavior brings drought, hence poverty, leading to famine. A point is made that should rain fail, the worship within the temples and home shrines of God and the Gods would cease, and the joyous festivals, which during that time were many, would be held no more.

Chapter three creates another warp on the weaver's loom—the taut threads of the renunciate and ascetic—for in his day it was the sadhus, swamis and rishis who guided community leaders and individual seekers on the right path, and kept the monarch on the side of dharma, divine law and order. In verse 21 the weaver tells how the *Vedas* exalt the greatness of virtuous renunciates, and in verse 29 he explains that pious men who have compassion for all life are looked up to and respected as the priestly ones.

Chapter four, "Asserting Virtue's Power," defines the fourth set of strands in the pale-colored, many-threaded warp on the weaver's word loom. This completes the four-part set of lengthwise strands and forms the base of the cloth: the white threads of Sivaness; the translucent blues of rain, or *akasha*; the saffron-yellow threads of sacrifice and renunciation; and the violet rays of virtue. These are the four kinds of grace we must have in life: God, rain, holy ones and virtue.

Chapter five begins the threads that crisscross the warp to form the weft. These are the rich-colored threads of virtue and wealth that the weaver uses to create the tapestry of life.

Praising God

1
"A" is the first and source of all the letters. Even so is
God Primordial the first and source of all the world.

2
What has learning profited a man, if it has not led him
to worship the Good Feet of Him who is pure knowledge itself?

3
The Supreme dwells within the lotus of the heart. Those who reach
His Splendid Feet dwell enduringly within unearthly realms.

4
Draw near the Feet of Him who is free of desire
and aversion, and live forever free of suffering.

5
Good and bad, delusion's dual deeds, do not cling to those
who delight in praising the Immutable, Worshipful One.

6
A long and joyous life rewards those who remain firmly
on the faultless path of Him who controls the five senses.

7
They alone dispel the mind's distress
who take refuge at the Feet of the Incomparable One.

8
They alone can cross life's other oceans who take refuge
at the Feet of the Gracious One, Himself an Ocean of Virtue.

9
The head which cannot bow before the Feet of the Possessor of
eight infinite powers is like the senses lacking the power to perceive.

10
The boundless ocean of births can be crossed, indeed,
but not without intimate union with Infinity's Holy Feet.

கடவுள் வாழ்த்து

1. அகர முதல எழுத்தெல்லாம் ஆதி
   பகவன் முதற்றே உலகு.

2. கற்றதனால் ஆய பயனென்கொல் வாலறிவன்
   நற்றாள் தொழாஅர் எனின்.

3. மலர்மிசை ஏகினான் மாணடி சேர்ந்தார்
   நிலமிசை நீடுவாழ் வார்.

4. வேண்டுதல் வேண்டாமை இலானடி சேர்ந்தார்க்கு
   யாண்டும் இடும்பை இல.

5. இருள்சேர் இருவிஜனயும் சேரா இறைவன்
   பொருள்சேர் புகழ்புரிந்தார் மாட்டு.

6. பொறிவாயில் ஐந்தவித்தான் பொய்தீர் ஒழுக்க
   நெறிநின்றார் நீடுவாழ் வார்.

7. தனக்குவமை இல்லாதான் தாள்சேர்ந்தார்க் கல்லால்
   மனக்கவலை மாற்றல் அரிது.

8. அறவாழி அந்தணன் தாள்சேர்ந்தர்க் கல்லால்
   பிறவாழி நீந்தல் அரிது.

9. கோளில் பொறியில் குணமிலவே எண்குணத்தான்
   தாஜள வணங்காத் தஜல.

10. பிறவிப் பெருங்கடல் நீந்துவர் நீந்தார்
    இறைவன் அடிசேரா தார்.

கடவுள் வாழ்த்து

1. "அ" என்பது ஏனை எழுத்துக்களுக்கு முதலும் மூலமும் ஆம். ஆதி பரம்பொருளும் உலகுக்கு முதலும் மூலமும் ஆனவர்.

2. முற்றறிவே வடிவான இறைவனுடைய பாதங்களை வழிபட இட்டுச் செல்லாத கல்வியால் பயனென்ன?

3. உள்ளக் கமலத்தே எழுந்தருளியுள்ள இறைவனின் புனித பாதங்களை மனத்தால் சார்வோர் பூமியில் நீடுழிவாழ்வர்.

4. விருப்பு வெறுப்பற்றான் பாதம் நண்ணி உலகில் துன்பமின்றி வாழ்க.

5. விகாரமற்ற இறைவனுடைய மகிமையைப் போற்றுவோர்களை மாயை வழிவரும் நல்வினை தீவினைகள் சாரமாட்டா.

6. புலனைந்தும் அடக்கி ஆளுகின்ற இறைவனின் நல்வழியை உறுதியாகப் பற்றுபவர்கள் நீண்டகாலம் மகிழ்வுடன் வாழ்வர்.

7. ஒப்புயர்வற்ற இறைவனின் பாதங்களைச் சரண் அடைந்தவரே மனக் கவலையற்று வாழ்வர்.

8. அறக்கடலாகிய கருணைவள்ளலின் திருப்பாதங்களைச் சரணடைந்தவரே வாழ்வின் பிற துன்பக் கடல்களையும் கடக்க வல்லார்.

9. எண்குணத்தான் திருப்பாதங்களை வணங்காதார் தலை, புலனறிவிழந்த ஐம்பொறிகளைப் போல் பயனற்றது.

10. இறைவனுடைய திருப்பாதங்களைச் சேர்ந்தவரே பிறவி எனும் பெருங் கடலை நீந்துவர், சேராதார் நீந்தார்.

The Importance of Rain

11

It is the unfailing fall of rain that sustains the world.
Therefore, look upon rain as the nectar of life.

12

Rain produces man's wholesome food;
and rain itself forms part of his food besides.

13

Though oceanic waters surround it, the world will be deluged
by hunger's hardships if the billowing clouds betray us.

14

When clouds withhold their watery wealth,
farmers cease to ply their plows.

15

It is rain that ruins, and it is rain again
that raises up those it has ruined.

16

Unless raindrops fall from the sky,
not a blade of green grass will rise from the earth.

17

The very nature of oceans, though vast, would diminish
if clouds ceased to take up water and replenish rain's gifts.

18

Should the heavens dry up, worship here of the heavenly ones
in festivals and daily rites would wither.

19

Unless the heavens grant their gifts, neither the giver's generosity
nor the ascetic's detachment will grace this wide world.

20

No life on Earth can exist without water,
and water's ceaseless flow cannot exist without rain.

வான் சிறப்பு

11. வான்நின்று உலகம் வழங்கி வருதலால்
    தான்அமிழ்தம் என்றுணரற் பாற்று.

12. துப்பார்க்குத் துப்பாய துப்பாக்கித் துப்பார்க்குத்
    துப்பாய தூஉம் மழை.

13. விண்இன்று பொய்ப்பின் விரிநீர் வியனுலகத்து
    உள்நின்று உடற்றும் பசி.

14. ஏரின் உழாஅர் உழவர் புயல்என்னும்
    வாரி வளங்குன்றிக் கால்.

15. கெடுப்பதூஉம் கெட்டார்க்குச் சார்வாய்மற் றாங்கே
    எடுப்பதூஉம் எல்லாம் மழை.

16. விசும்பின் துளிவீழின் அல்லால்மற் றாங்கே
    பசும்புல் தலைகாண்பு அரிது.

17. நெடுங்கடலும் தன்நீர்மை குன்றும் தடிந்தெழிலி
    தான்நல்கா தாகி விடின்.

18. சிறப்பொடு பூசனை செல்லாது வானம்
    வறக்குமேல் வானோர்க்கும் ஈண்டு.

19. தானம் தவம்இரண்டும் தங்கா வியன்உலகம்
    வானம் வழங்கா தெனின்.

20. நீர்இன்று அமையாது உலகெனின் யார்யார்க்கும்
    வான்இன்று அமையாது ஒழுக்கு.

மழையின் சிறப்பு

11. மழையினால் உலகம் அழிவின்றி வாழும். அவ்வாழ்வைத் தரும்
    மழையை வாழ வின் அமிர்தம் எனக் கருதுக.

12. உண்பாருக்கு நல்லுணவை உண்டாக்கித் தானுமே
    உணவுகளில் ஒன்றுமாகின்றது மழை.

13. உலகினைப் பெருங் கடல் நீர் சூழினும், திரண்ட மேகங்கள்
    பொய்ப்பின் பசிப்பிணி எனும் வெள்ளத்தே உலகமே மூழ்கிவிடும்.

14. மழை வளங் கொழியா தாயின், உழவரும்
    கலப்பை கொண்டுழார்.

15. அழிப்பதுவும் மழை, அழித்தவற்றை மீண்டும்
    கொழிக்கச் செய்வதும் மழை.

16. விண்ணிலிருந்து மழைத்துளி வீழாதாயின் பூமியில்
    பசும்புல்லும் தலை காட்டாது.

17. முகில்கள் கடல் நீரை முகந்து மீள மழையாய் வழங்காவிடின்
    விரிகடலும் தன்னியல்பில் குறைவுபடும்.

18. வானம் மழையின்றி வரண்டால் பூமியில் தேவர்க்குத்
    திருவிழாவும் தினவழிபாடும் சுருங்கிவிடும்.

19. விண் தன் கொடையை வழங்காதாயின் வள்ளல் தம்
    கொடைவளனும் தவசியர் தம் துறவறமும் இப்பேருலகுக்கு
    அருள்புரியா.

20. நீரின்றி உலகில் ஓருயிரும் வாழாது   இடையறா அங்நீரோட்டம்
    மழையின்றி நிலைபெறாது.

The Greatness of Renunciates

21

The Scriptures exalt above every other good
the greatness of virtuous renunciates.

22

Attempting to speak of the renunciate's magnitude is like
numbering all the human multitudes who have ever died.

23

Behold those who have weighed the dual nature of things and
followed the renunciate's way. Their greatness illumines the world.

24

He whose firm will, wisdom's goading hook, controls his five senses
is a seed that will flourish in the fields of Heaven.

25

Such is the power of those who subdue the five senses, that even Indra,
sovereign of spacious Heaven's celestials, suffered their curse.

26

The magnificent ones are they who can dispatch the most
difficult tasks; the insignificant ones are they who cannot.

27

Touch, taste, sight, smell and hearing are the senses—
he who controls these five magically controls the world.

28

Their own subtle sayings reveal to the world
the greatness of men whose words prove prophetic.

29

It is impossible to endure, even for a second, the wrath of those
who have scaled and stand upon the mountain called virtue.

30

Pious men are called the priestly ones,
for they are clothed in robes of compassion for all life.

நீத்தார் பெருமை

21. ஒழுக்கத்து நீத்தார் பெருமை விழுப்பத்து
    வேண்டும் பனுவல் துணிவு.

22. துறந்தார் பெருமை துணைக்கூறின் வையத்து
    இறந்தாரை எண்ணிக்கொண் டற்று.

23. இருமை வகைதெரிந்து ஈண்டுஅறம் பூ ண்டார்
    பெருமை பிறங்கிற்று உலகு.

24. உரனென்னும் தோட்டியான் ஒரைந்தும் காப்பான்
    வரனென்னும் வைப்பிற்கோர் வித்து.

25. ஐந்தவித்தான் ஆற்றல் அகல்விசும்பு ளார்கோமான்
    இந்திரனே சாலுங் கரி.

26. செயற்கரிய செய்வார் பெரியர் சிறியர்
    செயற்கரிய செய்கலா தார்.

27. சுவைஒளி ஊறுஓசை நாற்றமென் ஐந்தின்
    வகைதெரிவான் கட்டே உலகு.

28. நிறைமொழி மாந்தர் பெருமை நிலத்து
    மறைமொழி காட்டி விடும்.

29. குணமென்னும் குன்றேறி நின்றார் வெகுளி
    கணமேயும் காத்தல் அரிது.

30. அந்தணர் என்போர் அறவோர்மற் றெவ்வுயிர்க்கும்
    செந்தண்மை பூண்டொழுக லான்.

துறவியர் பெருமை

21. மற்றெல்லாவற்றிலும் மிக உயர்வாக வேத நூல்கள் கூறுவது
அறவழி வாழ்ந்து துறந்தார் தம் மகிமையையே.

22. துறவியரின் பெருமையை எடுத்துக் கூற முயலின், அஃது
இவ்வுலகில் வாழ்ந்து மடிந்தோரைக் கணக்கிடலை ஒக்கும்.

23. இயற்கையில் சேர்ந்தே நிகழும் வாழ்தலும் மாளலும் போன்ற இரு
தன்மைகளையும் சீர்தூக்கி நோக்கின் துறவு மேற்கொண்டோர்
பெருமையினால் இவ்வுலகம் விளக்கமுறுகின்றது.

24. புத்தி எனும் துறட்டியினால் ஐம்புலனடக்கி ஆளும்
மனவுறுதியுடையவன் விண்ணுலகில் விளையும் வித்து ஆவான்.

25. ஐம்புலனடக்கியோர் ஆற்றலோ மிகப் பெரிது   விண்பேருலகின்
வேந்தனாம் இந்திரன் தானும் அன்னார் சாபத்திற்கு ஆளாயினான்.

26. பெரியோர் மற்றையோர் செய்ய முடியாதவற்றையும் செய்து முடிப்பர்
சிறியோர் அங்ஙனம் செய்ய வல்லாரல்லர்.

27. சுவை, ஒளி, ஊறு, ஓசை, நாற்றம் என்ற ஐம்புலன்களையும்
கட்டுப்படுத்த வல்லானே உலக இன்பங்களையும் கட்டுப்படுத்த
வல்லான்.

28. மறைமொழி உண்மையை வெளிப்படுத்தலால் அதனைக் கூறும்
முன்னுணர்வோர் பெருமையும் உணரப்படும்.

29. குணம் எனும் மாமலையில் ஏறி நிற்கும் துறவியரின் கோபத்தைக்
கணநேரமும் பொறுக்கமுடியாது.

30. எல்லா உயிரினத்திலும் கருணை காட்டி வாழ்தலால்
துறவியர் அந்தணர் எனப்படுவர்.

Asserting Virtue's Power

31
Virtue yields Heaven's honor and Earth's wealth.
What is there then that is more fruitful for a man?

32
There is nothing more rewarding than virtue,
nor anything more ruinous than its neglect.

33
Be unremitting in the doing of good deeds;
do them with all your might and by every possible means.

34
Keep the mind free of impurity. That alone is
the practice of virtue. All else is nothing but empty display.

35
Virtue is living in such a way that one does not fall
into these four: envy, anger, greed and unsavory speech.

36
Don't tell yourself you'll be wise enough to practice virtue tomorrow.
Do it now, for it will be your deathless companion when you die.

37
It is utterly superfluous to inquire about virtue's benefits, so
evident in the difference between the palanquin's rider and bearer.

38
Not allowing a day to pass without doing some good
is a boulder that will block your passage on the path to rebirth.

39
Only virtuous deeds abound in true joy.
All other deeds are empty and devoid of distinction.

40
Virtue is merely that which should be done in life,
and vice is merely that which should be avoided.

அறன்வலியுறுத்தல்

31. சிறப்பு ஈனும் செல்வமும் ஈனும் அறந்தினூஉங்கு
    ஆக்கம் எவனோ உயிர்க்கு.

32. அறத்தினூஉங்கு ஆக்கம் இல்லை அதனை
    மறத்தலின் ஊங்கில்லை கேடு.

33. ஒல்லும் வகையான் அறவினை ஓவாதே
    செல்லும்வாய் எல்லாஞ் செயல்.

34. மனத்துக்கண் மாசிலன் ஆதல் அனைத்து அறன்
    ஆகுல நீர பிற.

35. அழுக்காறு அவாவெகுளி இன்னாச்சொல் நான்கும்
    இழுக்கா இயன்றது அறம்.

36. அன்றறிவாம் என்னாது அறஞ்செய்க மற்றது
    பொன்றுங்கால் பொன்றாத் துணை.

37. அறத்தாறு இதுவென வேண்டா சிவிகை
    பொறுத்தானோடு ஊர்ந்தான் இடை.

38. வீழ்நாள் படாஅமை நன்றாற்றின் அஃதொருவன்
    வாழ்நாள் வழியடைக்கும் கல்.

39. அறத்தான் வருவதே இன்பம் மற்றெல்லாம்
    புறத்த புகழும் இல.

40. செயற்பால தோரும் அறனே ஒருவற்கு
    உயற்பால தோரும் பழி.

அறத்தின் வலிமை

31. அறமானது விண்ணிற் சிறப்பும் மண்ணிற் செல்வமும் தருமாதலின் மனிதனுக்கு அறத்தினும் அதிக பயன் தருவது எது?

32. அறத்தினும் சிறந்த பயன் தரவல்லது வேறெதுவுமில்லை. அறத்தைக் கைவிடின் அழிவைத் தருவதும் வேறெதுவுமில்லை.

33. நற்செயல்களைச் சளைக்காது செய்து விடுக, வாய்ப்புக் கிடைக்கும் போதெல்லாம் இயலும் வகையில் ஆற்றி விடுக.

34. மனம் தூய்மையைப் பேணுதலே அறச்செயல். மற்றெல்லாம் அறச்செயலன்றி வீண் வெளி ஆடம்பரமே.

35. பொறாமை, கோபம், பேராசை, வன்சொல் எனும் இந்நான்கும் விலக்கி வாழ்வதே அறநெறி எப்படும்.

36. நாளை செய்வோம் எனப் பின்போடாது இக்கணமே அறம் செய்க. அதுவே உடல் அழியுங்கால் தான் அழியாது உயிர்க்கு உறுதுணையாகும்.

37. பல்லக்கில் செல்பவனுக்கும் அதனைச் சுமப்பவனுக்கும் உள்ள வேறுபாடே அறநெறியால் வரும் பலாபலனைத் தானாகவே உணர்த்தும்.

38. அறச்செயல் புரியா நாளே இல்லை எனும்படி நல்லனவே செய்க. அது மறுபிறவிக்குச் செல்லும் வழியை அடைக்கும் பாறாங்கல் ஆகும்.

39. அறச் செயலால் விளைவதே உண்மை இன்பம். மற்றைய எல்லாம் போலிகளே, அவற்றால் புகழுமில்லை.

40. அறச்செயலே ஒருவன் வாழ்வில் செய்ய வேண்டியது. மறச்செயலே அவன் விலக்க வேண்டியது.

Illaraviyal

இல்லறவியல்

பழியஞ்சிப் பாத்தூண் உடைத்தாயின் வாழ்க்கை
வழிஎஞ்சல் எஞ்ஞான்றும் இல்.

Section II

The Way of
The Householder

KURAL 44

The posterity of householders who gather wealth without
misdeeds and share meals without miserliness will never perish.

IN INDIA IN THE DAYS BEFORE THE CHRISTIAN ERA, THERE WERE NO PAGANS. IN THE DAYS BEFORE THE ISLAMIC ERA, THERE WERE NO INFIDELS. IN THE DAYS before contemporary science, religion was respected, the air was not polluted, nor was the water; the lands flourished, and family life was strong. Extended families worked together, obedient to the laws of the land, to the religion that guided them through life; and to their parents, grandparents and great grandparents homage was given. "Those who bear children of blameless character will be untouched by evil for seven births," the weaver declares, alluding to reincarnation and encouraging prayer before conception to reach up to the upper worlds rather than down to the nether worlds to embody a soul. In Indian cultures dedicated to ahimsa, corporal punishment in homes and schools was not as much in vogue as nowadays, and in the purest of traditional ashrams it was totally unacceptable as a systematic method of education.

Home life was strong. Parents loved their children and spoke with them of God, Gods, gurus and of the laws governing family life that this section of our weaver's weft explains. It is here that praise is given for well-behaved youth who make parents ponder, "By what great austerities did we merit such a child?" The weaver puts great stress on hospitality, explaining that the whole purpose of maintaining a home and earning wealth is to provide hospitality to guests. Speaking words of praise with a cheerful smile, gratitude, giving help in the hour of need, possessing self-control, virtuous conduct and gracious hospitality—all this was the way of the day.

He offers a new look at wealth, observing that if one is profoundly impoverished yet remains just, the world will not regard him as poor. A good lesson for us in today's world. In the chapter on self-control he alludes to the Brahmaloka, or highest heaven, explaining that self-control will place one among the Gods. Then he refers to the Narakaloka, or lowest Hell, by saying the lack of self-control leads to deepest darkness.

The weaver says, "Morality is the birthright of high families, while immoral conduct's legacy is lowly birth," inferring that what was done in a past life determines the joys or pains in the next, and what is done in this life will affect the one to follow. Adultery was a "no no" then as it is today: "Hatred, sin, fear and disgrace—these four never forsake the man who commits adultery." This wisdom seems to be drowned in the free-flowing freedom of expressive life that today floods the world, but now we may turn to *Tirukural*, pulled from the deep past and dressed in American English and modern Tamil to persist into the future of futures.

He explains what great goodness the Goddess of Wealth, Lakshmi, will do when envious, inharmonious conditions arise in the family, saying "Fortune's Goddess, intolerant of those who cannot tolerate other's success, introduces them to her sister, Misfortune, and goes away." On and on, leaving no stone unturned, the weaver explains that we have the duty to form and maintain a society of excellence, and gives us the tools to do so. Any nation or community can benefit from this wisdom, now released into the world language of today.

We have been careful to maintain the weaver's gender distinctions within each verse, as well as the literal meaning of his words. Some might seem surprisingly blunt now and even "sexist," but this was the way of the day then, when men were Gods and women were Goddesses, when gracious ladies were found at home and not raised as men, when men were understanding, kindly, patient and forbearing. We hope those days will be rekindled, and the warmth of the home and the family within it, the true stability of a nation, will return and human communities will enter a bold new beginning.

Family Life

41

He alone may be called a householder who supports
students, elders and renunciates pursuing well their good paths.

42

The virtuous householder supports the needs
of renunciates, ancestors and the poor.

43

The foremost duty of family life is to serve duly these five:
God, guests, kindred, ancestors and oneself.

44

The posterity of householders who gather wealth without misdeeds
and share meals without miserliness will never perish.

45

When family life possesses love and virtue,
it has found both its essence and fruition.

46

If a man masters the duties of married life,
what further merits could monkhood offer him?

47

Among those who strive for liberation, the foremost are they
who live the blessed state of family life as it should be lived.

48

The householder dedicated to duty and to aiding
ascetics on their path of penance endures more than they do.

49

Domestic life is rightly called virtue. The monastic path,
rightly lived beyond blame, is likewise good.

50

He who rightly pursues the householder's life here on Earth
will be rightfully placed among the Gods there in Heaven.

இல்வாழ்க்கை

41. இல்வாழ்வான் என்பான் இயல்புடைய மூவர்க்கும்
நல்லாற்றின் நின்ற துணை.

42. துறந்தார்க்கும் துவ்வா தவர்க்கும் இறந்தார்க்கும்
இல்வாழ்வான் என்பான் துணை.

43. தென்புலத்தார் தெய்வம் விருந்தொக்கல் தானென்றாங்கு
ஐம்புலத்தாறு ஓம்பல் தலை.

44. பழியஞ்சிப் பாத்தூண் உடைத்தாயின் வாழ்க்கை
வழியெஞ்சல் எஞ்ஞான்றும் இல்.

45. அன்பும் அறனும் உடைத்தாயின் இல்வாழ்க்கை
பண்பும் பயனும் அது.

46. அறத்தாற்றின் இல்வாழ்க்கை ஆற்றின் புறத்தாற்றில்
போஒய்ப் பெறுவ தெவன்.

47. இயல்பினான் இல்வாழ்க்கை வாழ்பவன் என்பான்
முயல்வாருள் எல்லாம் தலை.

48. ஆற்றின் ஒழுக்கி அறனிழுக்கா இல்வாழ்க்கை
நோற்பாரின் நோன்மை உடைத்து.

49. அறன் எனப் பட்டதே இல்வாழ்க்கை அஃதும்
பிறன்பழிப்ப தில்லாயின் நன்று.

50. வையத்தின் வாழ்வாங்கு வாழ்பவன் வான்உறையும்
தெய்வத்துள் வைக்கப் படும்.

இல்வாழ்க்கை

41. நல்வழியில் நிற்கும் மாணவர், முதியோர், துறவியர் என்ற மூவரையும்
    ஆதரிப்போனே இல்வாழ்வான் எனப்படுவான்.

42. துறவியர், மூதாதையர், வறியோர் என்னும் முத்திறத்தாரின்
    தேவைகளை அறவழி ஒழுகும் இல்வாழ்வான் ஆதரிப்பான்.

43. பிதிரர், தெய்வம், விருந்தினர், உறவினர், தான் என்னும்
    ஐந்திறத்தாரையும் பேணுதலே இல்வாழ்வின் தலையாய கடன்.

44. பழிக்குப் பயந்து பொருளீட்டியும் கஞ்சத்தனமின்றிப் பகிர்ந்தும்
    உண்பானுடைய செழிப்பு என்றும் குன்றாது.

45. இல்வாழ்வில் அன்பும் அறனும் குழைந்திருப்பின் அதுவே
    அதன் சத்தும் கனியுமாகும்.

46. இல்லறக் கடமைகளில் தேர்ச்சி பெற்றால் ஒருவன் துறவறம்
    பூண்டு பெறுவதற்கு வேறு யாது உளது ?

47. இல்வாழ்க்கை வாழ்வாங்கு வாழ்வாரே வீடுபெற முயல்வாருள்
    தலையாயர் ஆவார்.

48. இல்லறக் கடமைகளில் ஈடுபட்டுத் துறவியரைத் தவவழியிற் செல்ல
    உதவுபவன் அத்துறவியரிலும் அதிகம் சகித்துக் கொள்கிறான்.

49. அறவாழ்வு என்பது இல்லற வாழ்வினையே. அதுபோல் துறவறமும்
    பிறர் பழிப்பில்லதாயின் நல்லதேயாம்.

50. இல்வாழ்வை இம் மண்ணில் நலம்பட நடத்துபவர்
    விண்ணில் வாழும் தேவருக்குச் சமமாகப் போற்றப்படுவார்.

The Good Wife

51

She is the helpful wife who possesses the fullness of
domestic virtues and spends within her husband's means.

52

Family life, however full, remains empty
if the wife lacks the lofty culture of the home.

53

What does a man lack if his wife is worthy?
And what does he possess if she is lacking worth?

54

What is more majestic than a woman
who preserves the prodigious strength of chastity?

55

Even the rains will fall at her command
who upon rising worships not God, but her husband.

56

A married woman is one who vigilantly guards herself,
cares for her husband and protects their unblemished reputation.

57

Why do guardians protect women by confinement
when her own resolute chastity is a woman's best protection?

58

A woman deeply devoted to the man who wed her
will be worthy of great rewards in the world where Gods delight.

59

Unless the wife pursues praiseworthy purity,
the husband cannot stride before critics like a proud lion.

60

It is said a worthy wife is the blessing of a home,
and good children are its precious ornaments.

வாழ்க்கைத்துணை நலம்

51. மனைக்தக்க மாண்புடையள் ஆகித்தற் கொண்டான்
    வளத்தக்காள் வாழ்க்கைத் துணை.

52. மனைமாட்சி இல்லாள்கண் இல்லாயின் வாழ்க்கை
    எனைமாட்சித் தாயினும் இல்.

53. இல்லதென் இல்லவள் மாண்பானால் உள்ளதென்
    இல்லவள் மாணாக் கடை.

54. பெண்ணின் பெருந்தக்க யாவுள கற்பென்னும்
    திண்மைஉண் டாகப் பெறின்.

55. தெய்வம் தொழாஅள் கொழுநன் தொழுதெழுவாள்
    பெய்யெனப் பெய்யும் மழை.

56. தற்காத்துத் தற்கொண்டாற் பேணித் தகைசான்ற
    சொற்காத்துச் சோர்விலாள் பெண்.

57. சிறைகாக்கும் காப்பவென் செய்யும் மகளிர்
    நிறைகாக்கும் காப்பே தலை.

58. பெற்றாற் பெறின்பெறுவர் பெண்டிர் பெருஞ்சிறப்புப்
    புத்தேளிர் வாழும் உலகு.

59. புகழ்புரிந்த இல்லிலோர்க்கு இல்லை இகழ்வார்முன்
    ஏறுபோல் பீடு நடை.

60. மங்கலம் என்ப மனைமாட்சி மற்று அதன்
    நன்கலம் நன்மக்கட் பேறு.

நல்ல மனைவி

51. மனை ஒழுக்க நெறியில் நிறைவுடையவளாய் கணவன்
வருவாய்க்குத் தகச் செலவு செய்பவளே அவனுக்கு வாய்த்த
வாழ்க்கைத் துணையாவாள்.

52. குடும்பத்து உயர்பண்புகள் மனைவியிடம் இல்லையேல் வேறு சிறப்பு
இருப்பினும் அது வெற்று வாழ்க்கையேயாம்.

53. மனையாள் குணநல மாண்புடையவளாயின் கணவனுக்கு இல்லாதது
எது? அவள் மதிப்பிற் குன்றின் அவனிடம் உள்ளது எது?

54. வியத்தகு கற்பெனும் திண்மை பேணும் பெண்ணிலும்
உன்னதமானது எது?

55. வேறு கடவுளையன்றிக் கணவனையே வணங்கித் துயிலெழும்
பெண்ணின் ஆணைக்கு மேகமும் அடங்கி உடன் மழை பொழியும்.

56. தன்னைக் காத்துத் தன்னை மணந்தவனைப் பேணி தன்
குடும்பத்தின் மாசறு புகழைக் காப்பவளே பெண் எனத்தக்காள்.

57. பெண்ணை வீட்டுள் வைத்துக் காப்பதேன்? பெண்ணின் உறுதியான
கற்பே அவளுக்குத் தலைசிறந்த காவலாகும்.

58. தன்னை மணந்த கணவனில் பக்தி பூண்டவள் தேவர் விரும்பி வாழ்
உலகில் பெரும் சிறப்புப் பெறுவதற்காளாவாள்.

59. குடும்பச் சிறப்பைப் போற்றி வாழும் மனைவி இல்லாத கணவன்
தன்னை நகையாட விரும்புவார் முன் சிங்கம் போல் வீர நடை
போட முடியாது.

60. தகுந்த மனைவி வீட்டுக்கு மங்கலமாவாள், அவள் வளர்க்கும்
குழந்தைகள் விலை மதிக்க முடியாத குடும்ப அணிகலன்களாவர்.

The Blessing of Children

61

Of all blessings we know of none greater than
the begetting of children endowed with intelligence.

62

Those who bear children of blameless character
will be untouched by evil for seven births.

63

It is said that children are a man's real wealth,
and that this wealth is determined by his deeds.

64

Far sweeter than divine nectar is simple boiled rice
stirred by the small hands of one's own child.

65

The touch of one's children is a delight to the body,
and listening to them chatter is a joy to the ear.

66

"Sweet are the sounds of the flute and the lute," say those
who have not heard the prattle of their own children.

67

A father benefits his son best by preparing him
to sit at the forefront of learned councils.

68

What pleasure it is to human beings everywhere
when their children possess knowledge surpassing their own!

69

When a mother hears her son heralded as a good and learned man,
her joy exceeds that of his joyous birth.

70

The son's duty to his father is to make the world ask,
"By what great austerities did he merit such a son?"

புதல்வரைப் பெறுதல்

61. பெறுமவற்றுள் யாமறிவது இல்லை அறிவறிந்த
    மக்கட்பேறு அல்ல பிற.

62. எழுபிறப்பும் தீயவை தீண்டா பழிபிறங்காப்
    பண்புடை மக்கட் பெறின்.

63. தம்பொருள் என்பதம் மக்கள் அவர்பொருள்
    தம்தம் வினையான் வரும்.

64. அமிழ்தினும் ஆற்ற இனிதேதம் மக்கள்
    சிறுகை அளாவிய கூழ்.

65. மக்கள்மெய் தீண்டல் உடற்கின்பம் மற்று அவர்
    சொற்கேட்டல் இன்பம் செவிக்கு.

66. குழல் இனிது யாழ்இனிது என்பதம் மக்கள்
    மழலைச்சொல் கேளா தவர்.

67. தந்தை மகற்காற்று நன்றி அவையத்து
    முந்தி இருப்பச் செயல்.

68. தம்மின்தம் மக்கள் அறிவுடைமை மாநிலத்து
    மன்னுயிர்க் கெல்லாம் இனிது.

69. ஈன்ற பொழுதின் பெரிதுவக்கும் தன்மகனைச்
    சான்றோன் எனக்கேட்ட தாய்.

70. மகன்தந்தைக்கு ஆற்றும் உதவி இவன்தந்தை
    என்னோற்றான் கொல் எனும் சொல்.

மக்கட் செல்வம்

61. ஒருவனுக்கு அரும் பேறாக வாய்ப்பது அறிவிற் சிறந்த மக்களே
அப்பேற்றிலுஞ் சிறந்ததை நாம் அறிந்ததில்லை.

62. பழி சேராப் பண்பு மிக்க பாலகரைப் பெறுவோர் ஏழு பிறவியிலும்
பழி தீண்டப் பெறாதவராவர்.

63. குழந்தைகளே ஒருவனுக்கு உண்மையான செல்வமாம் அம்மக்கள்
அவரவர் ஊழ் வினைக் கேற்பவே வந்து வாய்ப்பர்.

64. தம் குழந்தைகள் சிறு கையாற் பிசைந்த கூழ் தேவாமிர்தத்தினும்
மிக இனியவாகக் கொள்ளப்படும்.

65. தம் குழந்தைகள் தம் மேனி தீண்டுவது உடற் கின்பம். அவர்கள்
மழலைச் சொற் கேட்பது செவிக்கின்பம்.

66. தம் குழந்தைகளின் மழலை மொழி கேட்டு அனுபவியாதவரே
புல்லாங் குழலோசையும் யாழ் இசையும் இனியவை என்பர்.

67. தன் மகன் கற்றோர் அவையில் முன்வரிசையில் இருக்கத் தகுந்த
கல்விமானாகச் செய்தலே மகனுக்குத் தந்தை செய்யும்
கடமையாகும்.

68. தம்மிலும் தம்மக்கள் அறிவாளிகளென விளங்குவது கண்டு
எம் மக்களும் எங்கும் மகிழ்வர்.

69. தன் மகன் கற்றுத்தேர்ந்து சான்றோனாயினான் எனக்கேட்ட
தாய் அவனைப் பெற்ற பொழுதினும் பெரிதும் மகிழ்வாள்.

70. "இவனை மகனாகப் பெற என்ன தவம் செய்தானோ இவன்
தந்தை?" என உலகம் கேட்கச் செய்வதே மகன் தந்தைக்குச்
செய்யும் பெருங் கடமையாகும்.

Possessing Love

71

Can any lock keep love confined within,
when the loving heart's tiny tears escape and confess it?

72

The unloving belong only to themselves,
but the loving belong to others to their very bones.

73

They say it is to know union with love
that the soul takes union with the body.

74

Love makes one affectionate toward all,
and affection affords the priceless treasure of friendship.

75

They say love's greatness is this: it yields to good families
worldly happiness here and heavenly bliss hereafter.

76

The uninformed say love abides with virtuous souls,
unaware that love is also friend to those immersed in vice.

77

As the blazing sun dries up a boneless worm,
so does virtue scorch a loveless being.

78

Life without love in the heart
is like a sapless tree in a barren desert.

79

What good is a body perfect in outer ways,
if inwardly it is impaired by lack of love?

80

With love enshrined in the heart, one truly lives.
Without it, the body is but bones encased in skin.

அன்புடைமை

71. அன்பிற்கும் உண்டோ அடைக்குந்தாழ் ஆர்வலர்
புன்கண்ணீர் பூசல் தரும்.

72. அன்பிலார் எல்லாம் தமக்குரியர் அன்புடையார்
என்பும் உரியர் பிறர்க்கு.

73. அன்போடு இயைந்த வழக்கென்ப ஆருயிர்க்கு
என்போடு இயைந்த தொடர்பு.

74. அன்பு ஈனும் ஆர்வம் உடைமை அதுஈனும்
நண்பு என்னும் நாடாச் சிறப்பு.

75. அன்புற்று அமர்ந்த வழக்கென்ப வையகத்து
இன்புற்றார் எய்தும் சிறப்பு.

76. அறத்திற்கே அன்புசார் பென்ப அறியார்
மறத்திற்கும் அஃதே துணே.

77. என்பி லதனே வெயில்போலக் காயுமே
அன்பி லதனே அறம்.

78. அன்பகத் தில்லா உயிர்வாழ்க்கை வன்பாற்கண்
வற்றல் மரந்தளிர்த் தற்று.

79. புறத்துறுப் பெல்லாம் எவன்செய்யும் யாக்கை
அகத்துறுப்பு அன்பி லவர்க்கு.

80. அன்பின் வழியது உயிர்நிலை அஃதிலார்க்கு
என்புதோல் போர்த்த உடம்பு.

அன்புடைமை

71. அன்புப் பெருக்கைத் தடுக்கவல்ல அடைப்பு ஏதும் உண்டா?
அன்புள்ளத்தில் பனிக்கும் கண்ணீர்த் துளிகள் அதனைக்
காட்டிவிடும்.

72. அன்பிலார் தமக்கே உரித்தாவர். அன்புடையோர்
தம் எலும்பையும் பிறர்க்கு உரித்தாக்குவர்.

73. அன்பு கலந்த வாழ்வின் பயனை உணர்த்தவே உயிர்
உடம்போடிணைந்து வாழ்கின்றது என்பர்.

74. அன்பு எல்லா உயிர்களிடத்தும் நேசத்தை அளிக்கும் அந்நேசம்
நட்பு எனும் விலைமதிப்பற்ற செல்வம் தரும்.

75. நற்குடும்பத்தினர்க்கு இம்மை இன்பத்தையும் மறுமை
பேரின்பத்தையும் வழங்குவது அன்பே. அன்பின் மேம்பாடு இதுவே
என்பர்.

76. அறத்தொடு வாழும் உயிர்களிடத்தே அன்பு நிலைக்கின்றது என
உண்மை உணராதோர் கூறுவர். மறச்செயலில் ஆழ்ந்துள்ளோர்க்கும்
அன்பே துணை.

77. கொளுத்தும் வெயில் எலும்பில்லா உயிர்களை வாட்டுவது போல
அறம் அன்பிலாதவரை வருத்தும்.

78. காய்ந்த மரம் பாலைநிலத்தில் தளிர்க்காதது போல உள்ளத்து
அன்பிலார் வாழ்க்கை செழிக்காது.

79. உள்ளத்தில் அன்பின்றிக் களங்கமுற்றிருப்பவர்க்குப் புற
உறுப்புக்கள் சிறந்திருப்பினும் பயனென்ன?

80. உள்ளத்தில் அன்பு கொண்டவனே உண்மையில் உயிர்
வாழ்பவனாவான். அன்பிலார்க்கு உடம்பு எலும்பை மூடிய வெறும்
தோற்பையாம்.

Hospitality

81

The whole purpose of earning wealth and maintaining
a home is to provide hospitality to guests.

82

When a guest is in the home, it is improper to hoard one's meal,
even if it happens to be the nectar of immortality.

83

If a man cares daily for those who come to him,
his life will never suffer the grievous ruin of poverty.

84

Wealth's Goddess dwells in the hospitable home
of those who host guests with a smiling face.

85

If a man eats only after attending to guests' needs,
what further sowing will his fertile fields require?

86

The host who, caring for guests, watches hopefully for more,
will himself be a welcomed guest of those whose home is Heaven.

87

Charity's merit cannot be measured by gifts given.
It is measured by measuring the receiver's merits.

88

Those who never sacrifice to care for guests will later lament:
"We hoarded wealth, estranged ourselves, now none will care for us."

89

The poverty of poverties is having plenty yet shunning guests.
Such senselessness is only found in senseless fools.

90

The delicate *anicham* flower withers when merely smelled,
but an unwelcome look is enough to wither a guest's heart.

விருந்து ஓம்பல்

81. இருந்தோம்பி இல்வாழ்வ தெல்லாம் விருந்தோம்பி
    வேளாண்மை செய்தற் பொருட்டு.

82. விருந்து புறத்ததாத் தானுண்டல் சாவா
    மருந்தெனினும் வேண்டற்பாற் றன்று.

83. வருவிருந்து வைகலும் ஓம்புவான் வாழ்க்கை
    பருவந்து பாழ்படுதல் இன்று.

84. அகனமர்ந்து செய்யாள் உறையும் முகனமர்ந்து
    நல்விருந்து ஓம்புவான் இல்.

85. வித்தும் இடல்வேண்டும் கொல்லோ விருந்தோம்பி
    மிச்சில் மிசைவான் புலம்.

86. செல்விருந்து ஓம்பி வருவிருந்து பார்த்திருப்பான்
    நல்விருந்து வானத் தவர்க்கு.

87. இணைத்துணைத் தென்பதொன் றில்லை விருந்தின்
    துணைத்துணை வேள்விப் பயன்.

88. பரிந்தோம்பிப் பற்றற்றேம் என்பர் விருந்தோம்பி
    வேள்வி தலைப்படா தார்.

89. உடைமையுள் இன்மை விருந்தோம்பல் ஓம்பா
    மடமை மடவார்கண் உண்டு.

90. மோப்பக் குழையும் அனிச்சம் முகந்திரிந்து
    நோக்கக் குழையும் விருந்து.

விருந்து ஓம்பல்

81. வீடமைந்து இல்வாழ்வு வாழ்தலும் பொருளீட்டலும் விருந்தினரை
உபசரித்துப் பணிபுரிவதற்கேயாம்.

82. விருந்தினர் வீட்டில் இருக்கவும் தன் உணவை மறைத்து உண்ணல்
அது சாவா அமிர்தமாயினும் விரும்பத்தக்க முறை ஆகாது.

83. தினமும் வருவிருந் தோம்புவான் வாழ்க்கை எக்காலத்தும்
வறுமையால் துன்புற்று வருந்தாது.

84. புன்முறுவலுடன் விருந்தினரை உபசரிப்பான் இல்லத்தில் திருமகள்
மனமுவந்து என்றும் வாசம் செய்வாள்.

85. விருந்தினரை உபசரித்துப் பின் எஞ்சியதைத் திருப்தியுடன்
உண்பவனுடைய வயல் விதைக்காமலே பெருவிளைவு தரும்.

86. செல்லும் விருந்தினரை வழியனுப்பி இன்னும் வரும் விருந்தினரை
வரவேற்கக் காத்திருப்பவன் மறுமையில் விண்ணுலகத்தாரின்
நல்விருந்தினனாவான்.

87. விருந்தினருக்கு அளிக்கப்படும் கொடையின் பெறுமதி அதைப்
பெறும் விருந்தாளியின் தகுதி கொண்டே கணிக்கப்படும்.

88. விருந்தினருக்குத் தியாகம் என்றுமே செய்யாதோர் "செல்வத்தை
மறைத்தோமே, ஏனையோருடன் நட்பிழந்திருந்தோமே, இப்போது
எம்மைப் பேணுவாரில்லையே" எனப் பின் வருந்துவர்.

89. பெரும் செல்வமிருந்தும் விருந்தோம்பல் தவிர்ப்பதே ஏழ்மையுள்
ஏழ்மை, அறிவில்லா மூடர்களே அவ்வாறு செய்வர்.

90. அனிச்சம் பூவோ முகந்தாலே வாடும், வரும் விருந்தினரின்
மனமோ வெறுப்புடன் நோக்கவே வாடும்.

Speaking Pleasant Words

91

Pleasant words, full of tenderness and devoid of deceit,
fall from the lips of virtuous men.

92

Better than a gift given with a joyous heart
are sweet words spoken with a cheerful smile.

93

A kindly countenance and sweet words
spoken from the heart are virtue's way.

94

Poverty-provoking sorrow will not pursue
those who speak joy-producing words to all they meet.

95

Humility and pleasant words are the jewels
that adorn a man; there are none other.

96

If a man seeks to do good while speaking sweet words,
his virtues will wax and his vices will wane.

97

Words yield spiritual rewards and moral excellence
when they do not wander far from usefulness and agreeableness.

98

Sweet speech that is a stranger to pettiness
imparts pleasure not only in this life, but in the next.

99

Why would anyone speak cruel words,
having observed the happiness that kind words confer?

100

To utter harsh words when sweet ones would serve
is like eating unripe fruits when ripe ones are at hand.

இனியவை கூறல்

91. இன்சொலால் ஈரம் அளைஇப் படிறுஇலவாம்
    செம்பொருள் கண்டார்வாய்ச் சொல்.

92. அகன்அமர்ந்து ஈதலின் நன்றே முகனமர்ந்து
    இன்சொலன் ஆகப் பெறின்.

93. முகத்தான் அமர்ந்துஇனிது நோக்கி அகத்தானாம்
    இன்சொ லினதே அறம்.

94. துன்புறூஉம் துவ்வாமை இல்லாகும் யார்மாட்டும்
    இன்புறூஉம் இன்சொ லவர்க்கு.

95. பணிவுடையன் இன்சொலன் ஆதல் ஒருவற்கு
    அணியல்ல மற்றுப் பிற.

96. அல்லவை தேய அறம்பெருகும் நல்லவை
    நாடி இனிய சொலின்.

97. நயன் ஈன்று நன்றி பயக்கும் பயன்ஈன்று
    பண்பின் தலைப்பிரியாச் சொல்.

98. சிறுமையுள் நீங்கிய இன்சொல் மறுமையும்
    இம்மையும் இன்பம் தரும்.

99. இன்சொல் இனிதீன்றல் காண்பான் எவன்கொலோ
    வன்சொல் வழங்கு வது.

100. இனிய உளவாக இன்னாத கூறல்
     கனிஇருப்பக் காய்கவர்ந் தற்று.

இனியவை கூறல்

91. உண்மை உணர்ந்த அறவோர் வாயில் மனங் குழைந்து வஞ்சனை இல்லாத இனிய சொற்கள் வரும்.

92. மனமகிழ்வுடன் கொடுக்கும் அன்பளிப்புகளிலும் உள்ளக்களிப்புடன் முகம் மலர்ந்து வழங்கும் இன்சொற்களே மிகவும் சிறந்தன.

93. முகம் மலர்ந்து அன்போடு நோக்கி உளங்கனிய இனிய சொற்களால் உரையாடலே அறம் காட்டும் வழியாகும்.

94. காண்போர் எவர்க்கும் மகிழ்விக்கும் சொல் வழங்குவார்க்கு வறுமையால் வரும் துன்பம் சாராது.

95. பணிவும் இன்சொலும் காட்டுதல் ஒருவர்க்கு அணி, மற்று எவையும் அணியல்ல.

96. நற்செயல் நோக்கி இன் சொல் கூறுபவனுக்கு அறம் பெருகும், மறம் தேயும்.

97. நன்மை பயப்பதாய் பண்பின் நீங்காச் சொல் தெய்வீக அருளும் தலைசிறந்த அறநிலையும் தரும்.

98. அற்பகுணம் சிறிதும் சாரா இனிய சொற்கள் இப்பிறவியில் மட்டுமன்றி மறுபிறவியிலும் இன்பம் தரும்.

99. இன்சொல் இனிமை பயப்பது கண்டும் ஒருவன் கடும் சொல் வழங்குவது ஏனோ?

100. இனிய சொல் பல இருக்கக் கடும் சொல் கூறல் கனிந்த பழம் கைமேலிருக்க கனியாக் காய் பறித்து உண்பது போல் ஆகும்.

Gratitude

101

The bounty of Heaven and Earth are scant repayment
for help rendered though no help was received.

102

A kindness done in the hour of need may itself be small,
but in worth it exceeds the whole world.

103

When help is given by weighing the recipient's need
and not the donor's reward, its goodness is greater than the sea.

104

While aid may outwardly seem as puny as a mustard seed,
those who know will deem it as imposing as a towering palm.

105

Help rendered another cannot be measured by the extent of
assistance given. Its real measure is the recipient's worthiness.

106

Never forget fellowship with pure souls,
nor forsake friendship with those who aided you in adversity.

107

For seven lives in seven bodies the grateful will remember
friends who relieved their anguish and affliction.

108

It is improper to ever forget a kindness,
but good to forget at once an injury received.

109

The deadliest injury is effaced the moment
the mind recalls a single kindness received from the injurer.

110

Having killed every kind of goodness, one may yet be saved,
but there is no redemption for those who let gratitude die.

செய்ந்நன்றி அறிதல்

101. செய்யாமல் செய்த உதவிக்கு வைகயகமும்
     வானகமும் ஆற்றல் அரிது.

102. காலத்தி னாற்செய்த நன்றி சிறிதெனினும்
     ஞாலத்தின் மாணப் பெரிது.

103. பயந்தூக்கார் செய்த உதவி நயந்தூக்கின்
     நன்மை கடலின் பெரிது.

104. தினைத்துணை நன்றி செயினும் பனைத்துணையாக்
     கொள்வார் பயன்தெரி வார்.

105. உதவி வரைத்தன்று உதவி உதவி
     செயப்பட்டார் சால்பின் வரைத்து.

106. மறவற்க மாசற்றார் கேண்மை துறவற்க
     துன்பத்துள் துப்பாயார் நட்பு.

107. எழுமை எழுபிறப்பும் உள்ளுவர் தங்கண்
     விழுமந் துடைத்தவர் நட்பு.

108. நன்றி மறப்பது நன்றன்று நன்றல்லது
     அன்றே மறப்பது நன்று.

109. கொன்றன்ன இன்னா செயினும் அவர்செய்த
     ஒன்றுநன்று உள்ளக் கெடும்.

110. எந்நன்றி கொன்றார்க்கும் உய்வுண்டாம் உய்வில்லை
     செய்ந்நன்றி கொன்ற மகற்கு.

செய்ங்நன்றி அறிதல்

101. கைம்மாறு கருதாமல் செய்யும் உதவிக்கு விண்ணுலகும்
     மண்ணுலகும் அளித்தாலும் அதற்குச் சிறிதும் ஈடாகா.

102. உரிய தருணத்தில் செய்யப்படும் நன்றி சிறிதெனினம் அஃது
     எல்லா உலகினும் மேலானதாக மதிக்கப்படும்.

103. பயன் கருதாமல், பெறுபவரின் தேவையைப் பொறுத்துச் செய்யும்
     உதவியின் நன்மை கடலினும் பெரியதாகும்.

104. திணையளவு சிறிய உதவி ஒருவர் செய்யினும் அறிவறிந்த
     மக்கள் அதனை உயர்ந்த பனையளவு பெரிதாகக் கருதுவர்.

105. ஒருவர் செய்த உதவி அதன் அளவைப் பொறுத்ததன்று,
     அவ்வுதவி பெற்றவரின் பண்பின் அளவினதாகும்.

106. களங்கமில்லார் நட்பு மறவாதே. துன்பமுழற்ற போது உறுதுணையாய்
     நின்றாரின் நட்பைக் கைவிடாதே.

107. நன்றி உணர்வுடையார் தமக்குற்ற துன்பமும் துயரும் நீக்கியாரை
     ஏழு பிறப்பிலும் ஏழு உடலில் நினைவு கொள்வர்.

108. செய்ங்நன்றி மறப்பது முறையன்று. ஆனால் மற்றவர் செய்த
     தீமையை அக்கணமே மறத்தல் நன்று.

109. ஒருவன் கொலை அளவு பெருங்குற்றம் செய்யினும் அவன் முன்பு
     செய்த நன்மை ஒன்றை நினைக்க அக்குற்றமும் மறையும்.

110. ஒருவன் எவ்வகை நன்றியை மறந்தாலும் மீட்சி கிட்டும். ஆனால்
     செய்ங்நன்றி மறந்தவனுக்கு உய்வேயில்லை.

Impartiality

111

Justice may be called good when it acts impartially
toward enemies, strangers and friends.

112

The wealth of those who possess justice will not perish;
rather it will be their posterity's soothing security.

113

However prosperous it may seem, all wealth gained
by loss of rightness must be relinquished that very day.

114

In their offspring one may doubtlessly discern
who are the just and who are the unjust.

115

Adversity and prosperity never cease to exist. The adornment
of great men's minds is to remain unswervingly just under both.

116

When his heart forsakes fairness and his deeds turn depraved,
a man realizes deep within himself, "I am ruined."

117

Though a man is profoundly impoverished,
if he remains just, the world will not regard him as poor.

118

To incline to neither side, like a balance scale's level beam,
and thus weigh impartially is the wise one's ornament.

119

Speech uttered without bias is integrity,
if no unspoken bias lurks in the heart.

120

Those businessmen will prosper whose business
protects as their own the interests of others.

நடுவு நிலைமை

111. தகுதி எனவொன்று நன்றே பகுதியால்
     பாற்பட்டு ஒழுகப் பெறின்.

112. செப்பம் உடையவன் ஆக்கஞ் சிதைவின்றி
     எச்சத்திற் கேமாப்பு உடைத்து.

113. நன்றே தரினும் நடுவிகந்தாம் ஆக்கத்தை
     அன்றே யொழிய விடல்.

114. தக்கார் தகவிலர் என்பது அவரவர்
     எச்சத்தாற் காணப்ப படும்.

115. கேடும் பெருக்கமும் இல்லல்ல நெஞ்சத்துக்
     கோடாமை சான்றோர்க் கணி.

116. கெடுவல்யான் என்பது அறிகதன் நெஞ்சம்
     நடுவொரீஇ அல்ல செயின்.

117. கெடுவாக வையாது உலகம் நடுவாக
     நன்றிக்கண் தங்கியான் தாழ்வு.

118. சமன்செய்து சீர்தூக்குங் கோல்போல் அமைந்தொருபால்
     கோடாமை சான்றோர்க் கணி.

119. சொற்கோட்டம் இல்லது செப்பம் ஒருதலையா
     உட்கோட்டம் இன்மை பெறின்.

120. வாணிகம் செய்வார்க்கு வாணிகம் பேணிப்
     பிறவும் தமபோல் செயின்.

நடுவு நிஃலமை

111. பகைவர், அயலார், நண்பர் ஆகியோர் எவர் பக்கமும் சாராமல்
செயற்படும் நடுவு நிலைமை நன்றெனப்படும்.

112. நீதிமான் செல்வம் அழிவதே இல்லை. மேலும் அது அவன்
வழித்தோன்றல்களைப் பாதுகாக்கும் நிதியாகவும் இருக்கும்.

113. எத்துணை நன்மை பயக்க இருப்பினும் நேர்மை தவறிப் பெறும்
செல்வத்தை அன்றே கைவிட்டிடுக.

114. நடுவு நின்று தக்கார் யார், தகாதார் யார் என்பது அவரவர்
பிள்ளைகளால் ஐயமின்றி அறியப்படும்.

115. கேடும் செல்வமும் உலகில் என்றுமே அழிந்து விடுவதே இல்லை.
இவ்விரு நிலைகளிலும் நேர்மை வழுவாமையே நடுநிற்கும் பெரியார்
அணிகலனாகும்.

116. உள்ளம் ஓரம் சார்ந்து செயல்களும் சீர்கெடுமாயின்
"யான் அழிவது உறுதி" என எவரும் உணர்ந்து கொள்வாராக.

117. ஒருவன் வறுமையில் ஆழ்ந்திருந்தாலும் நடுநிலை வழுவாது
இருப்பின் அவனை வறியவன் என்று உலகம் கணிக்காது.

118. துலாக்கோல் போல் எப்பக்கமும் ஓரம் சாராது சம நிலையில்
நிற்றல் அறிவுடையோர்க்கு ஆபரணமாகும்.

119. நடுவு நிலைமை மனத்தில் கோணாதிருப்பின்
ஓரம் சாராமல் செல்லும் ஆற்றலும் திறம்பட அமையும்.

120. பிறர் நலத்தையும் தம் நலம் போல் பேணும் வணிகர்
தொழில் மேலும் செழித்தோங்கும்.

Possession of Self-Control

121
Self-control will place one among the Gods,
while lack of it will lead to deepest darkness.

122
Guard your self-control as a precious treasure,
for there is no greater wealth in life than this.

123
Comprehending and acquiring self-control
confers upon one the esteem of wise men.

124
More imposing than a mountain is the greatness of a man who,
steadfast in domestic life, has mastered self-control.

125
Humility is a precious quality in all people,
but it has a rare richness in the rich.

126
Like a tortoise withdrawing five limbs into its shell, those who
restrain the five senses in one life will find safe shelter for seven.

127
Whatever you may fail to guard, guard well your tongue,
for flawed speech unfailingly invokes anguish and affliction.

128
The goodness of all one's virtues can be lost
by speaking even a single word of injury.

129
The wound caused by fire heals in its time;
the burn inflicted by an inflamed tongue never heals.

130
Virtue will wait in the streets to meet a man
possessed of learning and self-discipline, his anger subdued.

அடக்கம் உடைமை

121. அடக்கம் அமரருள் உய்க்கும் அடங்காமை
ஆரிருள் உய்த்து விடும்.

122. காக்க பொருளா அடக்கத்தை ஆக்கம்
அதனினூஉங் கில்லை உயிர்க்கு.

123. செறிவறிந்து சீர்மை பயக்கும் அறிவறிந்து
ஆற்றின் அடங்கப் பெறின்.

124. நிலையின் திரியாது அடங்கியான் தோற்றம்
மலையினும் மாணப் பெரிது.

125. எல்லார்க்கும் நன்றாம் பணிதல் அவருள்ளும்
செல்வர்க்கே செல்வம் தகைத்து.

126. ஒருமையுள் ஆமைபோல் ஐந்தடக்கல் ஆற்றின்
எழுமையும் ஏமாப் புடைத்து.

127. யாகாவா ராயினும் நாகாக்க காவாக்கால்
சோகாப்பர் சொல்லிழுக்குப் பட்டு.

128. ஒன்றானுந் தீச்சொல் பொருட்பயன் உண்டாயின்
நன்றாகா தாகி விடும்.

129. தீயினாற் சுட்டபுண் உள்ளாறும் ஆறாதே
நாவினாற் சுட்ட வடு.

130. கதங்காத்துக் கற்றடங்கல் ஆற்றுவான் செவ்வி
அறம்பார்க்கும் ஆற்றின் நுழைந்து.

அடக்கம் உடைமை

121. தன்னடக்கம் ஒருவனைத் தேவருள் ஒருவனாக உயர்த்திவிடும்,
அடக்கமின்மை அவனைக் கடும் தீய இருளில் தள்ளிவிடும்.

122. தன்னடக்கத்திலும் சிறந்த செல்வம் வேறில்லை என்பதால்
அதனைப் பெறுதற்கரிய பேறாகக் கருதிக் காக்கவேண்டும்.

123. தன்னடக்கம் அறிந்து அவ்வழி செயலாற்றுவான்
பேரறிஞரால்கண்ணியவானாய்க் கொள்ளப்பட்டுச் சிறப்படைவான்.

124. இல்லற நிலையிற் தன்னடக்கம் பெயராதவன் மாட்சி
மலையினும் மிகப் பெரியது.

125. பணிவுடைமை எல்லோர்க்கும் விலைமதிப்பற்ற குணமாகும். எனினும்
செல்வந்தர்களுக்கு அரியதொரு பெரும் பேறாகும்.

126. ஒரு பிறப்பில் ஆமைபோல் ஐம்புலன் அடக்கி வாழ்வரேல்
எழு பிறப்பிலும் பாதுகாப்பாய் அமையும்.

127. எவரும் பேசுங்கால் நாவைக் காத்து அடக்கிக் கொள்க
தவறின் தகாத சொற்கள் துயருந் துன்பமும் தரும்.

128. பேசும் வழக்கில் ஒரு சொல் தீயதாகி விட்டாலும் நல்லன
யாவும் அல்லனவாகி விடும்.

129. தீயினாற் சுட்டபுண் சில நாளில் ஆறி விடும். ஆயினும்
சுடுசொல்லால் விளையும் வடு என்றுமே ஆறாது.

130. கற்பன கற்று வெகுளியை அடக்கி ஆளுபவன் விண்ணுலகம் வரும்
வழியில் வரவேற்க அறக்கடவுள் காத்திருக்கும்.

Possession of Virtuous Conduct

131
Virtuous conduct leads a man to eminent greatness.
Therefore, it should be guarded as more precious than life itself.

132
In your striving, be mindful to preserve good conduct.
In your deliberations, discover it is your staunchest ally.

133
Morality is the birthright of high families,
while immoral conduct's legacy is lowly birth.

134
If a priest forgets the *Vedas*, he can relearn them.
But if he falls from virtue, his high birth is forever lost.

135
Prosperity is not for the envious,
nor is greatness for men of impure conduct.

136
The firm-minded never slacken in upholding virtuous conduct,
for they know the miseries brought on by such neglect.

137
By honest conduct one achieves honorable eminence,
while corrupt conduct brings one nothing but blame.

138
Good conduct is the seed in virtue's field;
wicked conduct's harvest is never-ending sorrow.

139
Men who conduct themselves virtuously
are incapable of voicing harmful words, even forgetfully.

140
Those who cannot live in harmony with the world,
though they have learned many things, are still ignorant.

ஒழுக்கம் உடைமை

131. ஒழுக்கம் விழுப்பந் தரலான் ஒழுக்கம்
     உயிரினும் ஓம்பப் படும்.

132. பரிந்தோம்பிக் காக்க ஒழுக்கம் தெரிந்தோம்பித்
     தேரினும் அஃதே துணை.

133. ஒழுக்கம் உடைமை குடிமை இழுக்கம்
     இழிந்த பிறப்பாய் விடும்.

134. மறப்பினும் ஒத்துக் கொளலாகும் பார்ப்பான்
     பிறப்பொழுக்கங் குன்றக் கெடும்.

135. அழுக்கா றுடையான்கண் ஆக்கம்போன்று இல்ல
     ஒழுக்க மிலான்கண் உயர்வு.

136. ஒழுக்கத்தின் ஒல்கார் உரவோர் இழுக்கத்தின்
     ஏதம் படுபாக் கறிந்து.

137. ஒழுக்கத்தின் எய்துவர் மேன்மை இழுக்கத்தின்
     எய்துவர் எய்தாப் பழி.

138. நன்றிக்கு வித்தாகும் நல்லொழுக்கம் தீயொழுக்கம்
     என்றும் இடும்பை தரும்.

139. ஒழுக்க முடையவர்க்கு ஒல்லாவே தீய
     வழுக்கியும் வாயாற் சொலல்.

140. உலகத்தோடு ஒட்ட ஒழுகல் பலகற்றும்
     கல்லார் அறிவிலா தார்.

ஒழுக்கம் உடைமை

131. நல்லொழுக்கம் ஒருவனைப் புகழ் விளங்கும் உயர்நிலைக்கு இட்டுச் செல்லும். ஆதலால் அதை உயிரினும் பெரிதாக மதித்துப் பேணல் வேண்டும்.

132. வாழ்க்கையின் இக்கட்டுக்களின் போது வருந்தியும் நல்லொழுக்கம் பேணுக. அதன் பலாபலனை ஆராயும் போது ஒழுக்கமே உற்ற துணை என்று உணர்க.

133. நல்லொழுக்கம் உயர் குடியினரின் பிறப்புரிமையாகும். தீயொழுக்கம் தரும் விளைவு இழி பிறப்பாகும்.

134. அந்தணன் ஒருவன் வேதம் மறப்பினும் மீண்டும் கற்றுக் கொள்ள முடியும். ஆனால் குல ஒழுக்கம் வழுவினால், உயர்க்குலச் சிறப்பு அழிந்துவிடும்.

135. அழுக்காறுடையானிடம் செல்வச் செழிப்பு இராது. அவ்வாறே ஒழுக்கம் இல்லானிடம் வாழ்வில் உயர்வு இல்லை.

136. மனவுறுதியுடையோர் நல்லொழுக்கத்தினின்று என்றும் தளரார். ஏனெனில் அதிலிருந்து தவறுதலால் ஏற்படும் கெடுதிகளை அவர் அறிவர்.

137. ஒழுக்கத்தினால் ஒருவர் கௌரவமான உயர்நிலை எய்துவர், ஆனால் களங்க ஒழுக்கம் பழியன்றிப் பயன் வேறேதும் தராது.

138. நல்லொழுக்கம் அறமென்னும் வயலின் விதையாகும் தீயொழுக்கத்தின் விளைவு என்றும் தீராத துயரமாகும்.

139. தீய சொற்களை மறந்தும் வாயாற் பேசுதல் அறவழி ஒழுகுவோருக்கு இயலாத செயலாகும்.

140. உலகத்தோடு இணக்கமாக வாழத் தெரியாதார் பற்பல கற்றுள்ளாரேனும் அறியாமையின் பாற்பட்டவரேயாவர்.

Not Coveting Another's Wife

141
Those who know virtue's laws and marital rights
never indulge in the folly of desiring another man's wife.

142
Among those who stand outside virtue, there is no greater fool
than he who stands with a lustful heart outside another's gate.

143
No different from the dead are those who
wickedly desire the wife of a friend.

144
Though a man's measure be mountainous, what good is it
if, without the minutest concern, he takes another's wife?

145
A man who seduces another man's wife, knowing she is easy,
suffers a shame that neither dies nor diminishes.

146
Hatred, sin, fear and disgrace—these four
never forsake the man who commits adultery.

147
He is decreed a worthy householder who holds
no desire for the womanly charms of another's wife.

148
The chivalry that does not look upon another's wife
is not mere virtue—it is saintly conduct.

149
In a world encircled by the awesome sea, to whom do good things
belong? To men never impassioned to caress a married woman.

150
Though a man deserts virtue and indulges in vice, he keeps
some decency by not wanting another's wife's womanliness.

பிறன் இல் விழையாமை

141. பிறன்பொருளாள் பெட்டொழுகும் பேதைமை ஞாலத்து
அறம்பொருள் கண்டார்கண் இல்.

142. அறன்கடை நின்றாருள் எல்லாம் பிறன்கடை
நின்றாரின் பேதையார் இல்.

143. விளித்தாரின் வேறல்லர் மன்ற தெளிந்தாரில்
தீமை புரிந்து ஒழுகு வார்.

144. எனைத்துணையர் ஆயினும் என்னாம் திணைத்துணையும்
தேரான் பிறனில் புகல்.

145. எளிதென இல்லிறப்பான் எய்துமெஞ் ஞான்றும்
விளியாது நிற்கும் பழி.

146. பகைபாவம் அச்சம் பழியென நான்கும்
இகவாவாம் இல்லிறப்பான் கண்.

147. அறனியலான் இல்வாழ்வான் என்பான் பிறனியலாள்
பெண்மை நயவா தவன்.

148. பிறன்மனை நோக்காத பேராண்மை சான்றோர்க்கு
அறனொன்றோ ஆன்ற வொழுக்கு.

149. நலக்குரியார் யாரெனின் நாமநீர் வைப்பின்
பிறற்குரியாள் தோள்தோயா தார்.

150. அறன்வரையான் அல்ல செயினும் பிறன்வரையாள்
பெண்மை நயவாமை நன்று.

பிறன் மனைவியை விரும்பாமை

141. அறநெறி முறைமையையும் மணவாழ்வின் உரிமைகளையும் அறிந்தவர்கள் பிறன் மனையாளை விரும்பும் பேதைமைக்கு ஆளாகார்.

142. தர்ம வழியினின்றும் தவறி வாழ்வாருள் பிறன்மனை வாயில் முன் காம வேட்கையோடு காத்து நிற்பவனிலும் முழு மூடன் வேறில்லை.

143. நண்பனின் மனைவியை விரும்பும் தீச்செயல் செய்பவன் உயிருடன் இருப்பினும் உயிர் நீத்தவன் போல் ஆவான்.

144. திணையளவும் ஆராயாது பிறன் மனையாளை நாடும் தவறு செய்பவன் மற்று எத்துணை பெருமை வாய்த்தவனாயினும் பயனென்ன?

145. பிறன் மனையாளை இலகுவில் அணையும் தீச்செயலுக்குள்ளாகுவான் என்றும் அழிந்து விடாத அவமானத்துக்கு ஆளாவான்.

146. பகை, பாவம், அச்சம், பழி என்பன நான்கும் விபசாரம் செய்வானைத் தப்ப விடாமல் தொடரும்.

147. அயலான் மனையாளின் பெண்மையை நாடாதவன் தகுந்த இல்வாழ்வான் எனக் கொள்ளப்படுவான்.

148. பிறன் மனையாளை நாடாப் பேராண்மை அறம் மட்டுமன்று அது தலைசிறந்த ஒழுக்கமுமாகும்.

149. பிறன் மனையாளை அணைக்க விரும்பும் எண்ணம் கொள்ளாதவனே பெருங்கடல் சூழ் உலகில் உயர்சிறப்புக்கு உரியனாவான்.

150. ஒருவன் அறத்தை மறந்து அதர்மமே செய்பவனாயினும் பிறன் மனையாளின் பெண்மையை விரும்பாமை நன்று.

Possession of Forbearance

151

Just as the Earth bears those who dig into her,
it is best to bear with those who despise us.

152

It is always good to endure injuries done to you,
but to forget them is even better.

153

It is impoverished poverty to be inhospitable to guests.
It is stalwart strength to be patient with fools.

154

Desiring that greatness should never cease,
let one's conduct foster forbearance.

155

Worthless are those who injure others vengefully,
while those who stoically endure are like stored gold.

156

The joy of the vengeful lasts only for a day,
but the glory of the forbearing lasts until the end of time.

157

Though unjustly aggrieved, it is best to suffer the suffering
and refrain from unrighteous retaliation.

158

Let a man conquer by forbearance
those who in their arrogance have wronged him.

159

Those who patiently endure rude remarks
possess the rare purity of an ascetic.

160

Great are those who suffer fasting's hardships; yet they
are surpassed by those who suffer hard words.

பொறை உடைமை

151. அகழ்வாரைத் தாங்கும் நிலம்போலத் தம்மை
இகழ்வாரைப் பொறுத்தல் தலை.

152. பொறுத்தல் இறப்பினே என்றும் அதனை
மறத்தல் அதனினும் நன்று.

153. இன்மையுள் இன்மை விருந்தொரால் வன்மையுள்
வன்மை மடவார்ப் பொறை.

154. நிறையுடைமை நீங்காமை வேண்டின் பொறையுடைமை
போற்றி யொழுகப் படும்.

155. ஒறுத்தாரை ஒன்றாக வையாரே வைப்பர்
பொறுத்தாரைப் பொன்போற் பொதிந்து.

156. ஒறுத்தார்க்கு ஒருநாளை இன்பம் பொறுத்தார்க்குப்
பொன்றுங் துணையும் புகழ்.

157. திறனல்ல தற்பிறர் செய்யினும் நோநொந்து
அறனல்ல செய்யாமை நன்று.

158. மிகுதியான் மிக்கவை செய்தாரைத் தாந்தம்
தகுதியான் வென்று விடல்.

159. துறந்தாரின் தூய்மை உடையர் இறந்தார்வாய்
இன்னாச்சொல் நோற்கிற் பவர்.

160. உண்ணாது நோற்பார் பெரியர் பிறர்சொல்லும்
இன்னாச்சொல் நோற்பாரின் பின்.

பொறுமை கொள்ளல்

151. பூமி அதனைக் கொத்தித் தோண்டுவதையும் தாங்குவது போல்
     தம்மை ஏளனம் செய்வோரைப் பொறுத்தல் மிக நன்று.

152. தமக்குத் தீமை செய்வதைப் பொறுத்துக் கொள்வது என்றுமே
     நல்லது. அத்தீச்செயலை மறந்து விடுவது அதனிலும் நன்று.

153. விருந்தினரை உபசரியாது திருப்பிவிடுதல் வறுமையிலும்
     வறுமையாகும். பிழை செய்தோர் மடைமையைப் பொறுப்பது
     வலிமையில் மிக வலிமையாகும்.

154. தம் பெருமை என்றுமே மங்காதிருக்க வேண்டுவதை விரும்புவோர்
     பொறுமையைப் போற்றி ஒழுகுதல் வேண்டும்.

155. பிறருக்குத் தீங்கு செய்பவர் மதிப்பற்றவர். ஆனால் தமக்குத் தீங்கு
     செய்தவரைப் பொறுப்பவர் பொன்போல் மதிக்கத்தக்கவர்.

156. பழிவாங்குபவன் இன்பம் ஒருநாள் மட்டுமே நிற்கும்.
     பொறுமையுள்ளோன் புகழ் கால முடிவு வரையும் நிலைக்கும்.

157. நியாயமின்றி ஒருவன் தனக்குத் துன்பம் விளைத்தாலும் அதனைப்
     பொறுத்துக் கொண்டு அநீதியாகப் பழிவாங்குதலைத் தவிர்க்க
     வேண்டும்.

158. தற்பெருமையால் தனக்குப் பிழைசெய்தாரையும் ஒருவன் தன்
     பொறுமையினால் வெற்றி கொள்ள வேண்டும்.

159. தற்பெருமையால் பிழை செய்தவரைப் பொறுப்பவர் ஞானிகளின்
     பால் காணும் அரும் மனத்தூய்மை உடையவர்.

160. விரதம் அனுட்டிப்பதனால் வரும் துன்பங்களைத் தாங்குபவர்கள்
     பெரியோர்களே. ஆயினும் அவர்கள் பிறர் கடுஞ் சொல்லால் வரும்
     துன்பத்தைப் பொறுப்பவர்களுக்குப் பிற்பட்டவர்களே.

Avoidance of Envy

161
The unenvious heart is to be valued
no less than virtuous conduct itself.

162
Among the many precious things a man may acquire,
none surpasses a nature free from envy toward all.

163
They say he who is jealous instead of joyous of another's wealth
clearly desires no wealth or virtue of his own.

164
Envy will never cause one to commit wrongful deeds
who rightly fathoms the disgrace that follows.

165
A man's own envy is foe enough to forge his ruin,
even if he has no other enemies.

166
Whoever begrudges another's bounty will watch
his kindred die in poverty, naked and starving.

167
Goddess Fortune, intolerant of those who cannot tolerate others'
success, introduces them to her sister, Misfortune, and goes away.

168
The wicked one called Envy consumes this world's wealth,
then consigns sinners to those worlds of hellish fire.

169
It is worth pondering why good men may be poor
while the envious in heart can prosper.

170
There are no envious men who have risen to prosperity.
There are no men free from envy who have fallen from it.

அழுக்காறாமை

161. ஒழுக்காறாக் கொள்க ஒருவன்தன் நெஞ்சத்து
     அழுக்காறு இலாத இயல்பு.

162. விழுப்பேற்றின் அஃதொப்பது இல்லையார் மாட்டும்
     அழுக்காற்றின் அன்மை பெறின்.

163. அறன்ஆக்கம் வேண்டாதான் என்பான் பிறனாக்கம்
     பேணாது அழுக்கறுப் பான்.

164. அழுக்காற்றின் அல்லவை செய்யார் இழுக்காற்றின்
     ஏதம் படுபாக்கு அறிந்து.

165. அழுக்காறு உடையார்க்கு அதுசாலும் ஒன்றார்
     வழுக்கியும் கேடீன் பது.

166. கொடுப்பது அழுக்கறுப்பான் சுற்றம் உடுப்பதூஉம்
     உண்பதூஉம் இன்றிக் கெடும்.

167. அவ்வித்து அழுக்காறு உடையானைச் செய்யவள்
     தவ்வையைக் காட்டி விடும்.

168. அழுக்காறு எனஒரு பாவி திருச்செற்றுத்
     தீயுழி உய்த்து விடும்.

169. அவ்விய நெஞ்சத்தான் ஆக்கமும் செவ்வியான்
     கேடும் நினைக்கப் படும்.

170. அழுக்கற்று அகன்றாரும் இல்லை அஃது இல்லார்
     பெருக்கத்தில் தீர்ந்தாரும் இல்.

பொறாமை விலக்குதல்

161. பிறன் நல்வாழ்வு கண்டு பொறாமை கொள்ளாப் பண்பு
அறவொழுக்கத்திலும் குறைந்ததன்று என மதிக்கப்படல்
வேண்டும்.

162. மக்கள் திரட்டும் பெறும் பேறுகள் யாவற்றிலும்
யார்மாட்டும் அழுக்காறில்லாத பண்பே தலை சிறந்தது.

163. மற்றவர் செல்வச் செழிப்பைக் கண்டு களிப்புதற்குப் பதில்
பொறாமைப் படுபவன், தான் செல்வனாயும் அறவோனாயும் வாழ
விரும்பாதவன் எனப்படுவான்.

164. பொறாமையினால் வரும் அவமானத்தைச் சரிவர அறிந்தால்
தீச்செயல் செய்வதற்கு ஒருபோதும் பொறாமை எதுவாகாது.

165. ஒருவனின் பொறாமையே அவன் அழிவை உருவாக்கப்
போதுமானது வேறு பகைவர் தேவையில்லை.

166. ஒருவன் பிறருக்குக் கொடுப்பதைக் கண்டு பொறாமை
கொள்பவனின் சுற்றம் உண்ணவும் உடுக்கவும் வழியின்றிக்
கெட்டழியும்.

167. பிறர் செல்வச் செழிப்பைப் பொறுக்க இயலாதவர்களைக் காணும்
சீதேவி அன்னாரைத் தனது மூத்தவளான மூதேவிக்குக் காட்டி
நீங்கி விடும்.

168. பொறாமை என்னும் பாவி இவ்வுலகச் செல்வத்தை அழித்து
மனிதரை நரகத் தீக்குழிக்கு அனுப்பி விடும்.

169. நல்ல மனிதர் வறியவராயும் பொறாமை கொண்டோர் செல்வராயும்
இவ்வுலகில் இருப்பதற்கான காரணம் ஆராயத் தகும்.

170. அழுக்காறுடையார் பெருமையில் உயர்ந்ததுமில்லை. பொறாமை
இல்லாதோர் எவரும் வாழ்வில் தாழ்ந்ததுமில்லை.

Avoidance of Covetousness

171

In the very attempt to wrongly gain another's wealth,
a man forfeits his family's future and his own faultlessness.

172

Those who deem injustice shameful never commit
guilt-yielding deeds driven by money-yielding desires.

173

Those who seek immortal bliss will not succumb
to immoral deeds that follow desire for fleeting delights.

174

With senses conquered and sight unclouded by depravity,
one will not wish for others' wealth, even in destitution.

175

What avails a man's subtle and comprehensive learning,
if, crazed by covetousness, he treats others insensibly?

176

Desiring grace and doing his duty, a man who desires wealth
but acquires it wrongly is destroyed nevertheless.

177

Do not seek the fortune that greed gathers,
for its fruit is bitter on the day of enjoyment.

178

To protect one's own prosperity from decline,
one must not crave the property held by others.

179

Just as wise men know the goodness of noncoveting,
so Fortune Herself knows their goodness and draws near.

180

There is a thoughtless desire for others' things that is destructive.
There is a mindful pride that, in refusing to covet, is triumphant.

வெஃகாமை

171. நடுவின்றி நன்பொருள் வெஃகின் குடிபொன்றிக்
     குற்றமும் ஆங்கே தரும்.

172. படுபயன் வெஃகிப் பழிப்படுவ செய்யார்
     நடுவன்மை நாணு பவர்.

173. சிற்றின்பம் வெஃகி அறனல்ல செய்யாரே
     மற்றின்பம் வேண்டு பவர்.

174. இலமென்று வெஃகுதல் செய்யார் புலம்வென்ற
     புன்மையில் காட்சி யவர்.

175. அஃகி அகன்ற அறிவென்னாம் யார்மாட்டும்
     வெஃகி வெறிய செயின்.

176. அருள்வெஃகி ஆற்றின்கண் நின்றான் பொருள்வெஃகிப்
     பொல்லாத சூழக் கெடும்.

177. வேண்டற்க வெஃகியான் ஆக்கம் விளையின்
     மாண்டற் கரிதாம் பயன்.

178. அஃகாமை செல்வத்திற்கு யாதெனின் வெஃகாமை
     வேண்டும் பிறன்கைப் பொருள்.

179. அறனறிந்து வெஃகா அறிவுடையார்ச் சேரும்
     திறன்அறிந் தாங்கே திரு.

180. இறலீனும் எண்ணாது வெஃகின் விறல்ஈனும்
     வேண்டாமை என்னுஞ் செருக்கு.

பேராசை விலக்குதல்

171. பிறன்பொருளைத் தீயவழியில் பெற இச்சிப்பவன் தன்குடும்ப நன்மைகளை இழப்பதோடு குற்றம் இழைத்தவனுமாவான்.

172. நடுவுநிலைமை தவறலை வெட்கத்துக்குரியதாகக் கருதுவோர் பண ஆசை தரும் தீச்செயல்களைச் செய்யார்.

173. பேரின்பம் பெறவிரும்புவோர் நிலைபெறா இன்பம் விரும்பி அதனால் விளையும் அதர்மச் செயல்களைச் செய்யார்.

174. ஐம்புல ஆசைகளை வென்று மாசில்லா அறிவுடையவர் வறுமையிலும் பிறர் பொருளை விரும்பார்.

175. நுணுக்கமாகப் படித்துப் பரந்த அறிவு பெற்றவரும் பிறர் பொருளைப் பேராசைப்பட்டுக் கவர்ந்தால் அவ்வறிவாற் பயனென்ன?

176. அருள் பெற விரும்பி நல்வழியில் ஒழுகுகின்றவன் பிறர்பொருளுக்கு ஆசைப்பட்டால் ஐயமின்றி அழிந்து படுவான்.

177. பேராசையினால் பிறர்பொருளைக் கவர எண்ணற்க. ஏனெனில் கவர்ந்தபொருளை அனுபவிக்குங்கால் உண்டாகும் விளைவு துன்பந் தரும்.

178. தன் கைப்பொருளை அழிந்துவிடாமல் காப்பாற்றுவதாயின் பிறர் பொருளில் ஆசைப்படா திருத்தல் வேண்டும்.

179. பிறர் பொருளை விரும்புதல் அழிவு தரும் என்று அறிந்த அவாவில்லாதாரை அவர் தரமறிந்து திருமகளும் தானே அவரை அணுகுவாள்.

180. பலாபலனைச் சிந்திக்காமல் பிறர்பொருளை விரும்புதல் அழிவு தரும். அன்றி அதனை விரும்பாது விடல் வெற்றி ஈனும்.

Avoidance of Backbiting

181
Silent about virtue and swift to act wrongly,
one who does not slander others may still be called good.

182
More vile than violating virtue and committing crime
is slandering a man, then smiling to his face.

183
Virtue declares that dying, not living, will bring
better rewards to deceiving backbiters.

184
Though you speak unkind words to a man's face,
do not talk behind his back heedless of consequent harm.

185
Though his every word is full of kindly virtue,
a man's mean backbiting will betray an empty heart.

186
If a man spreads tales of others' faults,
his own worst faults will be exposed and spread.

187
Not knowing the companionable art of cheerful conversation,
men estrange even friends by divisive discourse.

188
If men are disposed to spread the faults of friends,
what deadly harm might they do to strangers?

189
Only because she weighs duty well does Earth bear the weight
of those who wait for a man's departure to defame him.

190
If men perceived their own faults as they do the faults of others,
could misfortune ever come to them?

புறம் கூறாமை

181. அறங்கூறான் அல்ல செயினும் ஒருவன்
     புறங்கூறான் என்றல் இனிது.

182. அறனழீஇ அல்லவை செய்தலின் தீதே
     புறனழீஇப் பொய்த்து நகை.

183. புறங்கூறிப் பொய்த்துயிர் வாழ்தலின் சாதல்
     அறங்கூறும் ஆக்கம் தரும்.

184. கண்ணின்று கண்ணறச் சொல்லினும் சொல்லற்க
     முன்னின்று பின்னோக்காச் சொல்.

185. அறஞ்சொல்லும் நெஞ்சத்தான் அன்மை புறஞ்சொல்லும்
     புன்மையாற் காணப் படும்.

186. பிறன்பழி கூறுவான் தன்பழி யுள்ளும்
     திறன்தெரிந்து கூறப் படும்.

187. பகச்சொல்லிக் கேளிர்ப் பிரிப்பர் நகச்சொல்லி
     நட்பாடல் தேற்றா தவர்.

188. துன்னியார் குற்றமும் தூற்றும் மரபினார்
     என்னைகொல் ஏதிலார் மாட்டு.

189. அறன்நோக்கி ஆற்றுங்கொல் வையம் புறன்நோக்கிப்
     புன்சொல் உரைப்பான் பொறை.

190. ஏதிலார் குற்றம்போல் தங்குற்றங் காண்கிற்பின்
     தீதுண்டோ மன்னும் உயிர்க்கு.

புறம் கூறாமை

181. ஒருவன் அறச் செயல்கள் செய்யாது தீச்செயல்களைச்
செய்பவனாயினும் புறங்கூறாது விடின் அவனை இன்னும் நல்லவன்
எனலாம்.

182. அறநெறியை மீறித் தீச் செயல் புரிவதைவிட பழிச் சொல் கூறிப்
பின் நேர்முகங் காணும் போது புன்னகை புரிதல் இழிவானதாகும்.

183. புறங்கூறிப் பாசாங்கு செய்து பிறரை இகழ்வோர் வாழ்தலினும்
இறத்தலே பயன் தரும் என அறநூல் கூறும்.

184. ஒருவன் முன் நின்று குறை கூறினும் அவன் பின் நின்று
பின்விளைவு கருதாது பழி சொல்வதைத் தவிர்த்து விடுக.

185. ஒருவனுடைய ஒவ்வொரு சொல்லும் இனியதாய்
அறநெறிப்பட்டதாயினும் அற்பமான புறங்கூற்று அவனுடைய
இழிவான உள்ளத்தைக் காட்டிவிடும்.

186. மற்றையோரின் குறைகூறி வதந்தி பரப்புவானின்
கேவலச் செயல் வெளிப்பட்டு எங்கும் பரவும்.

187. உல்லாசமாக உரையாடி நட்பு வளர்க்கும் கலை தெரியாதவர்கள்
பிளவு படுத்தும் நச்சுக்கதை சொல்லி நண்பர்களையும் பகைத்து
விடுவர்.

188. நண்பர் குறைகளையே எங்கணும் பரப்பும் மனப்பான்மையினர்
மற்றையோர்க்கு எத்துணை துன்பம் விளைவிப்பர்.

189. ஒருவன் சென்ற பின் பழி சொல்பவனின் பாரம் தாங்கும் பூமாதேவி
அதனைப் பொறுத்தலும் அறநெறி எனக் கொள்கிறாள் போலும்.

190. பிறர் குற்றங் காண்பது போல் தம் குற்றம் உணருவாராயின்
மனிதர்க்கு யாது தீமையும் விளையுமோ?

Avoidance of Pointless Speech

191

Everyone is disgusted by a man
who offends one and all with meaningless chatter.

192

Uttering useless words to crowds is worse
than committing unkindnesses toward companions.

193

A long and pointless discourse itself declares
to all the speaker's lack of worth.

194

Worthless words are doubly unprofitable: the listeners'
enjoyment is lost, and the speaker's own virtues vanish.

195

Prestige and popularity flee the best of men
the moment they speak inane and useless words.

196

Do not call him a man who enjoys displaying
his own empty words. Rather, call him the chaff of men.

197

Let the wise, if they deem it necessary, speak even unpleasant
words, but it is good if they always refrain from pointless speech.

198

Even in search of extraordinary gains, the wise
will never speak trivial or ungainful words.

199

The wise, faultless and free from ignorance,
never utter pointless words, even forgetfully.

200

In your speaking, say only that which is purposeful.
Never utter words that lack purpose.

பயன் இல சொல்லாமை

191. பல்லார் முனியப் பயனில சொல்லுவான்
எல்லாரும் எள்ளப் படும்.

192. பயனில பல்லார்முன் சொல்லல் நயனில
நட்டார்கண் செய்தலின் தீது.

193. நயனிலன் என்பது சொல்லும் பயனில
பாரித் துரைக்கும் உரை.

194. நயன்சாரா நன்மையின் நீக்கும் பயன்சாராப்
பண்பில்சொல் பல்லா ரகத்து.

195. சீர்மை சிறப்பொடு நீங்கும் பயனில
நீர்மை யுடையார் சொலின்.

196. பயனில் சொல் பராட்டு வானை மகன்எனல்
மக்கட் பதடி யெனல்.

197. நயனில சொல்லினுஞ் சொல்லுக சான்றோர்
பயனில சொல்லாமை நன்று.

198. அரும்பயன் ஆயும் அறிவினார் சொல்லார்
பெரும்பயன் இல்லாத சொல்.

199. பொருள்தீர்ந்த பொச்சாந்துஞ் சொல்லார் மருள்தீர்ந்த
மாசறு காட்சி யவர்.

200. சொல்லுக சொல்லிற் பயனுடைய சொல்லற்க
சொல்லிற் பயனிலாச் சொல்.

பயன் இல்லாத சொல் தவிர்த்தல்

191. பலரும் கோபிக்கப் பயனற்ற வார்த்தை பேசுவோன்
யாவராலும் இகழப்படுவான்.

192. பலருக்குப் பயனற்றவை சொல்பவன், நண்பருக்குத்
தீமை செய்பவனிலும் கெட்டவனாவான்.

193. ஒருவன் நெடுநேரம் பிதற்றிக் கொண்டிருப்பானாயின், அது அவன்
ஓர் அறிவிலி என்பதைக் காட்டிவிடும்.

194. பயன்தரா சொற்கள் இருவகைக் கேடுள்ளவை கேட்போர் களிப்புக்
கெடும், பேசுவோர் சுய மதிப்பும் மறையும்.

195. தலை சிறந்த மக்களும் பயனில்லாத வீண்வார்த்தைகள் பேசினால்
அன்னார் தன்மானமும் நன்மதிப்பும் நீங்கி விடும்.

196. பொருளில்லாத சொற்களை மீண்டும் மீண்டும் பிதற்றிக்
களிப்பவனை மனிதனெனக் கொள்ளற்க. மனிதருள் பதர் எனக்
கொள்க.

197. அறிவுடையோர் சில தவிர்க்கமுடியாத வேளை கடுஞ் சொல்
சொன்னாலும் எக்காலும் வீண்சொல் பேசுவதைத் தவிர்த்தல் நன்று.

198. பெரும் பயன் நாடும் அறிவுடையோர் பயனற்ற அல்லது கருத்தற்ற
சொல் என்றுமே பேசார்.

199. மயக்கமும் குற்றமும் இல்லாத் தூய அறிவுடையோர் பெரும்பயன்
கருதி வீண்சொற்கள் மறந்துங் கூறார்.

200. சொல்வதெனில் பயனுள்ளவற்றை மட்டுமே கூறுக.
பயனில்லாவற்றைப் பேசாது விடுக.

Dread of Sinful Deeds

201

Wicked men do not fear, but worthy men dread,
the arrogance of sinful deeds.

202

From evil springs forth more evil.
Hence evil is to be feared even more than fire.

203

To commit no wrong, even against one's enemies,
is said to be supreme wisdom.

204

Only the forgetful plot another's ruin; others remember
that virtue itself devises every plotter's downfall.

205

Do not commit wrongful deeds, claiming to be poor.
Such deeds only cause one to be poorer still.

206

Let one who hopes for freedom from afflictions' pain
avoid inflicting harm on others.

207

One can escape from hate-filled enemies,
but his own hateful acts will pursue and destroy him.

208

As a man's shadow follows his footsteps wherever he goes,
even so will destruction pursue those who commit sinful deeds.

209

If a man feels any fond affection for himself,
let him not indulge in immoral deeds, however trifling.

210

If men neither deviate from right nor act wrongly,
they will be defended against destruction.

தீவினை அச்சம்

201. தீவினையார் அஞ்சார் விழுமியார் அஞ்சுவர்
     தீவினை என்னும் செருக்கு.

202. தீயவை தீய பயத்தலால் தீயவை
     தீயினும் அஞ்சப் படும்.

203. அறிவினுள் எல்லாந் தலையென்ப தீய
     செறுவார்க்கும் செய்யா விடல்.

204. மறந்தும் பிறன்கேடு சூழற்க சூழின்
     அறஞ்சூழம் சூழ்ந்தவன் கேடு.

205. இலன் என்று தீயவை செய்யற்க செய்யின்
     இலனாகும் மற்றும் பெயர்த்து.

206. தீப்பால தான்பிறர்கண் செய்யற்க நோய்ப்பால
     தன்னை அடல்வேண்டா தான்.

207. எனப்பகை யுற்றாரும் உய்வர் வினைப்பகை
     வீயாது பின்சென்று அடும்.

208. தீயவை செய்தார் கெடுதல் நிழல்தன்னை
     வீயாது அடிஉறைந் தற்று.

209. தன்னைத்தான் காதலனாயின் எனைத்தொன்றும்
     துன்னற்க தீவினைப் பால்.

210. அருங்கேடன் என்பது அறிக மருங்கோடித்
     தீவினை செய்யான் எனின்.

தீச்செயல்களை அஞ்சி ஒதுக்குதல்

201. ஆணவம் தரும் பாபச் செயல்புரிய அறிவுடைய நல்லோர்
அஞ்சுவர், தீயோர் அதற்கும் அஞ்சார்.

202. தீயனவற்றிலிருந்து மேலும் தீயன விளைகின்றனவாதலின் தீய
செயல்கள் நெருப்பினும் கொடியது என அஞ்சப்படும்.

203. தம் பகைவர்க்கு கேடு செய்யாது
தவிர்த்தல் பரம விவேகமாகும்.

204. தரும நெறியை மறந்தோரே மாற்றானுக்குக் கேடு செய்வர்.
அங்ஙனம் சதி செய்வோருக்கு அறக்கடவுள் கேடு சூழும்.

205. "நாம் வறியர்" என்று சொல்லித் தீயவழியில் பிறர் பொருள் கவரக்
கூடாது. கவர்ந்தால் அச்செயல் அவர்களை மேலும் வறியர்
ஆக்கிவிடும்.

206. தமக்கு இடுக்கண் தரும் துன்பத்தினின்றும் தப்ப விரும்புவோர்,
பிறருக்குத் துன்பம் செய்வதைத் தவிர்த்துக் கொள்ளல் வேண்டும்.

207. வெறுப்பு நிறைந்த பகைவனிடமிருந்து தப்பினும் தப்பலாம். ஆனால்
ஒருவனின் வெறுப்பு நிறைந்த செயல்களே அவனைத் துரத்திச்
சென்று அழித்துவிடும்.

208. ஒருவனின் நிழல் அவன் பாதங்களை விடாது தொடருவது போல,
பாபச் செயல்கள் அவனை விடாது தொடர்ந்து அழிக்கும்.

209. தன் மீதே ஏதும் பற்றுடையவனாயின், எத்துணைச்
சிறியனவாயினும் தீய செயல்களுக்கு அவன் இடமளித்தலாகாது.

210. அறநெறியிலிருந்து வழுவாது, தீயதும் இழைக்காமல் இருந்தால்
மக்கள் அழிவுக்கு ஆளாகார் என்பது உறுதி.

Understanding One's Duty to Give

211
The benevolent expect no return for their dutiful giving.
How can the world ever repay the rain cloud?

212
It is to meet the needs of the deserving
that the worthy work so hard to acquire wealth.

213
Of all duties, none is better than benevolence,
whether in this world or that of the Gods.

214
He who understands the duty of giving truly lives.
All others shall be counted among the dead.

215
The wealth of a community-loving wise man
may be likened to a well-filled village water tank.

216
Riches retained by the big-hearted resemble fruits
ripening on a tree in the heart of a village.

217
In the hands of a generous man,
wealth is like a medicinal tree whose healing gifts help all.

218
Those who know duty deeply never neglect giving,
even in their own unprosperous season.

219
The benevolent man considers himself poor only
when he is unable to render his accustomed duty to humanity.

220
Were it said that loss of wealth is the price of generosity,
such loss would be worth selling one's self to acquire.

ஒப்புரவு அறிதல்

211. கைம்மாறு வேண்டா கடப்பாடு மாரிமாட்டு
     என் ஆற்றுங் கொல்லோ உலகு.

212. தாளாற்றித் தந்த பொருளெல்லாம் தக்கார்க்கு
     வேளாண்மை செய்தற் பொருட்டு.

213. புத்தே ளுலகத்தும் ஈண்டும் பெறலரிதே
     ஒப்புரவின் நல்ல பிற.

214. ஓத்த தறிவான் உயிர்வாழ்வான் மற்றையான்
     செத்தாருள் வைக்கப் படும்.

215. ஊருணி நீர்நிறைந் தற்றே உலகவாம்
     பேரறி வாளன் திரு.

216. பயன்மரம் உள்ளூர்ப் பழுத்தற்றால் செல்வம்
     நயனுடை யான்கண் படின்.

217. மருந்தாகித் தப்பா மரத்தற்றால் செல்வம்
     பெருந்தகை யான்கண் படின்.

218. இடனில் பருவத்தும் ஒப்புரவிற்கு ஒல்கார்
     கடனறி காட்சி யவர்.

219. நயனுடையான் நல்கூர்ந்தா னாதல் செயும்நீர
     செய்யாது அமைகலா வாறு.

220. ஒப்புரவினால்வரும் கேடெனின் அஃதொருவன்
     விற்றுக்கோள் தக்க துடைத்து.

கொடுப்பது கடமை என்று உணர்தல்

211. தரும சிந்தனையுடையோர் கைம்மாறு கருதாது கடமை
உணர்வோடு கொடுப்பர். மழை பொழியும் மேகத்துக்கு இவ்வுலகு
என்றேனும் கைம்மாறு எதைத்தான் கொடுக்கும்?

212. போற்றத்தக்கவர் அரும்பாடுபட்டுப் பொருள் தேடுவது அதைப்
பெறத் தகுதி பெற்றவர்களின் தேவைகளை
நிறைவேற்றுதற்கேயாம்.

213. இவ்வுலகத்திலோ தேவருலகத்திலோ புரியக் கூடிய கடமைகளுள்
யாவற்றுள்ளும் தரும சிந்தையிற் சிறந்தது வேறில்லை.

214. கொடை தன் கடமை என்று அறிந்தவனே உண்மையில் உயிர்
வாழ்வான். ஏனையோர் இறந்தவருடன் எண்ணப்படுவர்.

215. மக்களை நேசிக்கும் பேரறிவாளன் செல்வம் மக்கள் குடிக்கும்
குளத்தில் நிறைந்திருக்கும் நீர் போன்றது.

216. நல்லுள்ளம் படைத்தவரிடம் இருக்குஞ் செல்வம் ஊர் நடுவில்
நிற்கும் பழமரத்தின் பழங்கள் போன்றது.

217. தரும சிந்தனை உடையோன் கையிலுள்ள செல்வம் எல்லோர்
நோய்களையும் தீர்க்கும் மூலிகைச் செடியை ஒக்கும்.

218. இரவலர்க்கு உதவும் கடமை உணர்வுடையோர் தமக்கு
வசதியற்ற வேளையிலும் கொடுப்பதற்குத் தயங்கார்.

219. மனித குலத்துக்குத் தான் வழக்கமாக உதவும் வாய்ப்பற்ற போது
தானே வறுமையுற்றவன் போல தரும சிந்தனை உடையோன்
எண்ணுவான்.

220. தரும சிந்தனையால் பொருள் இழப்பு வரும் எனினும் அந்த இழப்பு
தன்னையே விற்றுப் பெறத் தக்கதாகும்.

Charity

221
Giving to the poor is true charity.
All other giving expects some return.

222
Though some may declare it a good path, garnering gifts is bad.
Even if they say it denies one Heaven, giving gifts is good.

223
Men of good birth graciously give,
never uttering the wretched excuse, "I have nothing."

224
How unpleasant a beggar's pleading can become,
until one sees his face so sweetly pleased.

225
Great, indeed, is the power to endure hunger.
Greater still is the power to relieve others' hunger.

226
Relieving the ravaging hunger of the poor
is a right use for wealth men have obtained.

227
The fiery scourge called hunger never touches
the man who shares his daily meal with others.

228
Is it because they are unaware of the joys of giving
that hard-hearted men waste their wealth by hoarding it?

229
More bitter than even a beggar's bread is the meal
of the miser who hoards wealth and eats alone.

230
There is nothing more bitter than death;
yet even death seems sweet when giving is impossible.

ஈகை

221. வறியார்க்கொன்று ஈவதே ஈகைமற் றெல்லாம்
    குறியெதிர்ப்பை நீர துடைத்து.

222. நல்லாறு எனினும் கொளல்தீது மேலுலகம்
    இல்லெனினும் ஈதலே நன்று.

223. இலனென்னும் எவ்வம் உரையாமை ஈதல்
    குலனுடையான் கண்ணே யுள.

224. இன்னாது இரக்கப் படுதல் இரந்தவர்
    இன்முகங் காணும் அளவு.

225. ஆற்றுவார் ஆற்றல் பசிஆற்றல் அப்பசியை
    மாற்றுவார் ஆற்றலின் பின்.

226. அற்றார் அழிபசி தீர்த்தல் அஃதொருவன்
    பெற்றான் பொருள்வைப் புழி.

227. பாத்தூண் மரீஇ யவனைப் பசியென்னும்
    தீப்பிணி தீண்டல் அரிது.

228. ஈத்துவக்கும் இன்பம் அறியார்கொல் தாமுடைமை
    வைத்திழக்கும் வன்க ணவர்.

229. இரத்தலின் இன்னாது மன்ற நிரப்பிய
    தாமே தமியர் உணல்.

230. சாதலின் இன்னாத தில்லை இனிததூஉம்
    ஈதல் இயையாக் கடை.

ஈகை

221. இரந்த வறியவர்க்குக் கொடுத்தலே உண்மையான ஈகை. மற்றவை ஏதேனும் பலன் கருதிக் கொடுத்ததாகவே இருக்கும்.

222. நல்லவழி எனச் சிலர் கொள்ளினும், பிறரிடமிருந்து பெற்று பொருள் திரட்டுதல் தீது. விண்ணுலகை அடைவதைத் தடை செய்யும் எனினும் பிறருக்குக்கொடுத்தலே நன்று.

223. "என்னிடம் இல்லை" எனும் இழிவான காரணம் காட்டாது நற்குடிப் பிறந்தோர் இரக்கத்துடன் கொடுப்பர்.

224. இரவலன் விரும்பியது பெற்று மகிழும் முகத்தைக் காணும் போது முதலில் அவன் கேட்ட போது அடைந்த சங்கடம் மறைந்து போகும்.

225. பசி தாங்கும் தபசியர்களின் ஆற்றல் சிறப்பாகும். எனினும் ஏழைகளின் பசிக் கொடுமையைத் தீர்ப்போனின் ஆற்றல் அதனினும் சிறந்தது.

226. வறியோரை வாட்டும் பசியைத் தீர்க்கும் பண்பே மக்கள் பெற்ற செல்வத்தைப் பேணும் நல்வழியாகும்.

227. நாள் தோறும் தன் உணவைப் பிறருடன் பகிர்ந்து உண்பவனைப் பசி எனும் கொடுநோய் என்றுமே தீண்டாது.

228. தாம் தேடிய பொருளைச் சேமித்து இழக்கும் கல்நெஞ்சத்தவர் கொடையால் வரும் இன்பத்தை அறியாதவரோ?

229. தம் பணத்தைச் சேர்த்து வைத்துத் தானே தனித்துண்ணும் உணவு இரவலனுடைய உணவிலும் கசப்பானது.

230. மரணத்திலும் கொடியது வேறில்லை. அதுவும் இரப்போர்க்கு ஈய முடியாத நிலையில் ஏற்படுங்கால் இனியது போல் தோன்றும்.

Glory

231
Give to the poor and become praiseworthy.
Life offers no greater reward than this.

232
Those who expound will always praise
people who bestow alms on the imploring poor.

233
Nothing on Earth is imperishable,
except exalted glory, which endures forever.

234
So great is glory gained by men in this world
that celestials cease praising ascended sages.

235
Loss that is gain and death that is life of
immortal glory are attained only by the wise.

236
If you must be born, be born for glory.
Those born without it would be better off without birth.

237
Why do those whose life is devoid of renown blame enemies
who hate them, when they have themselves to blame?

238
Barren are they and deemed a disgrace by all men on Earth
who fail to beget the offspring called fame.

239
Even flawlessly fruitful lands will lessen their yields
when forced to support the body of one who lacks illustriousness.

240
Those who live without reproach truly live.
Those who live without renown don't live at all.

புகழ்

231. ஈதல் இசைபட வாழ்தல் அதுவல்லது
     ஊதியம் இல்லை உயிர்க்கு.

232. உரைப்பார் உரைப்பவை எல்லாம் இரப்பார்க்கொன்று
     ஈவார்மேல் நிற்கும் புகழ்.

233. ஒன்றா உலகத்து உயர்ந்த புகழல்லால்
     பொன்றாது நிற்பதொன் றில்.

234. நிலவரை நீள்புகழ் ஆற்றின் புலவரைப்
     போற்றாது புத்தேள் உலகு.

235. நத்தம்போல் கேடும் உளதாகும் சாக்காடும்
     வித்தகர்க் கல்லால் அரிது.

236. தோன்றின் புகழொடு தோன்றுக அஃதிலார்
     தோன்றலின் தோன்றாமை நன்று.

237. புகழ்பட வாழாதார் தங்கோவார் தம்மை
     இகழ்வாரை நோவது எவன்.

238. வசையென்ப வையத்தார்க் கெல்லாம் இசையென்னும்
     எச்சம் பெறாஅ விடின்.

239. வசையிலா வண்பயன் குன்றும் இசையிலா
     யாக்கை பொறுத்த நிலம்.

240. வசையொழிய வாழ்வாரே வாழ்வார் இசையொழிய
     வாழ்வாரே வாழா தவர்.

புகழ்

231. இல்லாதவர்க்கு உதவி புரிந்து புகழ் வளர வாழ்க. வாழ்வில் அதனிலும் கூடிய பலன் தருவது எதுவுமில்லை.

232. இரந்து வரும் வறியோர் மடியில் பிச்சை இடுபவரையே பலன் விரித்துரைப்போர் மெச்சிப் பாராட்டுவர்.

233. பிறர் மெச்சும் புகழ் குன்றாது என்றென்றும் நிலைத்து நிற்பதைத் தவிர இவ்வுலகில் அழியாதது வேறு ஒன்றுமில்லை.

234. இவ்வுலகிலே மனிதர் நற் புகழ் பெற்றிருந்தால் தேவருலகும் அவர்களையன்றி முனிவர்களைப் போற்றாதுவிடும்.

235. செல்வம் இழந்தாலும் நற்பயன் அடைவதும், மரணமடைந்தும் அழிவில்லா நற்புகழ் அமைவதும் அறிவில் சிறந்தோர்க்கு மட்டுமே கிட்டும்.

236. பிறப்பதெனில் ஒருவன் புகழுடன் உலகில் தோன்றுக. அவ்வாறு முடியாதார் பிறக்காமல் இருப்பதே நன்று.

237. புகழ் பெற வாழத் தெரியாதவர் அது தம் குற்றம் என்று உணராது தம்மை இகழ்வார் மேல் குற்றங் காண்பதேன்.

238. இறந்த பின்னும் நிலைக்கும் புகழைச் சிறிதேனும் பெறாதவர் உலகிற்கே இகழ்ச்சி எனக் கருதப்படுவர்.

239. புகழ் படைக்கா மனிதரைத் தாங்க வேண்டியிருப்பின் குறை இல்லாதப் பலன்தரும் நில விளைவும் குன்றும்.

240. பழிச்சொல்லின்றி வாழ்பவரே உண்மையில் வாழ்பவராவார். புகழ் இன்றி வாழ்பவர் வாழாதவரே ஆவார்.

Turavaraviyal

துறவறவியல்

உற்றநோய் நோன்றல் உயிர்க்குறுகண் செய்யாமை
அற்றே தவத்திற் குரு.

Section III

The Way of
The Renunciate

KURAL 261

It is the nature of asceticism to patiently endure hardship
and to not harm living creatures.

THE IDEAL FOLLOWED BY THE RENUNCIATE IS ELUCI-DATED IN THIS SECTION OF *TIRUKURAL*. IN THE WEAVER'S DAY, LONG AGO, AS IT IS TODAY, THE TWO paths—that of the family and that of the renunciate—were and are the core of society. In India today, millions pilgrimage to the great festivals called *kumbhamela*, where the two paths meet for a few months every three years. Thousands of renunciates teach and preach in tents to millions of seekers. In the nine chapters here are found the essential teachings to be passed on by the ministers of the religion to their followers, especially by example, for it is the renunciates who can live these truths most fully and constantly. Householders can only try. There is one hope in every devout Hindu's heart: that each elderly father, having raised his family well, will retire in his later years and join the band of renunciates, to perform penance and make ready for yet another life, when he may take up the highest path, that of the renunciate, which Valluvar calls by the sweet Tamil name, *thuravi*.

The eminent Swami Vivekananda defined this path so eloquently in his never-to-be-forgotten poem, "Song of the Sannyasin." When I was a young man, this poem moved me, brought before my vision the Great Path of the Hindu monk and world-renouncer, led me at an early age to give up the world and seek God, just as many in the weaver's time were so inspired. Fifty years earlier, my spiritual preceptor, Satguru Yogaswami of Jaffna, Sri Lanka, stood in a festive crowd as Swami Vivekananda was paraded through Jaffna on his return to India from America. The young Tamil man, later to become the greatest sage of the 20th century, was also moved by Swami Vivekananda's living example to choose the path of the renunciate. I commend Vivekananda's poem to all who wish to know the spirit of the path that leads to liberation from rebirth, the path known and valued in Valluvar's day as one-half of dharma's fulfillment.

Song of the Sannyasin

Wake up the note! the song that had its birth
Far off, where worldly taint could never reach,
In mountain caves and glades of forest deep,
Whose calm no sigh for lust or wealth or fame
Could ever dare to break; where rolled the stream
Of knowledge, truth, and bliss that follows both.
Sing high that note, *sannyasin* bold! Say,
"Om Tat Sat, Om!"

Strike off thy fetters! bonds that bind thee down,
Of shining gold, or darker, baser ore—
Love, hate; good, bad; and all the dual throng.
Know slave is slave, caressed or whipped, not free;
For fetters, though of gold, are not less strong to bind.
Then off with them, *sannyasin* bold! Say,
"Om Tat Sat, Om!"

Let darkness go; the will-o'-the-wisp that leads
With blinking light to pile more gloom on gloom.
This thirst for life forever quench; it drags
From birth to death, and death to birth, the soul.
He conquers all who conquers self.
Know this and never yield, *sannyasin* bold! Say,
"Om Tat Sat, Om!"

"Who sows must reap," they say, "and cause must bring
The sure effect: good, good; bad, bad; and none
Escapes the law. But whoso wears a form
Must wear the chain." Too true; but far beyond
Both name and form is *atman*, ever free.
Know thou art That, *sannyasin* bold! Say,
"Om Tat Sat, Om!"

They know not truth who dream such vacant dreams
As father, mother, children, wife and friend.
The sexless Self—whose father He? whose child?
Whose friend, whose foe, is He who is but One?
The Self is all in all—none else exists;
And thou art That, *sannyasin* bold! Say,
"Om Tat Sat, Om!"

There is but One: the Free, the Knower, Self,
Without a name, without a form or stain.
In Him is *maya*, dreaming all this dream.
The Witness, He appears as nature, soul.
Know thou art That, *sannyasin* bold! Say,
"Om Tat Sat, Om!"

Where seekest thou? That freedom, friend, this world
Nor that can give. In books and temples, vain
Thy search. Thine only is the hand that holds
The rope that drags thee on. Then cease lament.
Let go thy hold, *sannyasin* bold! Say,
"Om Tat Sat, Om!"

Say, "Peace to all. From me no danger be
To aught that lives. In those that dwell on high,
In those that lowly creep—I am the Self in all!
All life, both here and there, do I renounce,
All heavens and earths and hells, all hopes and fears."
Thus cut thy bonds, *sannyasin* bold! Say,
"Om Tat Sat, Om!"

Heed then no more how body lives or goes.
Its task is done: let karma float it down.
Let one put garlands on, another kick
This frame: say naught. No praise or blame can be
Where praiser, praised, and blamer, blamed, are one.
Thus be thou calm, *sannyasin* bold! Say,
"Om Tat Sat, Om!"

Truth never comes where lust and fame and greed
Of gain reside. No man who thinks of woman
As his wife can ever perfect be;
Nor he who owns the least of things, nor he
Whom anger Chains, can ever pass through *maya's* gates.
So, give these up, *sannyasin* bold! Say,
"Om Tat Sat, Om!"

Have thou no home. What home can hold thee, friend?
The sky thy roof, the grass thy bed, and food
What chance may bring—well cooked or ill, judge not.
No food or drink can taint that noble Self
Which knows Itself. Like rolling river free
Thou ever be, *sannyasin* bold! Say,
"Om Tat Sat, Om!"

Few only know the truth. The rest will hate
And laugh at thee, great one; but pay no heed.
Go thou, the free, from place to place, and help
Them out of darkness, *maya's* veil. Without
The fear of pain or search for pleasure, go
Beyond them both, *sannyasin* bold! Say,
"Om Tat Sat, Om!"

Thus day by day, till karma's power's spent,
Release the soul forever. No more is birth,
Nor I, nor thou, nor God, nor man. The "I"
Has All become, the All is "I" and Bliss.
Know thou art That, *sannyasin* bold! Say,
"Om Tat Sat, Om!"

"Song of the Sannyasin" by Swami Vivekananda is quoted, with written permission, from *Inspired Talks, My Master and Other Writings*; copyright 1958 by Swami Nikhilananda, trustee of the estate of Swami Vivekananda; published by the Ramakrishna-Vivekananda Center of New York. Remarkably, the handwritten original was discovered (long after his passing in 1902) hidden in a wall during the 1943 restoration of a retreat where Swamiji had spent the summer and given *darshan* and discourses to Western seekers.

Possession of Compassion

241

Among the wealthy, compassionate men claim the richest wealth,
for material wealth is possessed even by contemptible men.

242

Find and follow the good path, ruled by compassion.
Of the many ways, that one leads to liberation.

243

Those whose hearts are drawn toward mercy
will never be drawn into the dark and woeful world.

244

Kindly ones who lovingly protect all life
need never dread hurt from the actions of their own life.

245

This wide and wind-swept fertile Earth is witness to the truth
that misery is not for kind-hearted men.

246

They say those who act cruelly by forsaking kindness
must have forgotten what it means to forsake virtue.

247

As this world is not for the penniless,
so is that world not for the pitiless!

248

Those without wealth may one day prosper,
but those without kindness are utterly and incurably poor.

249

Practicing charity without compassion is as inconceivable
as realizing God without clarity of mind.

250

Before proceeding against men weaker than yourself,
ponder when you stood before those more powerful.

அருள் உடைமை

241. அருட்செல்வம் செல்வத்துள் செல்வம் பொருட்செல்வம்
பூரியார் கண்ணும் உள.

242. நல்லாற்றான் நாடி அருளாள்க பல்ஆற்றால்
தேரினும் அஃதே துணை.

243. அருள்சேர்ந்த நெஞ்சினார்க் கில்லை இருள்சேர்ந்த
இன்னா உலகம் புகல்.

244. மன்னுயிர் ஓம்பி அருளாள்வாற்கு இல்லென்ப
தன்னுயிர் அஞ்சும் வினை.

245. அல்லல் அருளாள்வார்க்கு இல்லை வளிவழங்கும்
மல்லன்மா ஞாலங் கரி.

246. பொருள்நீங்கிப் பொச்சாந்தார் என்பர் அருள்நீங்கி
அல்லவை செய்தொழுகு வார்.

247. அருளில்லார்க்கு அவ்வுலகம் இல்லை பொருளில்லார்க்கு
இவ்வுலகம் இல்லாகி யாங்கு.

248. பொருளற்றார் பூப்பர் ஒருகால் அருளற்றார்
அற்றார்மற் றாதல் அரிது.

249. தெருளாதான் மெய்ப்பொருள் கண்டற்றால் தேரின்
அருளாதான் செய்யும் அறம்.

250. வலியார்முன் தன்னை நினைக்கதான் தன்னின்
மெலியார்மேல் செல்லும் இடத்து.

அருள் உடைமை

241. அருட்செல்வம் மற்றெல்லாச் செல்வத்திலும் சிறந்தது.
பொருட்செல்வம் இழிந்தோரிடத்தும் உண்டு.

242. வீடு பெற உதவும் பல வழிகளுள் அருளால் வரும்
வழியைக் கண்டு அவ்வழி ஒழுகுக.

243. அருள்நெறி சார்ந்த உள்ளம் உடையவர் அறியாமை இருளும்
துக்கமும் சூழ்ந்த வாழ்வில் இழுக்கப்படமாட்டார்.

244. பிறவுயிர்களை எல்லாம் பாதுகாத்து அருள் பாலிப்பவர்க்குத்
தன்னுயிர் பொருட்டு அஞ்சக்கூடிய தீச்செயல் இல்லை.

245. அருளுள்ளம் படைத்தவர்களுக்குப் துன்பமே இல்லை. காற்று
வீசப்பெறும் செழிப்பான பரந்த நிலத்து மக்கள் இதற்குச்
சான்றாவர்.

246. அருளை மறந்து கொடுஞ்செயல் புரிகின்றவர், அறவழியை
மறப்பதனால் வரும் துன்பத்தை மறந்து விட்டனர் போலும்.

247. செல்வம் இல்லார்க்கு இவ்வுலக வாழ்வு இல்லை. அது போல
இரக்கம் இல்லார்க்கு மேலுலக வாழ்வு இல்லை.

248. பொருள் இல்லாதார் ஒருகாலம் செல்வந்தராதல் கூடும். ஆனால்
அருள் அற்றார் மீட்சியின்றி எல்லாமே அற்றார் ஆவர்.

249. அருள் இல்லாதவன் அறச் செயல் செய்வதைச் சிந்திப்பின் அது
ஒருவன் உள்ளத் தெளிவின்றி மெய்ப்பொருளை உணர்தலைப் போல்
காணும்.

250. தன்னிலும் மெலிந்தோரைத் துன்புறுத்தச் செல்லுமுன், தன்னினும்
வலிமை உள்ளவர் முன்னிலையில் தான் நின்றதை எண்ணுக.

Abstaining from Eating Meat

251

How can he practice true compassion
who eats the flesh of an animal to fatten his own flesh?

252

Riches cannot be found in the hands of the thriftless,
nor can compassion be found in the hearts of those who eat meat.

253

He who feasts on a creature's flesh is like he who wields a weapon.
Goodness is never one with the minds of these two.

254

If you ask, "What is kindness and what is unkindness?"
It is not-killing and killing. Thus, eating flesh is never virtuous.

255

Life is perpetuated by not eating meat.
The jaws of Hell close on those who do.

256

If the world did not purchase and consume meat,
no one would slaughter and offer meat for sale.

257

When a man realizes that meat is the butchered flesh
of another creature, he will abstain from eating it.

258

Insightful souls who have abandoned the passion to hurt others
will not feed on flesh that life has abandoned.

259

Greater than a thousand ghee offerings consumed in sacrificial
fires is to not sacrifice and consume any living creature.

260

All life will press palms together in prayerful adoration
of those who refuse to slaughter or savor meat..

புலால் மறுத்தல்

251. தன்னூன் பெருக்கற்குத் தான்பிறிது ஊனுண்பான்
     எங்ஙனம் ஆளும் அருள்.

252. பொருளாட்சி போற்றாதார்க்கு இல்லை அருளாட்சி
     ஆங்கில்லை ஊன்தின் பவர்க்கு.

253. படைகொண்டார் நெஞ்சம்போல் நன்றூக்காது ஒன்றன்
     உடல்சுவை உண்டார் மனம்.

254. அருளல்லது யாதெனில் கொல்லாமை கோறல்
     பொருளல்லது அவ்வூன் தினல்.

255. உண்ணாமை உள்ளது உயிர்நிலை ஊனுண்ண
     அண்ணாத்தல் செய்யாது அளறு.

256. தினற்பொருட்டால் கொல்லாது உலகெனின் யாரும்
     விலைப்பொருட்டால் ஊன்தருவா ரில்.

257. உண்ணாமை வேண்டும் புலாஅல் பிறிதொன்றன்
     புண்ணது உணர்வார்ப் பெறின்.

258. செயிரின் தலைப்பிரிந்த காட்சியார் உண்ணார்
     உயிரின் தலைப்பிரிந்த ஊன்.

259. அவிசொரிந் தாயிரம் வேட்டலின் ஒன்றன்
     உயிர்செகுத் துண்ணாமை நன்று.

260. கொல்லான் புலாலை மறுத்தானைக் கைகூப்பி
     எல்லா உயிருந் தொழும்.

மாமிசம் மறுத்தல்

251. தன் உடலை வளர்ப்பதற்கு மற்றொரு உயிரின் உடலை உண்பவன் பிற உயிர்களிடம் எப்படிப் பரிவு காட்டுவான்.

252. சிக்கனமில்லாதவன் கையில் பணம் சேராதது போல பிற உயிரின் ஊனை உண்பவன் உள்ளத்திலே பரிவு இராது.

253. ஒரு உயிரின் உடலை விரும்பி உண்பவனும் ஆயுதம் ஏந்தியவனும் ஒரே தன்மையரே. இவ்விருவர் உள்ளத்திலும் பரிவு ஒருபோதும் இராது.

254. "இரக்கம், இரக்கமின்மை என்பவை என்ன?" என்று கேட்டால் கொல்லாமையும் கொல்லுதலும் என்பதே பதில். ஆதலால் புலால் உண்ணல் எவ்விதத்திலும் அறமாகாது.

255. புலால் உண்ணாமல் விடுதலால் உயிர் காப்பாற்றப்படுகிறது. ஊண் உண்ணுபவரை நரகம் உள்ளிழுத்து மூடிக் கொள்ளும்.

256. உலகத்தார் உண்பதற்காக ஊன் வாங்காவிடின் விற்பதற்காக உயிரைக் கொல்வார் எவரும் இரார்.

257. ஊனானது மற்றொரு உயிரைக் கொன்று கிடைப்பது என்று உணர்ந்தவன் அதனை உண்பதைக் கைவிட்டு விடுவான்.

258. மற்றோரை வருத்தும் கொடுமை நீங்கிய உள்ளுணர்வு உடையோர் உயிர் பிரிந்த ஊனை உண்ண மாட்டார்.

259. நெய் சொரிந்து ஆயிரம் யாகம் செய்வதை விட ஓர் உயிரைக் கொன்று உண்ணாது இருத்தல் மிக நன்று.

260. ஓர் உயிரைக் கொல்லாதவனும் கொன்றதின் ஊனை உண்ணாதவனுமான ஒருவனை எல்லா உயிர்களும் கைகூப்பி வணங்கும்.

Austerity

261

It is the nature of asceticism to patiently endure hardship
and to not harm living creatures.

262

Austerity belongs to the naturally austere.
Others may attempt it, but to no avail.

263

Is it because they must provide for renunciates
that others forget to perform penance?

264

Should he but wish it, an ascetic's austerities
will ruin his foes and reward his friends.

265

In this world men do austerities diligently,
assured of acquiring desires they desire.

266

Men who follow some austerity fulfill their karma.
All others, ensnared in desires, act in vain.

267

As the intense fire of the furnace refines gold to brilliance, so does
the burning suffering of austerity purify the soul to resplendence.

268

One who has realized by himself his soul's Self
will be worshiped by all other souls.

269

So potent is the power acquired through disciplined self-denial
that those who attain it may even delay the moment of death.

270

A few people fast and abstain, while most do not.
Due to this, many suffer deprivation.

தவம்

261. உற்றநோய் நோன்றல் உயிர்க்குறுகண் செய்யாமை
     அற்றே தவத்திற் குரு.

262. தவமும் தவமுடையார்க்கு ஆகும் அவம் அதனை
     அஃதிலார் மேற்கொள் வது.

263. துறந்தார்க்குத் துப்புரவு வேண்டி மறந்தார்கொல்
     மற்றை யவர்கள் தவம்.

264. ஒன்னார்த் தெறலும் உவந்தாரை ஆக்கலும்
     எண்ணின் தவத்தான் வரும்.

265. வேண்டிய வேண்டியாங் கெய்தலால் செய்தவம்
     ஈண்டு முயலப் படும்.

266. தவஞ் செய்வார் தங்கருமஞ் செய்வார்மற் றல்லார்
     அவஞ்செய்வார் ஆசையுட் பட்டு.

267. சுடச்சுடரும் பொன்போல் ஒளிவிடும் துன்பஞ்
     சுடச்சுட நோற்கிற் பவர்க்கு.

268. தன்னுயிர் தான்அறப் பெற்றானை ஏனைய
     மன்னுயி ரெல்லாந் தொழும்.

269. கூற்றம் குதித்தலும் கைகூடும் நோற்றலின்
     ஆற்றம் தலைப்பட்டவர்க்கு.

270. இலர்பல ராகிய காரணம் நோற்பார்
     சிலர்பலர் நோலா தவர்.

தவம்

260. தமக்கு வருந் துன்பங்களைச் சகித்தலும் பிற உயிர்களுக்குத் துன்பம் செய்யாமையுமே தவத்துக்கு இயல்பு.

261. இயல்பாக நன்னெறியிற் சென்றவர்களே தவம் மேற்கொள்ளல் கூடும். அப்படி இல்லாதவர் தவம் செய்ய முற்படுவது வீண்.

262. தவம் செய்கின்றவருக்கு வேண்டுவன கொடுத்து உதவுதற்காகவே இல்லறத்தார் தவம் செய்யாது இருக்கின்றனரோ?

263. பகைவர்களை ஒழித்தலும் நண்பர்களை வளர்த்தலும் தவம் செய்வாரின் தவ பலத்தாற் கைகூடும்.

264. தவத்தால் தாம் விரும்பியவற்றைத் தவறாது பெற முடியுமென்ற நம்பிக்கையால் இவ்வுலகில் மனிதர் தவம் செய்தலை விடாது முயல்கின்றனர்.

265. தவம் செய்பவரே தம் கர்ம வினைப்படி ஒழுகுபவராவர். ஏனையோர் உலகின்ப ஆசை வலைப்பட்டு வீணாகச் செயற்படுவர்.

266. நெருப்பில் உருக்கிய பொன் பேரொளி பெறுவது போல கடுமையான தவ ஒழுக்கங் தருந் துன்பத்தினால் தபசியின் ஆன்மா தூய்மையடையும்.

267. ஒருவன் தன் தவ ஒழுக்கத்தால் ஆன்மஞானம் பெற்றவனாக அவனை மற்றெல்லா உயிர்களும் வணங்கும்.

268. தம்மை வருத்தித் தவ ஒழுக்கத்தில் ஈடுபட்டுப் பெற்ற ஆற்றலினால் தபசியர் மரணத்தையும் வெல்லக் கூடியவராவர்.

269. விரதம் அனுட்டிப்பவரும் தீமை இழைக்காதவரும் ஒருசிலராகவும் அவ்வாறு ஒழுகாதார் பலராகவும் இருத்தலினால் பலர் ஆன்மஞானம் அற்றவராய் வருந்துவர்.

Deceptive Conduct

271

A deceiver's own five elements remain undeceived
by his double-dealing mind and silently mock him.

272

Of what avail is an outer appearance of saintliness
if the mind suffers inwardly from knowledge of its iniquity?

273

He who has not attained the power yet wears the garb of saints
is like a cow that grazes about wearing a tiger's skin.

274

He who conceals himself beneath holy robes and commits sins
is like a hunter hiding in the bushes to snare unwary birds.

275

The day will come when those who claim dispassion
yet act deceitfully exclaim, "Alas! Alas! What have I done?"

276

None is so heartless as he who, without renunciation in his heart,
poses as a renunciate and lives in pretense.

277

Like the poisonous jequirity bean, with its red and black sides,
there are outwardly dazzling men whose insides are dark.

278

Many are the men who piously bathe in purifying waters,
while in their black hearts impure conduct lies concealed.

279

The arrow is straight but cruel; the lute is crooked but sweet.
Therefore, judge men by their acts, not their appearance.

280

Neither shaven head nor long matted locks are needed,
provided one casts off conduct condemned by the world.

கூடா ஒழுக்கம்

271. வஞ்ச மனத்தான் படிற்றொழுக்கம் பூதங்கள்
ஐந்தும் அகத்தே நகும்.

272. வானுயர் தோற்றம் எவன்செய்யும் தன்னெஞ்சம்
தான்அறி குற்றப் படின்.

273. வலியில் நிலைமையான் வல்லுருவம் பெற்றம்
புலியின்தோல் போர்த்துமேய்ந் தற்று.

274. தவமறைந்து அல்லவை செய்தல் புதல்மறைந்து
வேட்டுவன் புள்சிமிழ்த் தற்று.

275. பற்றற்றேம் என்பார் படிற்றொழுக்கம் எற்றெற்றென்று
ஏதம் பலவுங் தரும்.

276. நெஞ்சின் துறவார் துறந்தார்போல் வஞ்சித்து
வாழ்வாரின் வன்கணார் இல்.

277. புறங்குன்றி கண்டனைய ரேனும் அகங்குன்றி
மூக்கிற் கரியார் உடைத்து.

278. மனத்தது மாசாக மாண்டார்நீராடி
மறைந்தொழுகு மாந்தர் பலர்.

279. கணைகொடிது யாழ்கோடு செவ்விதுஆங் கன்ன
வினைபடு பாலால் கொளல்.

280. மழித்தலும் நீட்டலும் வேண்டா உலகம்
பழித்தது ஒழித்து விடின்.

கூடா ஒழுக்கம்

271. உள்ளொன்று வைத்துப் புறமொன்று பேசும் வஞ்சகன் வாழ்வைக்
கண்டு அவன் உடலிலுள்ள ஐம்பூதங்களும் சிரிக்கும்.

272. குற்றமென்றறிந்த ஒரு செயலிலே ஒருவன் நெஞ்சம் நன்றாகத்
தோய்ந்திருப்பின் அவன் வெளிப்புறத் தவக் கோலத்தினால் என்ன
பயன்?

273. மனம் அடக்க ஆற்றலற்றவன் துறவியின் ஆடை அணிதல் பசு
ஒன்று புலியின் தோலைப் போர்த்திப் புல் மேய்வதை ஒக்கும்.

274. துறவியின் ஆடையில் மறைந்திருந்து தீச் செயல் இழைப்பவர்
புதரில் ஒளிந்திருந்து வேடன் பறவைகளைப் பிடித்தலை ஒக்கும்.

275. தாம் பற்றற்ற துறவியர் என்று போலியாக ஒழுகுகின்றவர் ஏன்
இப்படிச் செய்தோம் என்று வருந்தும் காலமும் நேரமும் பின் வரும்.

276. உலகப் பற்றினை உள்ளத்தால் துறவாமல் துறவுக் கோலம் பூண்டு
ஏமாற்றி வாழ்பவர்களைப் போன்ற கல் நெஞ்சர் எவருமில்லை.

277. சிவப்பும் கருமையுமான இருநிறம் உள்ள குன்றிமணியின் புறம்
போல் கவர்ச்சியாக வெளித்தோற்றம் பூண்டு அதன் மூக்கு போல்
இருள் மனம் உடையார் உளர்.

278. தூய உள்ளமுள்ளவர் போல் புனித தீர்த்தங்கள் ஆடிக்கொண்டு
இருண்ட நெஞ்சத்திலே தீய ஒழுக்கம் மறைந்திருக்க வாழ்வோர்
பலர்.

279. அம்பு நேராயினும் கொடியது, யாழ் வளைவாயினும் இன்பந்தருவது.
எனவே மனிதரின் புறத் தோற்றத்தை ஒதுக்கி அவரவர் செயல்
கொண்டு அவரை மதிப்பிடுக.

280. சான்றோரால் இகழப்படும் இழிச்செயல்களை ஒழிப்பின் சடா முடியை
வளர்த்தலோ தலையை மழித்தலோ செய்ய வேண்டுவதில்லை.

Avoidance of Fraud

281

He who wishes not to be scorned by others
guards his own mind against the slightest thought of fraud.

282

The mere thought of sin is sin. Therefore,
avoid even the thought of stealing from another.

283

A fortune amassed by fraud may appear to prosper
but will all too soon perish altogether.

284

Taking delight in defrauding others yields the fruit
of undying suffering when those delights ripen.

285

Benevolent thoughts and kindly feelings flee from those
who watch for another's unwatchfulness to swindle his property.

286

Those who walk deceit's desirous path
cannot hope to work wisdom's measured way.

287

The dark deceits of fraud cannot be found
in those who desire the greatness called virtue.

288

As righteousness resides in the hearts of the virtuous,
so does deceit dwell in the hearts of thieves.

289

Men who know nothing but deception die a little
each time they contrive their crooked deeds.

290

Even the life in his body will abandon him who cheats others,
while Heaven itself never forsakes those who are honest.

கள்ளாமை

281. எள்ளாமை வேண்டுவான் என்பான் எனத்தொன்றும்
     கள்ளாமை காக்கதன் நெஞ்சு.

282. உள்ளத்தால் உள்ளலும் தீதே பிறன்பொருளைக்
     கள்ளத்தால் கள்வேம் எனல்.

283. களவினால் ஆகிய ஆக்கம் அளவிறந்து
     ஆவது போலக் கெடும்.

284. களவின்கண் கன்றிய காதல் விளைவின்கண்
     வீயா விழுமம் தரும்.

285. அருள்கருதி அன்புடைய ராதல் பொருள்கருதிப்
     பொச்சாப்புப் பார்ப்பார்கண் இல்.

286. அளவின்கண் நின்றொழுகல் ஆற்றார் களவின்கண்
     கன்றிய காத லவர்.

287. களவென்னும் காரறி வாண்மை அளவென்னும்
     ஆற்றல் புரிந்தார்கண் இல்.

288. அளவறிந்தார் நெஞ்சத் தறம்போல நிற்கும்
     களவறிந்தார் நெஞ்சில் கரவு.

289. அளவல்ல செய்தாங்கே வீவர் களவல்ல
     மற்றைய தேற்றா தவர்.

290. கள்வார்க்குத் தள்ளும் உயிர்நிலை கள்ளர்க்குத்
     தள்ளாது புத்தே ளுலகு.

கள்ளாமை

281. மற்றவர் தன்னை வெறுக்காமல் வாழ விரும்புபவன் வஞ்சனையால்
பொருள் கவரும் எண்ணத்திற்கு இடம் கொடான்.

282. பாபச் செயலை நினைப்பதே பாபம். ஆதலால் பிறர் பொருளைக்
களவாட எண்ணுவதையே தவிர்க்க.

283. கள்ளமாகக் கவர்ந்து சேர்த்த செல்வம் பெருகுவது போல்
தோன்றினாலும் விரைவில் ஒருமித்தே அழிந்து விடும்.

284. பிறர் பொருளை ஏமாற்றிக் கவருவதில் இன்பம் காண்பவனுக்கு
அவ்வின்பம் முதிரும் போது தீராத இன்னல் தரும்.

285. பிறர் பொருளைக் கவரும் நோக்குடன் அவர் சோர்வடையும்
தருணம் பார்த்திருப்பவனிடம் தரும சிந்தனையும் அன்புணர்வும்
பறந்து விடும்.

286. பிறர் பொருளைக் கவர்வதில் ஊறிய ஆசையுள்ளவர் மெய்யறிவு
காட்டும் வழியை அறிந்து ஒழுக மாட்டார்.

287. நல்லொழுக்கத்தில் அளவில்லாப் பற்றுள்ளோரிடம்
களவு செய்யும் கெட்டபுத்தி காணப்படாது.

288. நல்லொழுக்கம் உடையோர் நெஞ்சத்தில் நேர்மை நிறைந்திருப்பது
போல் களவிலே தேறியோர் நெஞ்சத்தில் வஞ்சகம் என்றும்
உறையும்.

289. களவேயன்றி மற்றொன்றும் தெரியாதவர் கொடுமை செய்யத்
திட்டமிடும் ஒவ்வொரு கணமும் கொஞ்சம் கொஞ்சமாக அழிவர்.

290. நேர்மையுள்ளாரை விண்ணுலகம் ஒருபோதும் விலக்காது, பிறரை
வஞ்சித்து வாழ்பவனின் உயிருமே அவனை விட்டகலும்.

Truthfulness

291

What is truthfulness? It is speaking words
which are totally free from harmful effects.

292

Even falsehood is of the nature of truth
if it renders good results, free from fault.

293

Let one not speak as true what he knows to be false,
for his conscience will burn him when he has lied.

294

One who lives by truth in his own heart
truly lives in the hearts of all people.

295

Those who speak only truth from the heart
surpass even penitents and philanthropists.

296

No prestige surpasses the absence of falsehood;
all other virtues flow from it effortlessly.

297

Not lying, and merely not lying, is beneficial
for those who cannot or will not practice other virtues.

298

Water is sufficient to cleanse the body,
but truthfulness alone can purify the mind.

299

Not all lamps give light.
The lamp of not-lying is the learned man's light.

300

Among all great truths we have ever beheld,
not a single one rivals the goodness of telling the truth.

வாய்மை

291. வாய்மை எனப்படுவது யாதெனின் யாதொன்றும்
     தீமை இலாத சொலல்.

292. பொய்ம்மையும் வாய்மை யிடத்த புரைதீர்ந்த
     நன்மை பயக்கும் எனின்.

293. தன்நெஞ் சறிவது பொய்யற்க பொய்த்தபின்
     தன்நெஞ்சே தன்ஊனச் சுடும்.

294. உள்ளத்தாற் பொய்யா தொழுகின் உலகத்தார்
     உள்ளத்து ளெல்லாம் உளன்.

295. மனத்தொடு வாய்மை மொழியின் தவத்தொடு
     தானஞ்செய் வாரின் தஃல.

296. பொய்யாமை அன்ன புகழில்ஃல எய்யாமை
     எல்லா அறமுந் தரும்.

297. பொய்யாமை பொய்யாமை ஆற்றின் அறம்பிற
     செய்யாமை செய்யாமை நன்று.

298. புறத்தூய்மை நீரான் அமையும் அகந் தூய்மை
     வாய்மையால் காணப் படும்.

299. எல்லா விளக்கும் விளக்கல்ல சான்றோர்க்குப்
     பொய்யா விளக்கே விளக்கு.

300. யாமெய்யாக் கண்டவற்றுள் இல்ஃல எஃனத்தொன்றும்
     வாய்மையின் நல்ல பிற.

வாய்மை

291. வாய்மை எனப்படுவது என்ன? பிறருக்குத் தீய விளைவு சிறிதேனுமிலாச் சொற்களைச் சொல்லுதல் ஆகும்.

292. குற்றமற்ற நற்பயன் தருமாயின் பொய்மையும் மெய்மையைப் போல் உண்மையின் பாற்பட்டது எனலாம்.

293. உண்மை இல்லை என்று தானறிந்த ஒன்றை மெய் என்று சொல்லற்க. அங்ஙனம் சொல்லின் அவன் மனச்சாட்சியே அவனைச் சுட்டெரித்து விடும்.

294. தன் மனச்சாட்சிக்கு மாறாமல் ஒழுகுகின்றவன் உலகத்தார் எல்லோரின் உள்ளத்திலும் நிலைத்து இருப்பான்.

295. தன் மனது இசைந்து உண்மையைப் பேசுகின்றவன் தானமும் தவமும் செய்தாரிலும் மேம்படுவான்.

296. பொய்யாமைக்கு மேலாகப் பெருமையில் சிறந்தது வேறில்லை. மற்றஅறவொழுக்கம் யாவும் முயற்சியின்றி வாய்மையிலிருந்தே தோன்றும்.

297. பொய்மையாமை இன்றியும் மெய்மையையே மட்டும் கடைப்பிடித்தல் ஏனை அறவொழுக்கங்களை மேற்கொள்ளாத அல்லது மேற்கொள்ள இயலாத மக்களுக்கு நன்மை பயக்கும்.

298. உடம்பின் புறம் தண்ணீரினால் சுத்தமாகும். ஆனால் உள்ளம் வாய்மையினால் மட்டும் புனிதமாகும்.

299. இருளைப் போக்கும் விளக்கெல்லாம் விளக்கல்ல. பொய்யாமையே கற்றறிந்தோரின் விளக்கு.

300. நாமறிந்த உண்மை நெறிகள் யாவற்றுள்ளும் வாய்மை பேசும் தரும நெறிக்கு உயர்ந்தது வேறொன்றுமே இல்லை.

Avoidance of Anger

301

It is restraint that restrains rage when it can injure.
If it cannot harm, what does restraint really matter?

302

Wrath is wrong even when it cannot cause injury,
but when it can, there is nothing more evil.

303

Forget anger toward all who have offended you,
for it gives rise to teeming troubles.

304

Anger kills the face's smile and the heart's joy.
Does there exist a greater enemy than one's own anger?

305

If a man be his own guard, let him guard himself against rage.
Left unguarded, his own wrath will annihilate him.

306

Anger's fire engulfs all who draw near it,
burning even friends and family who risk rescue.

307

As a man trying to strike the ground with his hand can hardly fail,
just as surely will one who treasures his temper be destroyed.

308

Though others inflict wrongs as painful as flaming torches,
it is good if a man can refrain from inflammatory tantrums.

309

If hostile thoughts do not invade his mind,
all his other thoughts may swiftly manifest.

310

As men who have died resemble the dead,
so men who have renounced rage resemble renunciates.

வெகுளாமை

301. செல்லிடத்துக் காப்பான் சினங்காப்பான் அல்லிடத்துக்
காக்கின்என் காவாக்கால் என்.

302. செல்லா இடத்துச் சினந்தீது செல்லிடத்தும்
இல்அதனின் தீய பிற.

303. மறத்தல் வெகுளியை யார்மாட்டும் தீய
பிறத்தல் அதனான் வரும்.

304. நகையும் உவகையும் கொல்லும் சினத்தின்
பகையும் உளவோ பிற.

305. தன்ஊனத்தான் காக்கின் சினங்காக்க காவாக்கால்
தன்ஊனயே கொல்லுஞ் சினம்.

306. சினமென்னும் சேர்ந்தாரைக் கொல்லி இனமென்னும்
ஏமப் புண்ணையச் சுடும்.

307. சினத்தைப் பொருளென்று கொண்டவன் கேடு
நிலத்தறைந்தான் கைபிழையா தற்று.

308. இணர்எரி தோய்வன்ன இன்னா செயினும்
புணரின் வெகுளாமை நன்று.

309. உள்ளிய தெல்லாம் உடனெய்தும் உள்ளத்தால்
உள்ளான் வெகுளி எனின்.

310. இறந்தார் இறந்தார் அனயர் சினத்தைத்
துறந்தார் துறந்தார் துணை.

கோபம் கொள்ளாமை

301. தன்னிலும் வலிமை குறைந்தாரிடம் சினத்தை அடக்குவதே உண்மையான அடக்கமாகும். தன் சினம் ஏனையோரைத் துன்புறுத்தாது விடின் அதனை அடக்கினாலென்ன விட்டாலென்ன.

302. தீங்கு விளைவிக்க முடியாவிடத்தும் சினம் தீது, ஆயின் தீங்கு விளைவிக்குமாயின் அதனிலும் தீது வேறில்லை.

303. தனக்குப் பிழை செய்தவர் எல்லோரிடத்தும் வரும் சினத்தை அடக்கிக் கொள்க. ஏனெனில், அச் சினம் பிற துன்பங்கள் பல தரும்.

304. முகத்தில் புன்னகையையும் அகத்தில் களிப்பையும் அழிக்க சினம் வல்லதாயின் சினத்திலும் கொடிய பகை வேறெதுவும் உளதோ?

305. ஒருவன் தன்னைக் காப்பதாயின் தன் சினத்தைக் காத்தல் வேண்டும், அவ்வாறன்றிக் காப்பது தவறின் அது அவனையே அழித்து விடும்.

306. சினம் எனும் தீ தன்னை அணுகுவாரை தன்னுள் அமிழ்த்தி விடுவதோடு ஆபத்துக்குதவும் உறவினரையும் நண்பரையும் சுட்டெரித்துவிடும்.

307. நிலத்தை அடிக்க முனையும் கை வலியால் துன்புறுவது போல, சினத்தைப் பெரிதாக மதிப்பவன் நிச்சயம் கெடுவான்.

308. சுட்டெரிக்கும் பல தீப்பந்தங்கள் போல ஏனையோர் துன்பந்தரினும் சினஞ் சீறும் செயல்களைத் தவிர்த்தல் நல்லது.

309. ஒருவன் வெறுப்புணர்வுகளுக்கு இடங்கொடாது விடின் அவன் விரும்பியன எல்லாம் விரைவில் கை கூடும்.

310. எல்லை கடந்த சினமுடையோர் இறந்தோர்க்குச் சமமாதல் போன்று, அதனை அடக்கியவர் முற்றும் துறந்த துறவியைப் போல்வர்.

Avoidance of Injuring Others

311

Even if injuring others would bring princely riches,
the pure in heart would still avoid it.

312

It is the principle of the pure in heart never to injure others,
even when they themselves have been hatefully injured.

313

Harming others, even enemies who harmed you unprovoked,
surely brings incessant sorrow.

314

If you return kindness for injuries received and forget both,
Those who harmed you will be punished by their own shame.

315

What good is a man's knowledge unless it prompts him
to prevent the pain of others as if it were his own pain?

316

Actions that are known to harm oneself
should never be inflicted upon others.

317

The highest principle is this: never knowingly
harm anyone at any time in any way.

318

Why does he who knows what injury to his own life is like
inflict injury upon other living human beings?

319

If a man visits sorrow on another in the morning,
sorrow will visit him unbidden in the afternoon.

320

All suffering recoils on the wrongdoer himself. Thus, those
desiring not to suffer refrain from causing others pain.

இன்னா செய்யாமை

311. சிறப்பீனும் செல்வம் பெறினும் பிறர்க்கு இன்னா
செய்யாமை மாசற்றார் கோள்.

312. கறுத்துஇன்னா செய்தவக் கண்ணும் மறுத்தின்னா
செய்யாமை மாசற்றார் கோள்.

313. செய்யாமல் செற்றார்க்கும் இன்னாத செய்தபின்
உய்யா விழுமந் தரும்.

314. இன்னாசெய் தாரை ஒறுத்தல் அவர்நாண
நன்னயஞ் செய்து விடல்.

315. அறிவினான் ஆகுவ துண்டோ பிறிதின்நோய்
தந்நோய்போல் போற்றாக் கடை.

316. இன்னா எனத்தான் உணர்ந்தவை துன்னாமை
வேண்டும் பிறன்கண் செயல்.

317. எனத்தானும் எஞ்ஞான்றும் யார்க்கும் மனத்தானாம்
மாணாசெய் யாமை தலை.

318. தன்னுயிர்க்கு இன்னாமை தானறிவான் என்கொலோ
மன்னுயிர்க்கு இன்னா செயல்.

319. பிறர்க்கின்னா முற்பகல் செய்யின் தமக்கு இன்னா
பிற்பகல் தாமே வரும்.

320. நோயெல்லாம் நோய்செய்தார் மேலவாம் நோய்செய்யார்
நோயின்மை வேண்டு பவர்.

துன்பம் செய்யாதிருத்தல்

311. பிறர்க்குத் தீமை விளைக்கும் செயல் தமக்கு இராசபோகம்
தரினும் மனத்தூய்மை உடையார் அத்தீச் செயலைச் செய்யார்.

312. வெறுக்கும் வகையில் தாம் துன்புறுத்தப்படினும் மற்றையோரை
துன்புறுத்தாமையே மனத்தூய்மை உடையார் கொள்கையாகும்.

313. தாம் பகைக்காத போது பகைவர் தமக்குத் துன்பம் செய்த
போதிலும் பதில் அவர்க்குத் துன்பம் செய்யின் இன்னல்கள் ஓயாது
தொடர்ந்து வரும்.

314. தமக்குப் பிறர் செய்த துன்பங்களைப் பொறுத்து, அவர்களிடத்தில்
அன்பு பாராட்டி இவ்விரண்டினையும் மறந்தால் துன்பம் செய்தார்க்கு
உண்டாகும் வெட்கமே அவர்களைத் தண்டித்து விடும்.

315. பிறர்க்கு ஏற்படும் துன்பம் தமக்கே வந்தது போல மதித்து
அதனைத் தடுக்கத் தூண்டாத அறிவினால் மனிதனுக்குப் பயன்
என்ன?

316. தமக்குத் தீயன என தான் உணர்ந்தவற்றைப் பிறர் பாட்டு
ஒருகாலும் செய்ய வேண்டாம்.

317. தெரிந்து கொண்டு எவர்க்கும் எக்காலத்தும் எவ்வகையிலேனும்
துன்பம் செய்யாதிருத்தலே மிக உன்னத கொள்கையாகும்.

318. தனது உயிர்க்குத் துன்பம் பயப்பது என உணர்ந்த ஒருவன்
ஏனைய உயிர்களுக்கு அத்துன்பத்தைச் செய்ய முனைவது ஏன்?

319. முற்பகல் பிறருக்கு ஒருவன் துன்பம் செய்யின் பிற்பகலிலே
அவனுக்குத் துன்பங்கள் தாமாகவே வரும்.

320. பிறருக்குத் துன்பம் செய்தவரையே துன்பம் சுற்றிச் சூழுமாதலால்
துன்பம் அனுபவிக்க விரும்பாதவர் பிறருக்குத் துன்பம்
செய்தலைத் தவிர்க்க.

Avoidance of Killing

321

What is virtuous conduct? It is never destroying life,
for killing leads to every other sin.

322

Of all virtues summed by ancient sages, the foremost are to
share one's food and to protect all living creatures.

323

Not killing is the first and foremost good.
The virtue of not lying comes next.

324

What is the good way? It is the path that reflects on
how it may avoid killing any living creature.

325

Among all who disown the world out of dismay,
the foremost, dismayed with killing, embrace nonkilling.

326

Life-devouring death will not lay waste the living days
of one whose code of conduct is to never kill.

327

Refrain from taking precious life from any living being,
even to save your own life.

328

By sacrifice of life, some gain great wealth and welfare,
but great men scorn such odious gains.

329

Those whose trade is killing creatures are deemed defiled
by men who know the defiling nature of being mean.

330

They say that beggars who suffer a depraved life
in a diseased body once deprived another's body of its life.

கொல்லாமை

321. அறவிஷன யாதெனில் கொல்லாமை கோறல்
     பிறவிஷன எல்லாந் தரும்.

322. பகுத்துண்டு பல்லுயிர் ஓம்புதல் நூலோர்
     தொகுத்தவற்றுள் எல்லாந் தஃல.

323. ஒன்றாக நல்லது கொல்லாமை மற்றதன்
     பின்சாரப் பொய்யாமை நன்று.

324. நல்லாறு எனப்படுவது யாதெனின் யாதொன்றும்
     கொல்லாமை சூழும் நெறி.

325. நிஃலஅஞ்சி நீத்தாருள் எல்லாம் கொஃலஅஞ்சிக்
     கொல்லாமை சூழ்வான் தஃல.

326. கொல்லாமை மேற்கொண் டொழுகுவான் வாழ்நாள்மேல்
     செல்லாது உயிருண்ணுங் கூற்று.

327. தன்னுயிர் நீப்பினும் செய்யற்க தான்பிறிது
     இன்னுயிர் நீக்கும் விஷன.

328. நன்றாகும் ஆக்கம் பெரிதெனினும் சான்றோர்க்குக்
     கொன்றாகும் ஆக்கங் கடை.

329. கொஃலவிஷனய ராகிய மாக்கள் புஃலவிஷனயர்
     புன்மை தெரிவா ரகத்து.

330. உயிர் உடம்பின் நீக்கியார் என்ப செயிர் உடம்பின்
     செல்லாத்தீ வாழ்க்கை யவர்.

கொல்லாமை

321. ஏனைய தீச் செயல் யாவற்றுக்கும் கொலையே வழி வகுப்பதால்
பிற உயிர்களைக் கொல்லாமையே அறச் செயலாகும்.

322. இருக்கும் உணவை மற்றையோருடன் பகிர்ந்து உண்டு
உயிர்களைக் காப்பாற்றுதல் அறநூல்கள் தொகுத்துச் சொன்ன
அறச்செயல்கள் யாவற்றுள்ளும் தலையானது.

323. கொல்லாமை அறங்கள் எல்லாவற்றுள்ளும் தலையானது.
பொய்யாமை எனும் தர்மம் அதனை அடுத்ததாக அமையும்.

324. நல்வழி எனப்படுவது யாதெனில் பிற உயிர்களைக் கொல்லுதலைத்
தவிர்க்கும் வழி உணர்த்துகின்ற வாழ்க்கை நெறியே ஆகும்.

325. மறுபிறவிக்குப் பயந்து உலக வாழ்வைத் துறத்தலினும்
அதிசிறந்தது கொலைப் பழிக்குப் பயந்து கொல்லா விரதம்
மேற்கொள்ளல் ஆகும்.

326. உயிர்களைக் கவரும் மரணம் கொல்லா விரதம்
மேற்கொண்டோரின் வாழ்நாளைத் தீண்டாது.

327. தன் உயிரைக் காப்பதற்கான நிலை ஏற்படினும் பிற உயிர்களைக்
கவரும் செயல்களைச் செய்யற்க.

328. கொலை செய்வதனால் சிலர் பெரும் செல்வமும் நன்மையும்
பெறுகின்றனர், எனினும் மதிநுட்பமுள்ளோர் அத்தகைய
நன்மையை வெறுத்து ஒதுக்குவர்.

329. கொலைத் தொழிலைச் செய்யும் கீழ் மக்கள் அவர் கீழ்மையை
உணர்ந்தார் மனதில் அவர் புலையர் எனக் கருதப்படுவர்.

330. நோய்வாய்ப்பட்ட உடலுடன் சீர் கெட்டு வறுமையுற்றோரை இவர்
முற்பிறவியில் ஒருகால் பிறஉயிரைக் கொன்றவர் என்பர்.

Impermanence of All Things

331
There is no baser folly than the infatuation
that looks upon the ephemeral as if it were everlasting.

332
Amassing great wealth is gradual, like the gathering of a theater
crowd. Its dispersal is sudden, like that same crowd departing.

333
Wealth's nature is to be unenduring.
Upon acquiring it, quickly do that which is enduring.

334
Though it seems a harmless gauge of time, to those who fathom it,
a day is a saw steadily cutting down the tree of life.

335
Do good deeds with a sense of urgency,
before death's approaching rattle strangles the tongue.

336
What wondrous greatness this world possesses—
that yesterday a man was, and today he is not.

337
Men do not know if they will live another moment,
yet their thoughts are ten million and more.

338
The soul's attachment to the body is like that of a fledgling,
which forsakes its empty shell and flies away.

339
Death is like falling asleep,
and birth is like waking from that sleep.

340
Not yet settled in a permanent home,
the soul takes temporary shelter in a body.

நிலையாமை

331. நில்லா வற்றை நிலேயின என்றுணரும்
    புல்லறி வாண்மை கடை.

332. கூத்தாட்டு அவைக்குழாத் தற்றே பெருஞ்செல்வம்
    போக்கும் அதுவிளிங் தற்று.

333. அற்கா இயல்பிற்றுச் செல்வம் அதுபெற்றால்
    அற்குப ஆங்கே செயல்.

334. நாளென ஒன்றுபோற் காட்டி உயிர் ஈரும்
    வாளது ஊணர்வார்ப் பெறின்.

335. நாச்செற்று விக்குள்மேல் வாராமுன் நல்விண
    மேற்சென்று செய்யப் படும்.

336. நெருநல் உளனொருவன் இன்றில்லை என்னும்
    பெருமை உடைத்துஇவ் வுலகு.

337. ஒருபொழுதும் வாழ்வது அறியார் கருதுப
    கோடியும் அல்ல பல.

338. குடம்பை தனித்து ஒழியப் புள்பறங் தற்றே
    உடம்பொடு உயிரிடை நட்பு.

339. உறங்கு வதுபோலுஞ் சாக்காடு உறங்கி
    விழிப்பது போலும் பிறப்பு.

340. புக்கில் அமைந்தின்று கொல்லோ உடம்பினுள்
    துச்சில் இருந்த உயிர்க்கு.

நிலையாமை

331. நிலைத்திராது விரைவில் அழிவனவற்றை நிலைத்திருப்பனவாகக்
கொள்ளும் மடமையிலும் வேறு எவையும் இல்லை.

332. கூத்துக் கொட்டகைக்குள் மக்கள் சேருவது போல் கை கூடுஞ்
செல்வம், கூத்து முடிய கலைவது போல் விரைவில் அழிந்து
விடும்.

333. நிலையிலாத இயல்பினை உடையது செல்வம். சேருங்கால்
நிலைத்து நிற்கும் அறத்தை உடன் செய்க.

334. ஒவ்வொரு நாளும் தீங்கற்றதாகத் தோன்றினும் அது வாழ்வெனும்
மரத்தைப் படிப்படியாக அரியும் கூர்வாள் என்பதை மெய்
உணர்ந்தோர் அறிவர்.

335. நாக்கு விழுந்து சேடம் இழுக்கத் தொடங்கி உயிர் பிரியு முன்
விரைவு உணர்வோடு நற்செயல்கள் ஆற்றுக.

336. நேற்று இருந்தவன் இன்றில்லை எனும் வியத்தகு பெருமை
உடையது இவ்வுலகு.

337. தன் உடலில் அடுத்த கணம் உயிர் நிலைக்குமோ என்பதை
அறியாதவன் தீட்டும் திட்டங்கள் கோடிக் கணக்கல்ல அதனினும்
கூடியன.

338. தான் வளர்ந்த முட்டையின் ஓடு வெறுமே கிடக்க, குஞ்சு பறந்து
விடுவது போன்றதே உடம்புக்கும் உயிருக்குமுள்ள தொடர்பாகும்.

339. வாழ்வில் சாதல் என்பது நித்திரை செய்தல் போன்றது, பிறப்பு
என்பது நித்திரையினின்றும் விழித்தெழுதல் போன்றது.

340. இவ்வுயிருக்கு நிலையான வீடு கிடையாமையினாலோ உடம்புகளில்
ஒவ்வொன்றாகத் தற்காலிகமாக வாழுகின்றது?

Renunciation

341

Whatsoever a man has renounced,
from the sorrow born of that he has freed himself.

342

The greatest gladness in the world comes after renunciation.
Let men desiring that rapture renounce early in life.

343

The five senses must be subdued,
and every desire simultaneously surrendered.

344

The ascetic's austerity permits not a single possession,
for possessions draw him back into delusion.

345

What are life's petty attachments to the man who seeks severance
from future births, when even his body is a burden?

346

One who slays the conceit that clamors "I" and "mine"
will reach a realm above the celestials' world.

347

If one clings to his attachments, refusing to let go,
sorrows will not let go their grip on him.

348

Those who perfectly renounce attain the highest peak;
the rest remain ensnared in delusion's net.

349

Birth ceases when all attachments are severed;
until then, one only sees life's impermanence.

350

Attach yourself to Him who is free from all attachments.
Bind yourself to that bond so all other bonds may be broken.

துறவு

341. யாதனின் யாதனின் நீங்கியான் நோதல்
     அதனின் அதனின் இலன்.

342. வேண்டின் உண் டாகத் துறக்க துறந்தபின்
     ஈண்டுஇயற் பால பல.

343. அடல்வேண்டும் ஐந்தன் புலத்தை விடல்வேண்டும்
     வேண்டிய வெல்லாம் ஒருங்கு.

344. இயல்பாகும் நோன்பிற்கொன்று இன்மை உடைமை
     மயலாகும் மற்றும் பெயர்த்து.

345. மற்றும் தொடர்ப்பாடு எவன்கொல் பிறப்பறுக்கல்
     உற்றார்க்கு உடம்பும் மிகை.

346. யான் எனது என்னும் செருக்கு அறுப்பான் வானோர்க்கு
     உயர்ந்த உலகம் புகும்.

347. பற்றி விடாஅ இடும்பைகள் பற்றினைப்
     பற்றி விடாஅ தவர்க்கு.

348. தூஉப்பட்டார் தீரத் துறந்தார் மயங்கி
     வீஉப்பட்டார் மற்றை யவர்.

349. பற்றற்ற கண்ணே பிறப்பறுக்கும் மற்று
     நிஉலயாமை காணப் படும்.

350. பற்றுக பற்றற்றான் பற்றினை அப்பற்றைப்
     பற்றுக பற்று விடற்கு.

துறவு

341. ஒருவன் எவ்வெப் பொருளினின்றும் பற்று நீக்கினானோ, அவ்வப் பொருளால் வரும் துன்பம் அவனுக்கு இல்லையாம்.

342. இவ்வுலகில் உலகப்பற்றை முற்றாகத் துறந்தபின்பே பெருமகிழ்ச்சி உண்டாகும். இதனைப் பெற விரும்புவோர் இளமையிலே துறவு பூணுதல் வேண்டும்.

343. ஐம்புலன்களை முற்றாக அடக்குதல் வேண்டும். அவற்றினால் வரும் பற்றுக்கள் யாவும் உடன் கை விடப்படல் வேண்டும்.

344. பரதேசிக்கு உடைமை எதுவுமே இல்லை, பற்று ஏதும் இருப்பின் அவன் மீண்டும் மாயை வலையிற் சிக்குவான்.

345. மறுபிறவி தவிர்க்க முயல்பவனுக்குத் தன் உடம்பே பாரமாயிருக்க, அவன் அற்பமானவற்றில் ஈடுபாடு கொள்வது ஏனோ?

346. நான் என்றும் எனது என்றும் என இருவகைப் பற்றை நீக்கியவன் தேவர்க்கும் மேலான வீட்டின்பம் பெறுவான்.

347. பற்றுக்களைக் கை விடாமல் அவற்றில் ஈடுபாடு காட்டுபவனை அவற்றினால் வரும் துன்பங்கள் அவனை விடாது பற்றிக் கொள்ளும்.

348. பற்றுக்களை முற்றும் துறந்தவர் உயர்வு மிக்க வீடு பேறடைவர். பற்றுச் சிறிதேனும் உள்ளவர் மீண்டும் பிறவி வலையிற் சிக்குவர்.

349. பற்றுக்கள் யாவற்றையும் அறுத்திட பிறப்பு அற்று விடும். இன்றேல் பிறப்பு இறப்பால் வரும் நிலையாமை உணரப்படும்.

350. உலகப் பற்றுகள் யாவற்றையும் அறுக்க வேண்டுமாயின், எவ்வகைப் பற்றுமில்லா இறைவனைப் பற்றுக.

Knowledge of Truth

351

The muddled mentality that mistakes the unreal for the Real
is the genesis of woeful births.

352

For those of undimmed perception, free from delusion,
darkness departs and rapture rushes in.

353

Heaven is nearer than Earth for those who
dispel all doubt and know the Truth.

354

All knowledge acquired through the five senses is worthless
to those without knowledge of Truth.

355

In everything of every kind whatsoever,
wisdom perceives Truth in that thing.

356

Those who find the highest Reality here and now
follow a path which never comes back to this world.

357

Having thought profoundly and realized fully That which is,
one need never think of being born again.

358

Wisdom is that rare realization of Perfection's True Being,
which banishes forever the folly of rebirth.

359

He who clings to life's true support clings not to lesser things.
Sorrows, which destroy by clinging, no longer cling to him.

360

Desire, delusion and indignation—annihilation of these
three terms is the termination of torment.

மெய் உணர்தல்

351. பொருளல்ல வற்றைப் பொருளென்று உணரும்
     மருளானாம் மாணாப் பிறப்பு.

352. இருள்நீங்கி இன்பம் பயக்கும் மருள்நீங்கி
     மாசறு காட்சி யவர்க்கு.

353. ஐயத்தின் நீங்கித் தெளிந்தார்க்கு வையத்தின்
     வானம் நணிய துடைத்து.

354. ஐயுணர்வு எய்தியக் கண்ணும் பயமின்றே
     மெய்யுணர்வு இல்லா தவர்க்கு.

355. எப்பொருள் எத்தன்மைத் தாயினும் அப்பொருள்
     மெய்ப்பொருள் காண்பது அறிவு.

356. கற்றீண்டு மெய்ப்பொருள் கண்டார் தலைப்படுவர்
     மற்றீண்டு வாரா நெறி.

357. ஓர்த்துள்ளம் உள்ளது உணரின் ஒருதலையாப்
     பேர்த்துள்ள வேண்டா பிறப்பு.

358. பிறப்பென்னும் பேதைமை நீங்கச் சிறப்பென்னும்
     செம்பொருள் காண்பது அறிவு.

359. சார்புணர்ந்து சார்பு கெடஒழுகின் மற்றழித்துச்
     சார்தரா சார்தரு நோய்.

360. காமம் வெகுளி மயக்கம் இவைமூன்றன்
     நாமம் கெடக்கெடும் நோய்.

உண்மை உணர்தல்

351. மெய்ப் பொருளல்லாதவற்றை மெய்ப்பொருளென்று தவறாக
நினைக்கும் மயக்க உணர்வே துன்பம் நிறைந்த
இழிபிறவிகளுக்குக் காரணமாகும்.

352. அறியாமை நீக்கி மயக்கமில்லா உண்மை நிலையைக் கண்டறிந்த
சான்றோரிடத்தில் பேரானந்தம் கூடும்.

353. ஐயப்பாடு எதுவுமின்றி மெய்ப்பொருள் தெளிந்த அறிவுடையார்க்கு
விண்ணுலகம் மண்ணுலகிலும் மிகக் கிட்டியதாயிருக்கும்.

354. மெய்யுணர்வு கைவரப் பெறாதவர்க்கு ஐம்புலன்களாலும் அறியப்படும்
பரந்த உலகியலறிவும் பயனற்றதாகிவிடும்.

355. எப் பொருளும் எத்தனை இயல்புடையதாயினும் அவ்வப் பொருளின்
உண்மை இயல்பை உணருவதே மெய்யுணர்வாகும்.

356. இம்மையிலே உண்மை நிலை அறிந்தவர் மீண்டும் பிறவி எடுக்க
வேண்டாத பெருவாழ்வு வாழ்வர்.

357. தெளிவாகச் சிந்தித்து உண்மைப் பொருளைத் தீர உணர்ந்தவர்
மறு பிறவிபற்றி நினைக்க வேண்டியதில்லை.

358. மறுபிறவி எனும் அறிவின்மை அறவே அற்றுப்போக பரிபூரணம்
எனும் நிறைவை உய்த்தறிதலே மெய்யுணர்வாகும்.

359. எப்பொருளுக்குஞ் சார்பான மெய்ப் பொருளை உணர்ந்து தன்னைச்
சார்ந்த ஆசைகள் அற ஒழுகினால் பற்றினால் வருந் துன்பங்கள்
வரா.

360. ஆசை வெறுப்பு திரிபுணர்ச்சி என்ற மூன்றின் பெயரே அழிந்து
போக ஒழுகினால் பெருந் துன்பங்களே முடிவுக்கு வந்து விடும்.

Eradication of Desire

361
At all times and to all creatures,
the seed of ceaseless births is desire.

362
If you must desire, desire freedom from birth.
That will only come by desiring desirelessness.

363
Here no fortune is as dear as desirelessness;
and even there, nothing like it can be found.

364
Purity is but freedom from desire,
and that comes from thirsting after Truth.

365
They say only those who have renounced desire are renunciates.
Others, though they have renounced all else, are not.

366
As it is desire, above all else, which deceives a man,
ascetics rightfully dread it.

367
Desisting from all desire-driven deeds, a renouncer
finds liberation approaching, just as he desired.

368
He who has no desires has no sorrow.
But where desire exists, endless sorrows ensue.

369
When desire, sorrow's sorrow, dies away,
undying bliss prevails here on Earth.

370
It is the nature of desire never to be fulfilled, but he who utterly
gives it up is eternally fulfilled at that very moment.

அவா அறுத்தல்

361. அவாஎன்ப எல்லா உயிர்க்கும்எஞ் ஞான்றும்
தவாஅப் பிறப்பீனும் வித்து.

362. வேண்டுங்கால் வேண்டும் பிறவாமை மற்றது
வேண்டாமை வேண்ட வரும்.

363. வேண்டாமை அன்ன விழுச்செல்வம் ஈண்டில்லை
ஆண்டும் அஃதொப்பது இல்.

364. தூஉய்மை என்பது அவாவின்மை மற்றது
வாஅய்மை வேண்ட வரும்.

365. அற்றவர் என்பார் அவாஅற்றார் மற்றையார்
அற்றாக அற்றது இலர்.

366. அஞ்சுவ தோரும் அறனே ஒருவனை
வஞ்சிப்ப தோரும் அவா.

367. அவாவினை ஆற்ற அறுப்பின் தவாவினை
தான்வேண்டு மாற்றான் வரும்.

368. அவாஇல்லார்க் கில்லாகுந் துன்பம் அஃதுண்டேல்
தவாஅது மேன்மேல் வரும்.

369. இன்பம் இடையறா தீண்டும் அவாவென்னும்
துன்பத்துள் துன்பங் கெடின்.

370. ஆரா இயற்கை அவாநீப்பின் அந்நிலையே
பேரா இயற்கை தரும்.

ஆசை அறுத்தல்

361. எல்லா உயிர்களுக்கும் எக்காலத்திலும் முடிவின்றி வரும்
பிறப்பிற்குக் காரணம் அவா எனும் வித்தாகும்.

362. ஒருவன் விரும்பத்தக்கது பிறவியிலிருந்து விடுபடுதலே,
அவ்விருப்பம் எதனையும் விரும்பாது விடுவதனால் கைகூடும்.

363. இம்மையிலே எதனையும் விரும்பாமை போன்ற அருஞ் செல்வம்
எதுவுமில்லை. மறுமையிலும் அதற்கொப்பானது வேறில்லை.

364. எப்பொருள் மீதும் ஆசையின்மையே மனத் தூய்மை எனப்படும்.
மெய்ப்பொருளை விரும்புவதாலேயே அவ்வாசையின்மை கைகூடும்.

365. ஆசை நீக்கியோரே உண்மைத் துறவியர் ஆவர். ஏனையோர் ஆசை
தவிர மற்றெல்லாவற்றையும் நீக்கியிருப்பினும் துறவியர் அல்லர்.

366. எதனிலும் மேலாக ஒருவனை வஞ்சித்து ஏமாற்றுவது அவாவே,
எனவே துறவியர் அதற்கு அஞ்சி ஒழுகுவர்.

367. அவா தருஞ் செயல்களைத் துறவி அறவே தவிர்ப்பாராயின் அவர்
வேண்டியவாறு வீடு பேறு கைகூடும்.

368. ஒருவனுக்கு ஆசை இன்றேல் துன்பம் இல்லை. ஆயின் ஆசை
இருப்பின் துன்பம் இடையறாது வந்து கொண்டிருக்கும்.

369. துன்பம் மேற் துன்பம் தரும் ஆசையை அழித்தால் இம்மையிலும்
நிலைத்த இன்பம் கிடைக்கும்.

370. ஆசை என்பது ஒருபோதும் நிறைவுறாத இயல்புடையது.
ஆசையை முற்றாக ஒருவன் நீக்கிய அக்கணமே நிரந்தர ஆனந்த
நிறைவடைவான்.

Uull

ஊழ்

பரியினும் ஆகாவாம் பாலல்ல, உய்த்துச்
சொரியினும் போகா தம.

Section IV

Destiny

KURAL 376

Though you guard it well, what destiny does not decree
disappears. Though you cast it aside, what destiny calls
yours will not depart.

AH! DESTINY. SOMETHING THAT APPLIES TO BOTH PATHS: THAT OF THE FAMILIES AND THAT OF THE RENUNCIATES. CALL IT KARMA, BUT NEVER FATE. Some have translated the Tamil word *uull* as fate, equating fate with karma. However, *fate* implies an unavoidable doom, and that is not a description of karma. *Webster's Dictionary* says, "*Fate* refers to the inevitability of a course of events as supposedly predetermined by a God or other agency beyond human control. *Destiny* refers to an inevitable succession of events as determined supernaturally or by necessity, but often implies a favorable outcome." I prefer the word *destiny*—from the Latin, meaning "determination," "fixed standing"—if either must be used, as it implies less inevitability and flows better with the reality that each soul creates its own future by its own actions.

Fortunately, in recent times, the word *karma* has been brought into English. *Webster's* defines it as, "A deed, act, fate. To make; form. Similar to the Welsh *pryd*: shape, time. 1) Hinduism, Buddhism: the totality of a person's actions in any one of the successive states of that person's existence, thought of as determining the fate of the next stage. 2) Loosely, fate, destiny." This reveals a combination of destiny, fate and karma to unfold the complexity of how the soul shapes its own future.

It is interesting to note that the originally Latin word *fate* ("pronouncement, prediction, prophecy") actually goes back to the times of the Greeks and Romans, when the Fates, as they were called (also Moirai for the Greeks and Parcae for the Romans), were three Goddesses—Clotho, Lachesis and Atropos—believed to guide human destiny. We might surmise that their role was or is like that of guardian *devas*, or even Mahadevas, who assist man in shaping his own destiny by revealing pathways that are auspicious and karmically positive. The Greeks say that Clotho is the spinner of the thread of destiny. Lachesis is the measurer of the thread of destiny. Atropos is the cutter of the fabric of destiny.

I have never liked the word *fate*. It has always reminded me of the strain of fatalism in the Abrahamic religions, preaching that everything is predetermined, foreordained, and there is nothing you can do if you are doomed. You are at the mercy of outside, and sometimes hurtful, forces. The burden is intolerable, in spite of some theologians' efforts to alleviate it by elaboration of the concept of free will. The Vedic traditional view of karma is not of this kind. *Jyotisha*, Hindu astrology, tells us the stars only impel; they do not compel. Karmas are of man's own making, making him the creator of his own destiny, not the victim of some other force, whether divine or not. Bad karmas (*kukarma* in Sanskrit) can be mitigated through remorse, prayer and penance, called *prayashchitta*. Though karmas may be the worst of the worst, once they are mitigated and atoned for, one can lead a joyous, happy religious life.

Fate, on the other hand, is taken as a damnation, a curse from God if it is bad, and nothing, literally nothing, can be done to soften or avoid it. The concept of fate holds one who believes in it in a state of constant, ever-growing fear and hopelessness. Fate is a foreordained destiny imposed upon each person from some unseen outside force, whereas karma is of man's own making. As we explain in *Dancing with Siva*, "Karma is not fate, for man acts with free will, creating his own destiny. The *Vedas* tell us, if we sow goodness, we will reap goodness; if we sow evil, we will reap evil. Karma refers to the totality of our actions and their concomitant reactions in this and previous lives, all of which determines our future. It is the interplay between our experience and how we respond to it that makes karma devastating or helpfully invigorating."

CHAPTER 38

Destiny

371

When destiny ordains wealth, it gives birth to industriousness.
When it decrees a life of loss, it inspires only idleness.

372

That destiny which decreases prosperity increases ignorance.
That destiny which diminishes loss expands knowledge.

373

However subtle the sundry texts he studies,
a man is left with his native intelligence.

374

Two natural ways are ordained in this world.
Securing wealth is one. Seeking wisdom's light is another.

375

In karma's presence, sure success with wealth can fail,
and certain failure can succeed.

376

Though you guard it well, what destiny does not decree disappears.
Though you cast it aside, what destiny calls yours will not depart.

377

A man may amass millions, but its enjoyment
will never exceed the portion allotted to him.

378

The poor are practically ascetics and would renounce if only karma,
approaching with experiences yet to be, would pass them by.

379

Why should those who rejoice when destiny brings them good
moan when that same destiny decrees misfortune?

380

What is there that is mightier than destiny?
For it is present even in the plans we devise to overcome it.

ஊழ்

371. ஆகூழால் தோன்றும் அசைவின்மை கைப்பொருள்
போகூழால் தோன்றும் மடி.

372. பேதைப் படுக்கும் இழவூழ் அறிவகற்றும்
ஆகலூழ் உற்றக் கடை.

373. நுண்ணிய நூல்பல கற்பினும் மற்றுந்தன்
உண்மை அறிவே மிகும்.

374. இருவேறு உலகத்து இயற்கை திருவேறு
தெள்ளிய ராதலும் வேறு.

375. நல்லவை எல்லாஅந் தீயவாம் தீயவும்
நல்லவாம் செல்வம் செயற்கு.

376. பரியினும் ஆகவாம் பாலல்ல உய்த்துச்
சொரியினும் போகா தம.

377. வகுத்தான் வகுத்த வகையல்லால் கோடி
தொகுத்தார்க்கும் துய்த்தல் அரிது.

378. துறப்பார்மன் துப்புர வில்லார் உறற்பால
ஊட்டா கழியு மெனின்.

379. நன்றாங்கால் நல்லவாக் காண்பவர் அன்றாங்கால்
அல்லற் படுவ தெவன்?

380. ஊழிற் பெருவலி யாவுள மற்றொன்று
சூழினுந் தான்முந் துறும்.

முன் வினைப் பயன்

371. ஒருவனுக்கு செல்வம் சேர வேண்டிய ஊழ் இருப்பின் முயற்சி தோன்றும். அச் செல்வம் அழிவதற்கான ஊழ் வரின் சோம்பலைத் துாணடும்.

372. ஒருவன் திரட்டிய செல்வத்தை அழிக்கும் ஊழ் வந்துறும் போது, அது அறிவைப் பேதலிக்கச் செய்யும். செல்வம் திரளவேண்டிய ஊழ் வருங்கால் அவன் அறிவை வளர்க்கும்.

373. நுண்ணறிவூட்டும் நூல் பல ஒருவன் கற்றிருப்பினும் ஊழ் வந்துறும் போது அவ்வூழால் ஆகும் இயற்கை அறிவே வளரும்.

374. உலகம் இயல்பாக இரு வேறுபட்ட தன்மைகளை உடையது. திரண்ட செல்வமுடையராதல் ஒன்று, தெளிந்த அறிவுடையராதல் மற்றொன்று.

375. ஊழானது தீய சூழ்நிலையிலும் நன்மை அளிப்பதாக மாறச், செல்வம் சேரும். அவ்வாறின்றி நல்ல சூழ்நிலையும் தீயதாய் மாறச், செல்வம் அழியும்.

376. ஊழ் விதிப்படி சேராத செல்வம், எத்துணை காவல் செய்யினும் நிலையாது. தமக்கு உரியதாயுள்ளதை அழிய விடினும் அது குறையாது.

377. ஒருவன் கோடிக்கணக்காகச் சேர்த்து வைத்திருந்தாலும் அவன் தலைவிதிப்படியான வகைப்படியே அதனை அனுபவித்தல் கூடும்.

378. வாழ்வில் வரக் கூடிய துயரங்கள் கர்ம வினைப்படி வந்து வருத்தாவிடின் வறுமையால் வாடுபவர் துறவிகள் போலாவர்.

379. ஊழ்வினையால் நன்மை வரும் போது களிப்புடன் அனுபவிப்பவர் அதே ஊழ்வினை தீயன விளைக்கும் போது அழுவது ஏனோ?

380. ஊழ் வினையிலும் வலியது எது உளது? அதனைத் தவிர்க்கும் உபாயத்தை மேற்கொள்ளினும் இது தானே முந்தி வந்து விடும்.

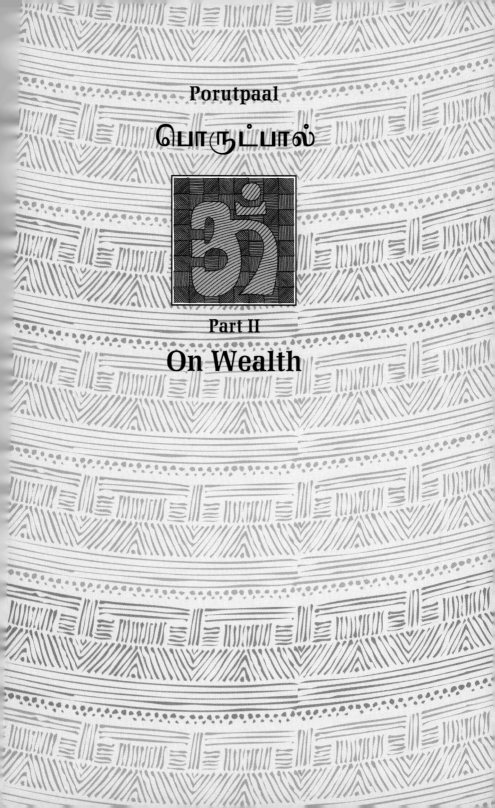

Porutpaal

பொருட்பால்

Part II

On Wealth

Arasiyal

அரசியல்

கொடையளி செங்கோல் குடியோம்பல் நான்கும்
உடையானாம் வெந்தர்க் கொளி.

Section V

Royalty

KURAL 390

He is a light among rulers who is endowed with the four merits
of generosity, graciousness, justice and care for the people.

YES, THERE ARE SO FEW KINGS LEFT ON OUR PLANET TODAY, BUT THEY ARE STILL HERE, AND THIS SECTION ON GOVERNMENT APPLIES TO THEM. BUT DOES it apply to them only? Is it not a course in human resource management, essential for all who aspire to climb the corporate ladder? Is it not a politician's handbook for those who aspire to the top and wish to remain there? In today's world, the CEOs of large corporations far outnumber even the subjects of feudal kingdoms of the days in which Valluvar lived. Earth's population then was only 150 million or more, and now it is nearly six billion—forty times greater.

Here we learn that right thought, right speech and right action are a total must for right government for the corporation, the political arena, for a president of a large or small nation, or for a king. Indeed, these precepts apply to all of us who aspire to serve without conflict, to think ahead and prepare, to analyze and understand before we act. It is all here: an irrefutable and clear message for success.

There is no way to calculate how many Hindus have memorized and acted upon these verses and are now top in the computer industries, leaders in political circles, directors of hospitals or highly regarded engineers within their fields. Take, for example, the admonitions on choosing the right people to employ, to associate with and to trust. This is wisdom that needs to be known. Certain men who commanded high esteem failed to comply with what is so clearly outlined here, and the thud of their fall was heard worldwide through the Internet, the television, the radio and the printed word. For this alone, *Tirukural* is a must, for it is with great effort that one attains to a position of worth, and it is by even greater effort that he maintains this position to fulfill the initial vision of his chosen enterprise. It is for this that information "spies" are needed, that loyal and trusted advisors are needed, that wealth obtained by proper means is needed, that fairness to employees, constituents and the public at large is needed, and most of all the knowledge of exactly what fairness actually is, so as not to earn reproach.

Valluvar explains how to learn and the importance of learning. He states that life is a continuum of constant learning, keeping up with the times. In today's world, the times are moving rapidly, and there is a lot of keeping up to do. For leaders, it is a constant demand. The weaver admonishes those who neglect their learning, who are too indolent to tolerate a new idea, absorb a new duty or take on a new responsibility. Skillfully, he divides the intellectual from the wise in chapter 43, for wisdom is the timely application of knowledge. Self-reflection is seen in chapter 44, where the weaver explains that we must be self-reflective, see our own faults and correct them before others see them and complain—a hallmark of good leadership.

We can do nothing on the way up the corporate ladder, or even beginning a political campaign, unless we gain the support of those in influence. It is in chapter 45 that the weaver explains how this is done and the necessity for it. Yes, of course, there are admonitions that leaders will fall by not following, such as the wisdom that not avoiding low-minded people leads to ruin. Where would CNN, Doordarshan and other news media such as *India Today*, *Newsweek*, *The Hindu* and *Wall Street Journal* get their stories and their readership if all those in powerful positions heeded this chapter?

On and on he goes in creating the eminent management manual of all times, so precise are his statements, so true and so meaningful. He encourages all to persevere: "Laugh when troubles come your way. Nothing conquers calamity better than that."

The Merits of the King

381

He is lion among kings who is well endowed with these six:
army, citizens, wealth, ministers, allies and fortresses.

382

There are four attributes that cannot be absent in a king:
fearlessness, generosity, wisdom and industriousness.

383

In those who rule the land, three traits must never lapse:
vigilance, valor and virtuous learning.

384

The noble king is unswerving in virtue, restrains wrongdoing
and courageously maintains his honor.

385

He who can produce a treasury of wealth, deposit it,
preserve it and apportion it wisely—now, that is a king!

386

All peoples praise that nation whose sovereign
is always accessible and never speaks harshly.

387

Behold the king who speaks graciously, gives generously and
protects powerfully—the world considers his word its command.

388

Ruling righteously himself and safeguarding his subjects,
a monarch may be deemed divine by his people.

389

The world lives protected beneath the umbrella
of an ethical leader who can endure words bitter to the ear.

390

He is a light among rulers who is endowed with the four merits
of generosity, graciousness, justice and care for the people.

இறைமாட்சி

381. படைகுடி கூழ்அமைச்சு நட்பரண் ஆறும்
     உடையான் அரசருள் ஏறு.

382. அஞ்சாமை ஈகை அறிவு க்கம் இந்நான்கும்
     எஞ்சாமை வேந்தர்க் கியல்பு.

383. தூங்காமை கல்வி துணிவுடைமை இம்மூன்றும்
     நீங்கா நிலனான் பவர்க்கு.

384. அறனிழுக்கா தல்லவை நீக்கி மறனிழுக்கா
     மானம் உடைய தரசு.

385. இயற்றலும் ஈட்டலுங் காத்தலும் காத்த
     வகுத்தலும் வல்ல தரசு.

386. காட்சிக் கெளியன் கடுஞ்சொல்லன் அல்லனேல்
     மீக்கூறும் மன்னன் நிலம்.

387. இன்சொலால் ஈத்தளிக்க வல்லார்க்குத் தன்சொலால்
     தான்கண் டஊனத்திவ் வுலகு.

388. முறைசெய்து காப்பாற்றும் மன்னவன் மக்கட்கு
     இறையென்று வைக்கப் படும்.

389. செவிகைப்பச் சொற்பொறுக்கும் பண்புடை வேந்தன்
     கவிகைக்கீழ்த் தங்கும் உலகு.

390. கொடையளி செங்கோல் குடியோம்பல் நான்கும்
     உடையானாம் வேந்தர்க் கொளி.

அரசன் பெருமை

381. படை, குடிமக்கள், செல்வவளம் இடிந்துரைக்கும் மந்திரிமார், உற்றவிடத்து உதவும் நண்பர், அரண் என்பன ஆறும் நிறைவுற உடையவன் அரசருள் ஆண் சிங்கமாம்.

382. பகையின்மை, தாராள மனப்பான்மை, கூரிய புத்தி, விடாமுயற்சி எனும் இந்நான்கு குணமும் குறையாதிருப்பது அரசர்க்கு இன்றியமையாதவை.

383. நாடாளும் அரசர்க்கு சோரா விழிப்புநிலை, நற்கல்வி, மனத்துணிவு என்பன மூன்றும் தவறாது நிலைத்திருக்க வேண்டிய குணங்களாம்.

384. அறநெறியில் வழுவாமலலும் மடச்செயலுக்கு இடங்கொடாமலும் வீரத்தில் சிறிதும் தயங்காதவனாயும் ஆளுபவன் மதிப்புக்குரிய அரசனாவான்.

385. செல்வத்தைச் சேர்த்தலிலும், சேர்த்தனவற்றைச் சேமித்து வைத்தலிலும், சேமித்தவற்றை பாதுகாத்தலிலும் அவற்றை உரியவாறு பங்கீடு செய்தலிலும் வல்லவனே அரசன்.

386. குடிமக்கள் எளிதில் காணக் கூடியவனாயும் இன்சொல் பேசுபவனாயும் ஆளும் அரசனுடைய நாட்டை உலகம் போற்றும்.

387. இன்சொல் பேசி தாராளமாக உதவியளித்து ஆற்றலுடன் நாட்டைக் காக்கும் அரசன் சொல்லை உலகம் கட்டளையாக ஏற்றுக் கொள்ளும்.

388. நீதி நெறியில் வழுவாது குடிமக்களுக்குத் துன்பம் வராது காக்கும் மன்னவன் மக்களால் தெய்வமாக மதிக்கப்படுவான்.

389. செவிக்கு அன்னாத சொற்களைப் பொறுத்து முறை தவறாப் பண்பு மிக்க அரசன் மக்களால் தெய்வமாகக் கணிக்கப்படுவான்.

390. தாராளமான கொடை, அருளுடைமை, நீதிநெறி வழுவாமை குடியோம்பல் எனும் நான்கு பண்புகளையும் உடையவன் மன்னர்களுள் சோதி போல் விளங்குவான்.

Learning

391
All that you learn, learn perfectly, and
thereafter keep your conduct worthy of that learning.

392
Two are the eyes of those who truly live—
one is called numbers, and the other letters.

393
The learned have eyes that see, they say.
The unlearned have two open sores on their face.

394
It is the learned man's prowess that meetings with him
bring delight, and departures leave pleasant thoughts.

395
The learned remain ever humble, as the poor are before
the prosperous. Lowly men lack such learning.

396
The deeper a sand well is dug, the more freely its water flows.
Even so, the deeper a man's learning, the greater is his wisdom.

397
Knowing that knowledge makes all nations and neighborhoods
one's own, how can a man stay untutored until his death?

398
The learning a man secures in one birth
will secure his well-being in seven.

399
When the learned discern that the learning which delights them
also delights the world, they love learning all the more.

400
A man's learning is an imperishable and precious wealth.
No other possession is as golden.

கல்வி

391. கற்க கசடறக் கற்பவை கற்றபின்
நிற்க அதற்குத் தக.

392. எண்ணென்ப ஏனை எழுத்தென்ப இவ்விரண்டும்
கண்ணென்ப வாழும் உயிர்க்கு.

393. கண்ணுடையர் என்பவர் கற்றோர் முகத்திரண்டு
புண்ணுடையர் கல்லா தவர்.

394. உவப்பத் தலைக்கூடி உள்ளப் பிரிதல்
அனைத்தே புலவர் தொழில்.

395. உடையார்முன் இல்லார்போல் ஏக்கற்றுங் கற்றார்
கடையரே கல்லா தவர்.

396. தொட்டனைத் தூறும் மணற்கேணி மாந்தர்க்குக்
கற்றனைத் தூறும் அறிவு.

397. யாதானும் நாடாமல் ஊராமால் என்னொருவன்
சாந்துணையுங் கல்லாத வாறு.

398. ஒருமைக்கண் தான் கற்ற கல்வி ஒருவற்கு
எழுமையும் ஏமாப் புடைத்து.

399. தாமின் புறுவது உலகின் புறக் கண்டு
காமுறுவர் கற்றறிந் தார்.

400. கேடில் விழுச்செல்வம் கல்வி யொருவற்கு
மாடல்ல மற்றை யவை.

கல்வி

391. கற்கத் தகுந்தனவற்றை ஐயந்திரிபறக் கற்றுத் தெளிக. அவ்வாறு கற்றபின், படித்தறிந்த அறவொழுக்கத்துக்கு அமைய வாழ்க.

392. வாழும் உயிர்களுக்கு கண்போல் அமைந்த கலைகள் இரண்டு. எண் எனப்படும் கணிதம் முதலான அறிவியல் ஒன்று, இலக்கணம் இலக்கியம் முதலான அழகியல் மற்றையது.

393. கற்றுத் தெளிந்தவர்க்கே கண்கள் இரண்டுள. கல்லாதவர் கண்கள் முகத்திலே உள்ள இரண்டு புண்கள் என்பர் சான்றோர்.

394. கற்றறிந்தோர் மற்றையவரைச் சந்திக்கும் போது மகிழ்ச்சியுடன் அளவளாவி, பின் இவரை எப்போது மீளக் கூடுவோம் எனும் நினைவுகளுடன் பிரிவர்.

395. செல்வர் முன் இரவலர் தாழ்ந்து நிற்பது போல ஆசிரியர் முன் பணிவுடன் கற்று நிற்பர் அறிஞர். அங்ஙனம் செய்ய நாணுபவர் கல்லாத இழிந்தவராவர்.

396. மணலிலே கிணறு தோண்டும் அளவிற்கு நீரூற்றுப் பெருகுவது போல நூல்களை ஆழ அணுகிப் படிக்கும் தோறும் அறிவு பெருகும்.

397. கற்றுத் தெளிந்தவனுக்கு எல்லா நாடும், எல்லா ஊரும் அவனதேயாம் என அறிந்தும் ஏனோ இறக்கும் வரை ஒருவன் கல்லாது இருக்கிறான்?

398. ஒரு பிறவியிலே ஒருவன் கற்ற கல்வி அவனைத் தொடர்ந்து வரும் ஏழு பிறவியிலும் சென்று உதவும்.

399. தாம் இன்புறுவதற்கு ஏதுவான கல்வியினால் உலகமும் இன்புறுதல் கண்டு கற்றோர் அதனிலும் மேலும் இன்புறுவர்.

400. ஒருவன் கற்ற கல்வி அழிவற்ற அருஞ் செல்வமாகும். ஏனைய பணமும் நிலமும் செல்வங்களாகா.

The Neglect of Learning

401

Speaking to a learned gathering without ample knowledge
is like playing a dice game without the board.

402

An uneducated man desiring to be eloquent
is like a breastless woman longing to be feminine.

403

Even the ignorant will be considered wise
if they refrain from speaking in the presence of the learned.

404

However excellent an untaught man's knowledge may be,
erudite men will never accept it.

405

An unschooled man's self-conceit will shrivel
the moment he speaks to an assembly.

406

Like unproductive barren land is the man who has neglected
learning. All that can be said about him is that he exists.

407

The handsome charm of him whose knowledge
is neither subtle nor penetrating is like that of a painted clay doll.

408

Even more wretched than a learned man's poverty
is the unlearned man's wealth.

409

Though he is humbly born, a lettered man's nobility
transcends that of the illiterate nobleman.

410

As men are to wild beasts, so are the masters
of brilliant texts to other men.

கல்லாமை

401. அரங்கின்றி வட்டாடி யற்றே நிரம்பிய
நூலின்றிக் கோட்டி கொளல்.

402. கல்லாதான் சொற்கா முறுதல் முஃலியிரண்டும்
இல்லாதான் பெண்காமுற் றற்று.

403. கல்லா தவரும் நனிநல்லர் கற்றார்முன்
சொல்லா திருக்கப் பெறின்.

404. கல்லாதான் ஒட்பம் கழியநன் றாயினும்
கொள்ளார் அறிவுடை யார்.

405. கல்லா ஒருவன் தகைமை தஃலப்பெய்து
சொல்லாடச் சோர்வு படும்.

406. உளரென்னும் மாத்திரையர் அல்லால் பயவாக்
களரஃனயர் கல்லா தவர்.

407. நுண்மாண் நுழைபுலம் இல்லான் எழில்நலம்
மண்மாண் புஃனபாவை யற்று.

408. நல்லார்கண் பட்ட வறுமையின் இன்னாதே
கல்லார்கண் பட்ட திரு.

409. மேற்பிறந்தா ராயினும் கல்லாதார் கீழ்ப்பிறந்தும்
கற்றார் அஃனத்திலர் பாடு.

410. விலங் கொடு மக்கள் அஃனயர் இலங்குநூல்
கற்றாரோடு ஏஃன யவர்.

கல்லாமை

401. நிறைவாகக் கற்றுத் தெளிந்த அறிவின்றிக் கற்றோர் அவையில்
     பேச முற்படுதல் சதுரங்கக் கோடின்றித் தாயக்கட்டை உருட்டுவது
     போலாகும்.

402. கல்வியறிவில்லாதவன் சொற்பொழிவாளனாக விரும்புதல் முலை
     இரண்டு மில்லாத பெண் தாய்மையை விரும்பியது போலாகும்.

403. கற்றோர் சபையில் கல்வியறிவில்லார் பேசுவதைத் தவிர்ப்பாராயின்,
     அவர்களும் உயர்வான தகுதிக்குரியவராவர்.

404. கல்லாதவன் எத்துணை மதிநுட்பம் வாய்ந்தவனாக இருப்பினும்,
     அறிவுடையோர் அவன் கருத்துக்களை ஏற்றுக் கொள்ளமாட்டார்.

405. கல்வியறிவில்லாதவன் கற்றோர் அவையிற் பேச உந்தும்
     தற்பெருமையானது, அவன் கற்றோருடன் உரையாடக் காய்ந்து
     சுருங்கி விடும்.

406. கல்வியறிவில்லாதவர் பயிர் எதுவும் விளையாத உலர் நிலத்தைப்
     போல்வர். அவர் உயிரோடு இருக்கின்றனர் என்று மட்டும் தான் கூற
     முடியும்.

407. மதிநுட்பமும் கூர்மையும் அற்றவனின் கவர்ச்சியான தோற்றமும்
     அழகும் களிமண்ணால் செய்து நிறந் தீட்டிய பாவையின் அழகைப்
     போன்றது.

408. கல்விமான் ஒருவன் அடைந்துள்ள வறுமையை விட
     கல்லாதான் பெற்ற செல்வம் கொடியது.

409. உயர்குடிப் பிறந்தும் கல்வி கல்லாதானை விட கீழ்குடிப்
     பிறந்தும் கற்றறிந்தவனின் பெருமை மேம்பட்டது.

410. மக்களுக்கும் விலங்குகளுக்கும் உள்ள தொடர்புகள் போன்றதே
     வேத நூலறிவு பெற்ற ஞானியர்க்கும் மற்றவர்களுக்கும் உள்ள
     தொடர்பாகும்.

Learning by Listening

411

The most precious wealth is the wealth acquired by the ear.
Indeed, of all wealth, that wealth is paramount.

412

Only when no fare can be found for the ear
is it time to offer the stomach a morsel.

413

In Heaven, Deities feed from sacrificial fires.
On Earth, men who feast on listening are their equal.

414

Though he has no learning, if a man listens to the learned,
that will serve as his staff of strength in adversity.

415

Words from the lips of upright men
are like a steadying staff in a slippery place.

416

Let a man listen to good things, however little.
Even that little will enlarge his greatness.

417

Those who have studied deeply and listened diligently never speak
foolish words, even when they have misunderstood a matter.

418

If not pierced by acute listening,
ears may hear and yet remain deaf.

419

Unless he has listened to learning's subtlety,
it is rare indeed for a man to speak with humility.

420

There are those whose tongues taste but whose ears savor nothing.
What does it matter whether they live or die?

கேள்வி

411. செல்வத்துட் செல்வஞ் செவிச்செல்வம் அச்செல்வம்
செல்வத்து எல்லாந் தஃல.

412. செவிக்குண வில்லாத போழ்து சிறிது
வயிற்றுக்கும் ஈயப்படும்.

413. செவியுணவிற் கேள்வி யுடையார் அவியுணவின்
ஆன்றாரோ டொப்பர் நிலத்து.

414. கற்றில னாயினுங் கேட்க அஃதொருவற்கு
ஒற்கத்தின் ஊற்றாந் துஊண.

415. இழுக்கல் உடையுழி ஊற்றுக்கோல் அற்றே
ஒழுக்க முடையார்வாய்ச் சொல்.

416. எஊத்தானும் நல்லவை கேட்க அஊத்தானும்
ஆன்ற பெருமை தரும்.

417. பிழைத் துணர்ந்தும் பேதைமை சொல்லா ரிழைத்துணர்ந்
தீண்டிய கேள்வி யவர்.

418. கேட்பினுங் கேளாத் தகையவே கேள்வியால்
தோட்கப் படாத செவி.

419. நுணங்கிய கேள்விய ரல்லார் வணங்கிய
வாயின ராதல் அரிது.

420. செவியிற் சுவையுணரா வாயுணர்வின் மாக்கள்
அவியினும் வாழினும் என்.

கேள்வி

411. செவிவழி கேட்டறியும் கல்விச் செல்வமே மதிப்புடையது.
அச்செல்வம் மற்றெல்லாச் செல்வங்களுள்ளும் தலையானது.

412. அறிவு தரும் கருத்துக்களைக் கேட்டறிய வாய்ப்பில்லாத
வேளையில் மட்டுமே வயிற்றுக்கும் ஒரு கவளம் உணவு
வழங்கப்படும்.

413. செவிக்குணவாகிய கேள்வியறிவு பெறும் இம்மண்ணவர் வேள்வியல்
அவியுணவு பெறும் விண்ணவரோடு ஒப்பர்.

414. ஒருவன் கற்காவிடினும் கற்றோர் சொல்லக் கேட்ட அறிவாவது
பெற்றிருப்பின் அது கெடுதி வருங்கால் ஊன்று கோல் போல் உறுதி
தரும்.

415. நேர்மையுள்ள பெரியோர் கூறும் அறிவுரைகள் வழுக்கல் நிலத்தில்
ஊன்று கோல் போல் உறுதி தரும்.

416. சிறியனவாயினும் சிறந்த கருத்துக்களைப் பெரியோர் வாய்க்
கேட்டுணர்க. அத்துணை கேள்வியறிவோ மிகுந்த பெருமை
வளர்க்கும்.

417. ஆழ்ந்த கல்வியறிவும் நற்கேள்வியறிவும் உடையோர் தவறாக
உணர்ந்த எப்பொருள் பற்றியும் அறியாமை பயக்கும் சொற்களையும்
பேசமாட்டார்.

418. நூண்ணிய கேள்வியறிவு ஊடுருவிச் செல்லப் பெறாத செவி பிற
ஒலிகளைக் கேட்பினும் அது செவிடேயாம்.

419. கல்வி தரும் அறிவை நுணுக்கமாகக் கேட்டறிந்தவர்க்கன்றி
பணிவுடன் உரையாடும் சொல் வருதல் அரிது.

420. கேள்வியறிவுச் சுவையுணராது நாச்சுவை மட்டுமே உணருகின்றவர்
இருந்தென்ன? இறந்தென்ன?

Possession of Wisdom

421

Wisdom is a weapon that can ward off destruction.
It is an inner fortress that no enemy can assail.

422

Wisdom will harness the mind, diverting it
from wrong and directing it toward right.

423

Whatever is heard from whomever's lips,
wisdom will rightly discern its true meaning.

424

Wisdom speaks well, conveying each meaning clearly,
and listens for the subtlest sense in others' speech.

425

The wise befriend the wise and keep that friendship constant,
not opening and closing it like the petaled lotus.

426

It is wisdom to live in the world
in the way that the world lives.

427

Those who know, know what will happen next.
Such things are unknown to the unknowing.

428

It is folly not to fear what ought to be feared.
So the wise dread what should be dreaded.

429

Fearsome sufferings shall never happen
to knowing ones who guard against future happenings.

430

Those who possess wisdom possess everything.
Whatever others possess, without wisdom they have nothing.

அறிவு உடைமை

421. அறிவற்றங் காக்குங் கருவி செறுவார்க்கும்
     உள்ளழிக்க லாகா அரண்.

422. சென்ற இடத்தால் செலவிடா தீதொரீஇ
     நன்றின்பால் உய்ப்ப தறிவு.

423. எப்பொருள் யார்யார்வாய்க் கேட்பினும் அப்பொருள்
     மெய்ப்பொருள் காண்ப தறிவு.

424. எண்பொருள வாகச் செலச் சொல்லித் தான்பிறர்வாய்
     நுண்பொருள் காண்ப தறிவு.

425. உலகம் தழீஇய தொட்பம் மலர்தலும்
     கூம்பலும் இல்ல தறிவு.

426. எவ்வ துறைவது உலகம் உலகத்தோடு
     அவ்வ துறைவ தறிவு.

427. அறிவுடையார் ஆவ தறிவார் அறிவிலார்
     அஃதறி கல்லா தவர்.

428. அஞ்சுவ தஞ்சாமை பேதைமை அஞ்சுவது
     அஞ்சல் அறிவார் தொழில்.

429. எதிரதாக் காக்கும் அறிவினார்க் கில்லை
     அதிர வருவதோர் நோய்.

430. அறிவுடையார் எல்லா முடையார் அறிவிலார்
     என்னுடைய ரேனும் இலர்.

அறிவு உடைமை

421. அழிவைத் தடுக்க வல்ல ஓர் ஆயுதம் அறிவு ஆகும். மேலும் அது பகைவராலும் அழிக்க முடியாத காவற்கோட்டை ஆகும்.

422. மனத்தை அடக்கி ஆளவல்லது அறிவு, தீய வழியிற் செல்ல விடாது திருப்பி நல்ல வழியிற் செலுத்துவதும் அறிவே.

423. எவரெவர் வாயிலிருந்தாவது என்னென்ன விடயத்தை அறியினும் அவ்வவ் விடயத்தின் உண்மைப் பொருளை அறிவானது காணும்.

424. தாம் சொல்லுங் கருத்தை எளிதில் விளங்குமாறு தெளிவாகச் சொல்லுதலும் பிறர் சொல்லுங் கருத்தின் நுண்ணிய பொருளைக் கூர்ந்து அறிந்து கொள்ளுதலும் அறிவின் பாற்பட்டதாகும்.

425. அறிவாற்றல் மிக்கோரை அணைத்து நண்பராக்கித் தாமரை போல் மலர்தலும் கூம்புதலுமின்றி ஒரே தன்மையராக வாழ்வது அறிவாகும்.

426. உலகம் எவ்வாறு நடைபெறுகின்றதோ அவ்வாறே அதனுடன் ஒத்து ஒழுகுவது அறிவுடைமை ஆகும்.

427. அறிவுடையார் பின் நிகழ்வனவற்றை முன்னதாகவே உணர வல்லவர். அறிவிலார்க்கு அத்தகைய ஆற்றல் எத்துணையும் இல்லை.

428. அஞ்ச வேண்டியனவற்றிற்கு அஞ்சாது பாராமுகமாயிருத்தல் மடமையாதலின் அறிவுடையோர் அஞ்ச வேண்டியனவற்றிற்கு அஞ்சி அதைத் தடுக்க முயல்வர்.

429. பின் விளைவுகளை உய்த்துணர்ந்து அவற்றிற்குத் தக ஏற்பாடுகள் செய்வோர்க்கு அதிர்ச்சி தரக் கூடிய துன்பம் ஏதும் வாராது.

430. அறிவுடையவர்கள் எல்லாம் பெற்ற சிறப்புடையவராவர். அறிவில்லாதவர் எல்லாம் பெற்றிருப்பினும் எதுவுமே இல்லாதவர் போல்வர்.

Guarding Against Faults

431
Those who are free from vanity, vulgarity and venomousness
will prosper in deserving dignity.

432
Avarice, arrogance and crude amusements are flaws
in the character of an unfit king.

433
Though their fault be as small as a millet seed,
to those who dread disgrace it will appear as large as a palm tree.

434
One's own faults are one's mortal enemies.
It follows that to guard against them is life's gravest concern.

435
The good fortune of a man who does not guard against failings
before they manifest will perish like a stack of straw before a fire.

436
What fault remains in a king who expunges his own faults
before examining the faults in others?

437
The wealth of him who, out of avarice, fails to do what
should be done will vanish without the slightest vestige.

438
When all faults are reckoned, one remains unrivaled:
the greedy grasping known as avarice.

439
Never indulge in admiring yourself.
Never be drawn toward deeds that do not benefit others.

440
Delighting in life's pleasures in guarded privacy
nullifies the conspiring schemes of enemies.

குற்றம் கடிதல்

431. செருக்குஞ் சினமும் சிறுமையும் இல்லார்
     பெருக்கம் பெருமித நீர்த்து.

432. இவறலும் மாண்பிறந்த மானமும் மாணா
     உவகையும் ஏதம் இறைக்கு.

433. திஎனத்துஎணயாங் குற்றம் வரினும் பஎனத்துஎணயாக்
     கொள்வார் பழிநாணு வார்.

434. குற்றமே காக்க பொருளாகக் குற்றமே
     அற்றந் தரூஉம் பகை.

435. வருமுன்னர்க் காவாதான் வாழ்க்கை எரிமுன்னர்
     வைத்தூறு போலக் கெடும்.

436. தன்குற்றம் நீக்கிப் பிறர்குற்றங் காண்கிற்பின்
     என்குற்ற மாகும் இறைக்கு.

437. செயற்பால செய்யா திவறியான் செல்வம்
     உயற்பால தன்றிக் கெடும்.

438. பற்றுள்ளம் என்னும் இவறன்மை எற்றுள்ளும்
     எண்ணப் படுவதொன் றன்று.

439. வியவற்க எஞ்ஞான்றும் தன்என நயவற்க
     நன்றி பயவா விஎன.

440. காதல காதல் அறியாமை உய்க்கிற்பின்
     ஏதில ஏதிலார் நூல்.

குற்றம் தவிர்த்தல்

431. செருக்கு, சினம், சிறுமை எனுங் குற்றங்களில்லாதார்
    பெறும் பெருமை மேம்பட்ட தன்மையது.

432. அளவுகடந்த ஆசை, செருக்கு, விரும்பத்தகாத மகிழ்ச்சி என்பன
    தகுதியற்ற மன்னனின் குறைகளாகும்.

433. பழிச் சொல்லுக்கு அஞ்சித் தம் குற்றத்திற்காக வெட்கப்படுபவர்
    தினையளவு குற்றம் வரினும் அதனைப் பனையளவான பெருங்
    குற்றமாகக் கொள்வர்.

434. தான் செய்யும் குற்றம் இறுதியில் தனக்கே அழிவைத் தருவதால்
    அக் குற்றம் தன்மீது வராது காத்துக் கொள்க.

435. குற்றம் வருமுன் தன்னைக் காவாதான் வாழ்க்கை நெருப்புக்கு
    முன் இடப்பட்ட வைக்கோற் போர் போல் சாம்பலாகிவிடும்.

436. தன் மீதுள்ள குற்றங்களை முதலில் நீக்கிப் பின் பிறர் மீதுள்ள
    குற்றங்களைப் போக்கும் அரசனுக்கு என்ன குற்றங்கள் ஏற்பட
    முடியும்?

437. செய்ய வேண்டியனவற்றைச் செய்யாது சேர்த்து வைப்பவனின்
    செல்வம் பெருகாது வீணே அழிந்து விடும்.

438. பேராசையினால் பொருளைத் தகுந்தவிடத்து உதவாத
    உலோபத்தன்மை பிற குற்றங்கள் எல்லாவற்றிலும் மிகப் பெரிய
    குற்றமாகும்.

439. எக்காலத்தும் தன்னைத் தானே வியந்து புகழ்ந்து
    கொள்ளலாகாது, அவ்வாறே பிறருக்கு நன்மை தராத
    செயல்களைச் செய்யலாகாது.

440. தான் விரும்புவனவற்றைப் பிறர் அறியாத வகையில் ஒருவன்
    அனுபவிப்பானாயின் பகைவர் தம் சூழ்ச்சிகள் பாழாகிப் போய் விடும்.

Gaining Support from the Great

441

If men fathom what it means to have virtuous and wise friends,
they will find the means to procure such friendships.

442

There are men who allay today's trials and avert
tomorrow's troubles. Befriend and look after them.

443

To cherish and befriend men of greatness
is the rarest of all rare things.

444

A man's greatest strength is meriting friendship
with those greater than himself.

445

Knowing that they function as a monarch's eyes,
a king looks at ministers meticulously before engaging them.

446

A man's foes are rendered ineffective
if he can live in fellowship with the worthy.

447

Who can destroy the man who enjoys the friendship
of aides who will not hesitate to admonish him?

448

With no one to reprove and thus protect him,
a king will be destroyed, though no one seeks his destruction.

449

Profit is not for those who have no capital; nor is stability
for those who lack the support of faithful friends.

450

While it is perilous to make a multitude of foes,
it is ten times worse to give up the friendship of the worthy.

பெரியாரைத் துணைக்கோடல்

441. அறனறிந்து மூத்த அறிவுடையார் கேண்மை
     திறனறிந்து தேர்ந்து கொளல்.

442. உற்றநோய் நீக்கி உறாஅமை முற்காக்கும்
     பெற்றியார்க் பேணிக் கொளல்.

443. அரியவற்று எல்லாம் அரிதே பெரியாரைப்
     பேணித் தமராக் கொளல்.

444. தம்மிற் பெரியார் தமரா ஒழுகுதல்
     வன்மையு எல்லாந் தலை.

445. சூழ்வார்கண் ணாக ஒழுகலான் மன்னவன்
     சூழ்வாரைக் சூழ்ந்து கொளல்.

446. தக்கா ரினத்தனாய்த் தானொழுக வல்லானைச்
     செற்றார் செயக்கிடந்த தில்.

447. இடிக்குந் துணையாரை யாள்வாரை யாரே
     கெடுக்குந் தகைமை யவர்.

448. இடிப்பாரை இல்லாத ஏமரா மன்னன்
     கெடுப்பா ரிலானுங் கெடும்.

449. முதலிலார்க்கு ஊதிய மில்லை மதலையாஞ்
     சார்பிலார்க் கில்லை நிலை.

450. பல்லார் பகை கொளலிற் பத்தடுத்த தீமைத்தே
     நல்லார் தொடர்கை விடல்.

பெரியாரைத் துணைக்கோடல்

441. தம்மிலும் மூத்த அறிவுள்ள பெரியார் திறமையைத் தெளிவாக
உணர்ந்து அன்னாரின் நட்பைப் பெறுதல் வேண்டும்.

442. இன்றுவரும் துன்பங்களைக் களைந்து நாளைவரும்
துயரங்களிலிருந்து காப்பாற்றும் பெரியோர் நட்பைப் பெற்றுப்
பேணுதல் வேண்டும்.

443. அறிவாற்றல் மிக்க பெரியோர் நட்பைப் பெற்று அவர்களைத்
தமக்குரியவராக்கிக் கொள்ளல் அரியனவற்றுள் எல்லாம் அரியது.

444. தம்மிலும் பெரியாரோடு உறவு பூண்டு அவர் வழிப்படி நடப்பது
மக்களின் வலிமைகளுள் மிகச் சிறந்த வலிமையாகும்.

445. அரசனின் அமைச்சரவை அவனுக்கு ஆட்சிபுரியக் கண்கள் போல்
உதவுவதால் அவன் அவர்களை நுணுகி ஆய்ந்த பின்பே
நியமித்தல் வேண்டும்.

446. தக்கார் மத்தியில் மதிப்பும் நட்பும் பூண்டு வாழும் மன்னனுக்குப்
பகைவரால் ஏற்படக் கூடிய துன்பங்கள் எவையுமில்லை.

447. அரசனின் குற்றம் கண்டதும் கண்டித்து நேர்வழி காட்டுந்
துணைவரையுடைய அரசனின் வல்லமையை அழிக்க வல்ல
எதிரிகள் யாருளர்?

448. குற்றங்களைக் கடிந்து பாதுகாப்பு வழங்குந் துணைவரற்ற அரசன்
வேறு எதிரி எவரில்லை எனினும் அவன் தானே அழிந்து போவான்.

449. மூலதனம் இல்லாத வணிகனுக்கு இலாபமில்லை. அதுபோல்
நம்பிக்கையுள்ள நல்லவர் உறுதுணையாக இல்லாதவருக்கு
நிலையான உறுதிப்பாடில்லை.

450. பல்வேறு எதிரிகளை உண்டாக்குவதிலும் நல்லவரின் நட்பைக்
கை விடுதல் பத்து மடங்கு கேடுதரும்.

Avoidance of Base Company

451

Men of greatness dread base company,
while the low-minded consider them kinsmen.

452

As water changes according to the soil through which it flows,
so a man assimilates the character of his associates.

453

By knowing his thoughts, a man's mind is discovered.
By knowing his associates, his character is revealed.

454

Wisdom, appearing to originate in a man's mind,
has its source in his companions.

455

Purity of mind and purity of conduct—these two
depend upon the purity of a man's companions.

456

Praiseworthy progeny come to pure-minded men
whose pure companions keep impure deeds away.

457

Wealth will be bestowed on good-minded men,
and all renown will be granted by good company.

458

Even perfect men, possessing the mind's full goodness,
are fortified by pious fellowship.

459

Goodness of mind leads to bliss in the next world,
and even that is secured by the company of good men.

460

There exists no greater aid than virtuous fellowship,
and no greater affliction than evil fraternity.

சிற்றினம் சேராமை

451. சிற்றினம் அஞ்சும் பெருமை சிறுமைதான்
     சுற்றமாச் சூழ்ந்து விடும்.

452. நிலத்தியல்பால் நீர்திரிந் தற்றாகும் மாந்தர்க்கு
     இனத்தியல்ப தாகும் அறிவு.

453. மனத்தானாம் மாந்தர்க் குணர்ச்சி இனத்தானாம்
     இன்னான் எனப்படுஞ் செயல்.

454. மனத்து எதுபோலக் காட்டி ஒருவற்கு
     இனத்துள தாகும் அறிவு.

455. மனந்தூய்மை செய்வினை தூய்மை இரண்டும்
     இனந்தூய்மை தூவா வரும்.

456. மனந்தூயார்க் கெச்சம்நன் றாகும் இனந்தூயார்க்கு
     இல்லைநன் றாகா விளை.

457. மனநலம் மன்னுயிர்க் காக்கம் இனநலம்
     எல்லாப் புகழும் தரும்.

458. மனநலம் நன்குடைய ராயினும் சான்றோர்க்கு
     இனநலம் ஏமாப் புடைத்து.

459. மனநலத்தின் ஆகும் மறுமைமற் றஃதும்
     இனநலத்தின் ஏமாப் புடைத்து.

460. நல்லினத்தி னூங்குந் துணையில்லை தீயினத்தின்
     அல்லற் படுப்பதூஉம் இல்.

சிற்றினம் சேராமை

451. அறிவிற் பெரியோர் சிற்றினக் கூட்டத்தைக் கண்டு அஞ்சுவர்.
ஆயின் அறிவிற் சிறியோர் அவருடன் இனங் கொண்டாடுவர்.

452. நீரானது தான் ஊடாகப் பாயும் நிலத்தின் பாங்கினை ஒத்திருப்பது
போல் மனித இயல்பும் அவரவர் கூடிப்பழகும் இனத்தவரின்
இயல்பினை உடையதாயிருக்கும்.

453. ஒரு மனிதனின் உணர்ச்சிகளை அவன் மனம் வெளிப்படுத்துவது
போல் அவனுடைய குணத்தை அவனைச் சேரும் கூட்டம் காட்டி
விடும்.

454. ஒருவன் மனதில் உற்பத்தியாவது போல் தோன்றும் மெய்யறிவு
அவனைச் சார்ந்த கூட்டாளிகளிலிருந்து தோன்றியதே.

455. மனத்தூய்மை, செய்யும் செயலின் தூய்மை எனும் இவ்விரண்டுமே
ஒருவர் கூடும் கூட்டத்தால் உண்டாகும் தன்மையவை.

456. தூய மனம் உடையோருக்கே புகழ் தரும் மரபு தோன்றும். அதுபோல்
தூய நண்பர்களை உடையவர் இழிவான செயல்களைப் புரியார்.

457. நல்ல மனம் உலகில் வாழும் உயிர்களுக்கு நன்மை பயக்கும்.
நல்லார் சேர்க்கையும் எல்லாப் புகழையும் தரும்.

458. மெய்யறிவுடையோர் பூரண மன நலத்தைப் பெற்றிருப்பினும் இனம்
மூலம் வரும் நலமே பாதுகாப்பு தரும் அரணாக அமையும்.

459. மனத்தூய்மையினால் ஒருவருக்கு அடுத்த பிறவியிலே இன்பங்
கைகூடும். இன நலத்தால் அது மேலும் வலுப்பெற்றுச்
சிறப்படையும்.

460. நல்ல இனச் சேர்க்கையில் சிறந்த துணை வேறில்லை. தீய இனச்
சேர்க்கை தரும் வேதனை போல் துன்பம் வேறில்லை.

Deliberate Before Acting

461

When action is needed, ponder what is to be gained,
what lost, and what ultimately achieved, then proceed.

462

There is nothing too difficult for a man who, before he acts,
deliberates with chosen friends and reflects privately.

463

The wise never undertake an enterprise that rashly risks
existing capital to reach for potential profits.

464

Those who dread ridicule and disgrace
will not commence any task that is unclear.

465

To sally forth without a well-conceived plan
is one way to cultivate an enemy's strength.

466

Doing what should not be done will bring ruin,
and not doing what should be done will also bring ruin.

467

Embark upon an action after careful thought. It is folly to say,
"Let us begin the task now and think about it later."

468

Any task not methodically performed may go awry,
though men in multitudes support it.

469

Even in doing good deeds a man may err
if he does not consider the recipient's unique nature.

470

Having made his plans, let a man keep his actions above blame.
The world will never approve of acts that are beneath him.

தெரிந்து செயல்வகை

461. அழிவதூஉம் ஆவதூஉம் ஆகி வழிபயக்கும்
     ஊதியமும் சூழ்ந்து செயல்.

462. தெரிந்த இனத்தொடு தேர்ந்தெண்ணிச் செய்வார்க்கு
     அரும்பொருள் யாதொன்றும் இல்.

463. ஆக்கம் கருதி முதலிழக்கும் செய்வினை
     ஊக்கார் அறிவுடை யார்.

464. தெளிவி லதனைத் தொடங்கார் இளிவென்னும்
     ஏதப்பாடு அஞ்சு பவர்.

465. வகையறச் சூழா தெழுதல் பகைவரைப்
     பாத்திப் படுப்பதோ ராறு.

466. செய்தக்க அல்ல செயக் கெடும் செய்தக்க
     செய்யாமை யானுங் கெடும்.

467. எண்ணித் துணிக கருமம் துணிந்தபின்
     எண்ணுவம் என்பது இழுக்கு.

468. ஆற்றின் வருந்தா வருத்தம் பலர்நின்று
     போற்றினும் பொத்துப் படும்.

469. நன்றாற்ற லுள்ளுந் தவுறுண்டு அவரவர்
     பண்பறிந் தாற்றாக் கடை.

470. எள்ளாத எண்ணிச் செயல்வேண்டும் தம்மோடு
     கொள்ளாத கொள்ளாது உலகு.

ஆராய்ந்து செயற்படும் முறை

461. செயல்களைத் தொடங்கு முன் அதனால் விளையும் நன்மை, கேடு, பின்னை வரும் ஊதியம் என்பனவற்றைத் தீர ஆராய்ந்து இறுதியில் செயற்பட வேண்டும்.

462. காரியத்தைத் தொடங்கு முன், தேர்ந்தெடுத்த மக்களுடன் ஆராய்ந்து பின் தனித்திருந்து சிந்தித்துச் செயலாற்றுவோருக்கு எய்துவதற்கு அரியது எதுவுமேயில்லை.

463. அறிவுள்ளோர் பின் வருஞ் செல்வத்தை நோக்கமாகக் கொண்டு கையிலிருக்கும் மூலதனத்தை இழக்குஞ் செயல் எதனையும் புரியார்.

464. தமக்கு அவமானம் ஏற்படுவதை அஞ்சுபவர் மனத் தெளிவில்லாமல் எக் கருமத்தையுஞ் செய்யத் துணியார்.

465. தீர ஆராய்ந்த உபாயமின்றிச் செயலாற்ற முற்படுதல் அது பகைவரின் வலிமையை நிலை பெறச் செய்வதற்கு ஒப்பாகும்.

466. செய்யத்தகாததைச் செய்யின் அது அழிவைக் கொண்டு வரும். செய்ய வேண்டியதைச் செய்யாவிடின் அதுவும் அழிவே கொண்டு வரும்.

467. சீராகச் சிந்தித்த பின்பே செயலாற்ற முற்பட வேண்டும். தொடங்கிய பின்பு சிந்திப்போம் என்பது மடமையாகும்.

468. முறையாக மேற்கொள்ளாத எச்செயலும் நிறைவாக முற்றுப் பெறாது. பின் பலர் கூடி நிறைவுறச் செய்ய முயலினும் குறையுள்ளதாகவே இருக்கும்.

469. ஒவ்வொருவன் சுபாவத்தையும் அறிந்து அதற்கு ஏற்ப ஒழுகாவிடின் நல்லனவற்றைச் செய்யும் போதும் அவை கெடுதியானவையாக அமையலாம்.

470. பிறர் இகழாத வகையில் செயலாற்ற வேண்டும். பொருத்தமற்ற வகையில் செயலாற்றின் உலகம் அதனை ஏற்றுக் கொள்ளாது.

Understanding Strength

471

The prudent man acts after weighing the strength a deed demands,
his own strength and the strengths of allies and opposition.

472

Nothing is impossible for those who perceive the nature and means
of their task and proceed with determination.

473

Ignorant of their strengths, many plunge zealously
into projects, only to miscarry midway.

474

How swiftly men who praise themselves perish, unappraised of
their real measure, unable to live in peace with others.

475

Load too many of them, and even peacock feathers
would break a sturdy cart's axle.

476

He who has climbed out to the tip of a tree branch
and attempts to climb farther will forfeit his life.

477

Know the measure of your capacity to give, then give accordingly;
such clarity is the way wealth is preserved.

478

A small income is no cause for failure,
provided expenditures do not exceed it.

479

Prosperous as his life may appear, unless a man
measures well his wealth, it will disappear without a trace.

480

How swiftly a generous man's riches dwindle and die,
if he does not evaluate the limits of his means.

வலி அறிதல்

471. வினைவலியும் தன்வலியும் மாற்றான் வலியும்
துணைவலியும் தூக்கிச் செயல்.

472. ஒல்வ தறிவது அறிந்ததன் கண்தங்கிச்
செல்வார்க்குச் செல்லாதது இல்.

473. உடைத்தம் வலியறியார் ஊக்கத்தின் ஊக்கி
இடைக்கண் முரிந்தார் பலர்.

474. அமைந்தாங் கொழுகான் அளவறியான் தன்னை
வியந்தான் விரைந்து கெடும்.

475. பீலிபெய் சாகாடும் அச்சிறும் அப்பண்டஞ்
சால மிகுத்துப் பெயின்.

476. நுனிக்கொம்பர் ஏறினார் அஃதிறந் தூக்கின்
உயிர்க்கிறுதி ஆகி விடும்.

477. ஆற்றின் அளவறிந்து ஈக அதுபொருள்
போற்றி வழங்கும் நெறி.

478. ஆகாறு அளவிட்டி தாயினுங் கேடில்லை
போகாறு அகலாக் கடை.

479. அளவறிந்து வாழாதான் வாழ்க்கை உளபோல
இல்லாகித் தோன்றாக் கெடும்.

480. உளவரை தூக்காத ஒப்புர வாண்மை
வளவரை வல்லைக் கெடும்.

வலிமையின் தன்மை அறிதல்

471. எண்ணிய கருமத்தின் இயல்பும், தன் சொந்த ஆற்றல், அக்
கருமத்துக்கு உறுதுணையாகவும் இடையூறாகவும் உள்ள
காரியங்கள் என்பனவற்றையும் சீர்துக்கிப் பார்த்துச் செயலாற்றுக.

472. தம்மால் இயன்ற செயலையும் அதற்கேற்ப இன்றியமையாத
உபாயத்தையும் உத்தேசித்துச் செயற்படுவோருக்கு முடியாத
காரியம் எதுவுமில்லை.

473. தம்மாற்றல் அறியாது உற்சாகத்தினால் உந்தப்பட்டு ஒரு காரியம்
தொடங்கிய பின் இடையில் இரண்டும் கெட்டு அவலப்பட்டவர் பலர்.

474. தம்மைச் சூழ்ந்தாரோடு நட்புடன் வாழாது, தமக்குள்ள
ஆற்றலையும் சரியாகப் புரியாது தம்மையே புகழ்ந்து கொள்பவர்
விரைவில் மாண்டு போவர்.

475. மயில் இறகாக இருப்பினும் அளவு மீறி ஏற்றினால் அதனைத்
தாங்கும் வண்டியின் அச்சாணியும் ஒடிந்து விடும்.

476. ஒரு மரத்தின் நுனிக் கொப்புக்கு ஏறுபவர்கள் இன்னும் மேலே ஏற
எத்தனித்தால் அவர் உயிருக்கு முடிவு உண்டாகிவிடும்.

477. தம் ஆற்றலை அறிந்து அதற்கியைய கொடை வழங்குக.
அவ்வண்ணம் செய்தலே தம் பொருளைப் பேணுவதற்குச் சிறந்த
முறையாகும்.

478. வருவாய் சிறிதாயினும், அந்த அளவுக்கு மீறிச் செலவு செய்யா
விடின் அதனால் எந்தக் கெடுதியுமில்லை.

479. பெறும் வருவாயின் அளவை அறிந்து வாழத் தெரியாதவன்
வாழ்க்கை செல்வம் உடையவன் போல் தோன்றினாலும் விரைவில்
அழிந்து விடும்.

480. தமக்குள்ள செல்வத்தின் நிலையைக் கவனியாது வழங்கி வந்தால்
அச் செல்வம் விரைவில் அழிந்துவிடும்.

Understanding Timeliness

481

During the day, a crow can overcome the more powerful owl.
Desiring to defeat his enemy, a king must pick the proper time.

482

A man may tightly bind himself to prosperity
by the tether called timely action.

483

Is there any task too difficult for the man who acts
at the right time and with the proper means?

484

One may aim to acquire the whole world and succeed,
if actions target the right time and place.

485

Those who aim to own the world
must wait, unruffled, for the fitting hour.

486

The powerful man's patient restraint is like the drawing back
of the fighting ram before he strikes the stunning blow.

487

When irate, clear-minded men never show it then and there.
Holding it within, they watch for an opportune moment.

488

Bow ever so humbly when meeting an enemy.
His own head will hang humiliated when, in time, he meets defeat.

489

When a rare opportunity comes your way, do not hesitate
to swiftly accomplish otherwise impossible tasks.

490

There are times to stay still as a stalking heron.
There are times to move swiftly as a heron strikes.

காலம் அறிதல்

481. பகல்வெல்லும் கூகையைக் காக்கை இகல்வெல்லும்
     வேந்தர்க்கு வேண்டும் பொழுது.

482. பருவத்தோடு ஒட்ட ஒழுகல் திருவினைத்
     தீராமை ஆர்க்குங் கயிறு.

483. அருவினை யென்ப உளவோ கருவியான்
     காலம் அறிந்து செயின்.

484. ஞாலம் கருதினுங் கைகூடுங் காலம்
     கருதி இடத்தாற் செயின்.

485. காலம் கருதி இருப்பவர் கலங்காது
     ஞாலம் கருது பவர்.

486. ஊக்க முடையான் ஒடுக்கம் பொருததகர்
     தாக்கற்குப் பேருந் தகைத்து.

487. பொள்ளென ஆங்கே புறம்வேரார் காலம்பார்த்து
     உள்வேர்ப்பர் ஒள்ளி யவர்.

488. செறுநரைக் காணின் சுமக்க இறுவரை
     காணின் கிழக்காம் தலை.

489. எய்தற் கரியதுற இயைந்தக்கால் அந்நிலையே
     செய்தற் கரிய செயல்.

490. கொக்கொக்க கூம்பும் பருவத்து மற்றதன்
     குத்தொக்க சீர்த்த இடத்து.

காலம் அறிதல்

481. பகற்பெழுதில் காக்கை ஆந்தையை வெல்லும். அவ்வாறே தன்
பகைவரை வெற்றி கொள்ள விரும்பும் அரசன் பொருத்தமான
நேரத்தைத் தேர்ந்து கொள்ள வேண்டும்.

482. தக்க காலநேரம் அறிந்து அதற்கு ஏற்ப செயலாற்றுதல்
செல்வமானது அழிந்து போகாது கட்டி வைக்கும் கயிறு
போன்றதாகும்.

483. உரிய காலத்தில் உவந்த கருவி கொண்டு எக்கருமத்தையும் பயன்
தரும்படி செய்பவர்க்கு செய்வதற்கு அரிதான பணி எதுவும்
உளதோ?

484. தக்க காலமும் பொருத்தமான இடமும் அறிந்து செயலாற்றின்
உவகத்தையே பெற விரும்பினும் அது கட்டாயம் கைகூடும்.

485. இவ்வுலகையே தமதாக்க விரும்புவோர் மனங்கலங்காது தக்க
தருணம் பார்த்துப் பொறுத்திருத்தல் வேண்டும்.

486. வலிமை மிக்க மனிதன் தக்க தருணம் பார்த்துப் பொறுமையுடன்
காத்திருத்தல், ஆட்டுக்கடா தன் எதிரியைத் தாக்க முன்
பின்வாங்கிக் காலெடுத்து வைப்பது போலாகும்.

487. தெளிவான அறிவுள்ளோர் பகைவர் தவறு செய்யினும் கடுங்கோபங்
கொண்டு சீறிச் சினக்கமாட்டார். வெற்றி கொள்வதற்குத் தகுந்த
காலம் வரும் வரையும் தம் கோபத்தை உள்ளடக்கி வைத்திருப்பர்.

488. எதிரியைச் சந்திக்கும் போது கோபத்தை வெளிக்காட்டாது
சிரந்தாழ்த்திப் பணிவுடன் நடந்து கொள்க. காலப் போக்கில் அவர்
தோல்வி கண்டு வெட்கத்துக்காளாகித் தாமே தலை குனிந்து நிற்பர்.

489. கிடைத்தற்கரிய வாய்ப்புக் கிடைக்கும் போது செய்து முடிக்காத
காரியங்களை அக்கணமே செய்து விடுக.

490. ஓடுமீன் ஓடி உறுமீன் வரும்வரையும் பொறுமையுடன் காத்திருக்கும்
கொக்குப் போன்று தக்கதருணம் வரும் போது சிரந்தாழ்த்திப்
பணிவாக நடந்து கொள்க:

Understanding the Right Place

491
Neither ridicule the opposition nor initiate an offensive
until you possess a strategic place from which to strike.

492
In battle, a fortified position yields plentiful advantages,
even to those already possessing power and prowess.

493
Even the weak may prevail if they pick the right field of action,
establish good defenses and then fight well.

494
When an attacker lays siege from a strategic location,
his enemy's thoughts of conquest become unthinkable.

495
In a river's depths the crocodile is unconquerable,
but others may defeat him if he leaves those waters.

496
A massive chariot with mighty wheels cannot sail the sea;
nor can an ocean-going ship traverse the land.

497
Fearlessness is the only friend one needs,
if he relentlessly ponders from which place to pounce.

498
Even a small army, if well-entrenched, can repel
the power of a large army, forcing it to retreat.

499
Even if they are without firm forts and inferior in force,
a people defending their own soil are difficult to defeat.

500
The fearless elephant may slaughter a multitude of warriors,
yet be slain by a single jackal if his legs sink in muddy marsh.

இடன் அறிதல்

491. தொடங்கற்க எவ்வினையும் எள்ளற்க முற்றும்
     இடங்கண்ட பின்அல் லது.

492. முரண்சேர்ந்த மொய்ம்பி னவர்க்கும் அரண்சேர்ந்தாம்
     ஆக்கம் பலவுந் தரும்.

493. ஆற்றாரும் ஆற்றி அடுப இடனறிந்து
     போற்றார்கண் போற்றிச் செயின்.

494. எண்ணியார் எண்ணம் இழப்பர் இடனறிந்து
     துன்னியார் துன்னிச் செயின்.

495. நெடும்புனலுள் வெல்லும் முதலே அடும்புனலின்
     நீங்கின் அதனைப் பிற.

496. கடலோடா கால்வல் நெடுந்தேர் கடலோடும்
     நாவாயும் ஓடா நிலத்து.

497. அஞ்சாமை அல்லால் துணைவேண்டா எஞ்சாமை
     எண்ணி இடத்தால் செயின்.

498. சிறுபடையான் செல்லிடம் சேரின் உறுபடையான்
     ஊக்கம் அழிந்து விடும்.

499. சிறைநலனும் சீரும் இலரெனினும் மாந்தர்
     உறைநிலத்தோடு ஒட்டல் அரிது.

500. காலாழ் களரில் நரியடும் கண்ணஞ்சா
     வேலாள் முகத்த களிறு.

இடன் அறிதல்

491. எதிரியைத் தாக்கும் சூழ்ச்சிக்கு ஏற்ப உரிய இடத்தைத்
     தேர்ந்தெடுக்கு முன், எச்செயலிலும் ஈடுபடுதலோ எவ்வகையிலும்
     இகழ்தலோ ஆகாது.

492. கூடுதலான வல்லமையும் வீரமும் உள்ளவர்களுக்குமே பாதுகாப்பு
     நிறைந்திருப்பின் அதனால் நன்மைகள் பலவுள.

493. செயலில் ஈடுபடுந்துறை பொருத்தமானதாகவும் ஏற்ற
     பாதுகாப்புடையதாகவும் அமையின் ஆற்றலற்றவரும் ஆற்றல்
     மிக்கவராய் திகழ்வர்.

494. வெற்றி பெறும் நோக்கமுடையோர் தக்க காவலுள்ள இடத்தில்
     நின்று முற்றுகையிட்டால் அவரை வீழ்த்தக் கருதிய எண்ணமே
     அற்றுவிடும்.

495. முதலை ஆழமான நீரில் பிறவிலங்குகளைக் கொல்ல வல்லது,
     ஆனால் நீரை விட்டு அது வெளிவரின் பிற மிருகங்கள் அதனைக்
     கொல்லும்.

496. நிலத்தின் மேல் ஓடுவதற்கான பெருஞ் சக்கரங்களையுடைய
     பெருந்தேர் கடல் மேல் செல்ல முடியாதது போல், கடல் மீது
     செல்லும் கப்பலும் நிலத்தின்கண் செல்ல முடியாது.

497. எல்லாவற்றையும் முற்றுமுழுதாகச் சிந்தித்துப் பொருத்தமான
     இடத்தில் நின்று செயலாற்ற எண்ணுபவனுக்குச் சற்றேனும் அச்சம்
     இல்லாதிருக்கும் மனம்அன்றி வேறு துணை எதுவும் வேண்டியதில்லை.

498. பாதுகாப்பான இடத்தில் உறுதியாக நிலை பெற்றிருக்கும் சிறிய
     படை மீது வலிமைமிக்க பெருஞ்சேனை படையெடுத்துச்
     சென்றாலும் அது தப்பாது தோல்வியுறும்.

499. தறகாப்புக்கு இன்றியமையாத கோட்டைகளும் இல்லாமல் ஆற்றலிற்
     குறைந்த படையையே கொண்டவராயினும் தம் சொந்த நிலத்தைக்
     காக்கும் மாந்தரைப் பெரும் படையுடையோர் வெல்லுதல் கடினம்.

500. போர்க்களத்தில் பகைவர் பலரைக் குத்திக் கொல்ல அஞ்சாத
     யானையின் கால்கள் சேற்றில் சிக்கி விடுமாயின் தனி ஒரு
     நரிதானும் அதைக் கொன்றுவிடும்.

Testing and Trusting Men

501

Pick that man who passes a four-fold test:
how he handles virtue, wealth, pleasure and loss of life.

502

Place trust in a man of good family, free from faults,
with a modest nature that dreads reproach.

503

Even faultless, deeply learned men, when closely examined,
are rarely found to be entirely free from ignorance.

504

Weigh a man's merits and weigh his faults,
then judge him according to the greater.

505

The touchstone that discloses a man's greatness
or smallness is simply this: his deeds.

506

Beware of trusting men who have no kin.
Unattached to people, they are unashamed of misdeeds.

507

When a man employs a know–nothing out of affection,
he engages all kinds of foolishness.

508

To trust a stranger without investigation invites troubles
so endless that even descendants must endure them.

509

Without investigation, trust no one. Having investigated,
entrust a man with matters for which he is trustworthy.

510

To trust a man who has not been tested and to suspect a man
who has proven trustworthy lead alike to endless ills.

தெரிந்து தெளிதல்

501. அறம்பொருள் இன்பம் உயிரச்சம் நான்கின்
     திறந்தெரிந்து தேறப் படும்.

502. குடிப்பிறந்து குற்றத்தின் நீங்கி வடுப்பரியும்
     நாணுடையான் கட்டே தெளிவு.

503. அரியகற்று ஆசற்றார் கண்ணும் தெரியுங்கால்
     இன்மை அரிதே வெளிறு.

504. குணம்நாடிக் குற்றமும் நாடி அவற்றுள்
     மிகைநாடி மிக்க கொளல்.

505. பெருமைக்கும் ஏனைச் சிறுமைக்கும் தத்தம்
     கருமமே கட்டளாக் கல்.

506. அற்றாரைத் தேறுதல் ஓம்புக மற்றவர்
     பற்றிலர் நாணார் பழி.

507. காதன்மை கந்தா அறிவறியார்த் தேறுதல்
     பேதைமை எல்லாந் தரும்.

508. தேரான் பிறனைத் தெளிந்தான் வழிமுறை
     தீரா இடும்பை தரும்.

509. தேறற்க யாரையும் தேராது தேர்ந்தபின்
     தேறுக தேறும் பொருள்.

510. தேரான் தெளிவும் தெளிந்தான்கண் ஐயுறவும்
     தீரா இடும்பை தரும்.

தெரிந்து தெளிதல்

501. அறம், பொருள், இன்பம், உயிருக்கு உண்டாகும் ஆபத்து என்ற இந்த நால்வகை இயல்புகளின் திறத்தைத் தீர ஆராய்ந்து உணர்ந்தவனையே பணியில் அமர்த்த வேண்டும்.

502. நல்ல குடும்பத்திற் பிறந்து குற்றம் எதுவும் செய்யாமல், பழிபாவங்களுக்கு அஞ்சும் இயல்புடையவனையே நம்பிக்கையுள்ளவனாகத் தேர்வு செய்து கொள்ளல் வேண்டும்.

503. படிப்பதற்கரிய நூல்களைக் கசடறக் கற்று நற்குணமுள்ளோரிடத்தும் நுணுகி ஆராய்ந்து நோக்கின் சற்றேனும் அறியாமை இல்லாமல் போகாது.

504. ஒருவனிடத்துக் காணப்படும் நற்குணங்களையும் குற்றங்களையும் சீர்தூக்கி ஆராய்ந்து அவற்றுள் மிகைபட உள்ள குணத்தாலேயே அவரை மதிப்பிடுக.

505. ஒருவரை மக்கள் போற்றும் குணநலன்களுக்கும் தூற்றும் ஒழுக்கக் கேடுகளுக்கும் உரைகல்லாக அமைவது அவரவர் செயல்களே ஆகும்.

506. உற்றார் உறவினர் இல்லாதாரைப் பேணிப் பழகுவதை ஒழித்துக் கொள்க, அவர்கள் உலகத்தோடு ஒட்டி வாழாதவராயின் எவ்வித பழிச் செயலிலும் ஈடுபடத் தயங்க மாட்டார்.

507. அறியவேண்டியனவற்றை அறியாதவரை அன்பின் விளைவாக நம்பிக்கை வைத்து ஒழுகுதலால் எல்லா விதமான அறியாமையும் வந்து சேரும்.

508. அறியாத ஒருவனை ஆராயாது ஒருவர் தொடர்பு கொண்டால் அவருக்கு மட்டுமல்ல வாழையடி வாழையாக வரும் அவர் சந்ததிக்கும் தீராத துன்பம் வந்து கொண்டிருக்கும்.

509. எவரையும் பற்றி ஆராய்ந்து அறியாது நம்பிக்கை கொள்ளலாகாது. அவரை தெளிந்து அறிந்த பின்பும் நம்பக் கூடிய காரியங்களை மட்டுமே அவரிடம் ஒப்படைத்து விடுக.

510. ஆராய்ந்து அறியாது ஒருவர் மீது நம்பிக்கை கொள்வதும் அவ்வாறு ஏற்றுக் கொண்டவர் மீது சந்தேகப்படுவதும் தீராத துன்பம் வரும்.

Testing and Employing Men

511
Employ men who discern the good and the bad
in every situation and naturally choose the good.

512
Let him do the work who can increase profits,
spread prosperity and search out problems.

513
He alone is trustworthy who fully possesses these four:
kindness, intelligence, assurance and freedom from greed.

514
Though tested fully in simulated settings,
many men function differently under working conditions.

515
Work should be entrusted to men based on their knowledge
and diligence and not merely on bonds of affection.

516
Consider the work, choose the workman,
calculate the timing with care, then commence.

517
Having decided, "This man is qualified to do this
work in this way," leave him alone to perform it.

518
After ascertaining what work befits a man,
assign him to a fitting function.

519
Wealth withdraws from the man who refuses to acknowledge
the informal friendliness his workers wish to share with him.

520
The king should scrutinize his staff's conduct daily.
If they do not go astray, the world will not go astray.

தெரிந்து வினையாடல்

511. நன்மையும் தீமையும் நாடி நலம்புரிந்த
     தன்மையான் ஆளப் படும்.

512. வாரி பெருக்கி வளம்படுத்து உற்றவை
     ஆராய்வான் செய்க வினை.

513. அன்பறிவு தேற்றம் அவாவின்மை இந்நான்கும்
     நன்குடையான் கட்டே தெளிவு.

514. எனவகையான் தேறியக் கண்ணும் வினைவகையான்
     வேறாகும் மாந்தர் பலர்.

515. அறிந்தாற்றிச் செய்கிற்பாற்கு அல்லால் வினைதான்
     சிறந்தானென்று ஏவற்பாற் றன்று.

516. செய்வானை நாடி வினைநாடிக் காலத்தோடு
     எய்த உணர்ந்து செயல்.

517. இதனை இதனால் இவன்முடிக்கும் என்றாய்ந்து
     அதனை அவன்கண் விடல்.

518. வினைக் குரிமை நாடிய பின்றை அவனை
     அதற்குரிய னாகச் செயல்.

519. வினைக்கண் வினையுடையான் கேண்மைவே றாக
     நினைப்பானை நீங்கும் திரு.

520. நாடோறும் நாடுக மன்னன் வினைசெய்வான்
     கோடாமை கோடா துலகு.

தொழில் புரிவோரைத் தேர்ந்தெடுத்தல்

511. நல்லதையும் தீயதையும் தீர ஆராய்ந்து நல்லதையே நாடிச்
செயலாற்றுபவனை பணிபுரிபவனாக அமர்த்திக் கொள்.

512. வருவாய் வளர்வதற்குரிய சீரிய வழிவகைகளையும்
இடையூறுகளையும் ஆராய்ந்து செவ்வனே செயலாற்றுபவனை
பணியாளனாக அமர்த்துக.

513. அன்பு, அறிவு, மனத்தெளிவு, அவாவின்மை எனும் இந்நான்கு
பண்புகளையும் சிறப்புற உடையவனே நம்பத்தகுந்தவன்.

514. எல்லா நிலைமைகளிலும் தெளிவுடையோர் எனக்
கணிக்கப்பட்டிருப்பினும் செயலாற்றுங்கால் வேறுபடும் மக்கள்
சிலரல்லர், மிகப்பலர்.

515. ஒருவரின் ஆற்றலையும் அயராத ஊக்கத்தையும் அளவுகோலாகக்
கொண்டன்றி அவன் மீதுள்ள பந்தபாசத்தின் அடிப்படையில்
பணிகளை ஒப்படைத்தலாகாது.

516. செய்தொழிலின் இயல்பை அறிந்து, செவ்வனே செய்பவனைத்
தேர்ந்தெடுத்து, செயலாற்றுவதற்கான காலத்தைக் கவனமாகக்
கணித்த பின் செய்தொழிலைத் தொடங்க வேண்டும்.

517. இவன் இத்தொழிலை இம்முறையில் செய்து முடிக்கும்
ஆற்றலுள்ளவன் என்பதை அறிந்த பின், அதில் பின் தலையிடாது
அவன் அதைச் செய்து முடிக்க விட்டு விடுக.

518. ஒருவனுக்கு எத்தொழில் பொருத்தமானது என்பதை நன்கு
அறிந்த பின் அவனுக்கு அவ்வகையில் அமையும் பணியை
ஒப்படைக்கவும்.

519. தொழிலை ஒப்படைத்தவர் மீது அவர் தம் தொழிலாளிகள் காட்டும்
நட்புப் பண்பைத் தவறாக நினைத்தால் செல்வம் அவரை விட்டு
நீங்கும்.

520. நாடாளும் மன்னன் தன் பணியாளரின் செயல்களை நாள் தோறும்
உற்றுக் கவனித்தல் வேண்டும். அவர்கள் செவ்வனே
செயலாற்றினால் இவ்வுலகமே பிழைபடாது நல்வழியில் ஒழுகும்.

Fellowship of Kindred

521

Should a man's wealth disappear, only his kinsmen
will maintain their customary kindness.

522

If a man's kindred cling to him with unfailing love,
his fortunes will never fail to flourish.

523

Pursuing a happy life without mixing with one's clan
is like flooding a pond that has flimsy banks.

524

The real profit gained by gaining riches
is that one may then live surrounded by relatives.

525

Scores of kin will crowd around the kindly man
who gives generously and speaks sweetly.

526

In this wide world none enjoys a more faithful family
than he who hands out large gifts and holds back all anger.

527

The crow does not conceal his food, but calls his kind to share it;
prosperity will remain with men of such a nature.

528

The multitudes thrive when they observe their monarch
observing each one's merits, not seeing mere sameness in all.

529

Close kinsmen who have become estranged
will come back when the cause of disagreement goes away.

530

When one who left him returns with justifying reason,
the ruler may, after careful reflection, accept him back.

சுற்றம் தழால்

521. பற்றற்ற கண்ணும் பழைமைபா ராட்டுதல்
சுற்றத்தார் கண்ணே உள.

522. விருப்பறாச் சுற்றம் இயையின் அருப்பறா
ஆக்கம் பலவும் தரும்.

523. அளவளா வில்லாதான் வாழ்க்கை குளவளாக்
கோடின்றி நீர்நிறைந் தற்று.

524. சுற்றத்தால் சுற்றப் படஒழுகல் செல்வந்தான்
பெற்றத்தால் பெற்ற பயன்.

525. கொடுத்தலும் இன்சொலும் ஆற்றின் அடுக்கிய
சுற்றத்தால் சுற்றப் படும்.

526. பெருங்கொடையான் பேணான் வெகுளி அவனின்
மருங்குடையார் மாநிலத்து இல்.

527. காக்கை கரவா கரைந்துண்ணும் ஆக்கமும்
அன்னநீ ரார்க்கே உள.

528. பொதுநோக்கான் வேந்தன் வரிசையா நோக்கின்
அதுநோக்கி வாழ்வார் பலர்.

529. தமராகிக் தற்றுறந்தார் சுற்றம் அமராமைக்
காரணம் இன்றி வரும்.

530. உழைப்பிரிந்து காரணத்தின் வந்தானே வேந்தன்
இழைத் திருந்து எண்ணிக் கொளல்.

சுற்றத்தாருடன் இணைந்திருத்தல்

521. ஒருவன் செல்வத்தை இழந்து வறியவனாயினும் அவன் உற்றார் உறவினர் மட்டுமே அவனோடு பழைய நட்புரிமை காட்டி வருவர்.

522. ஒருவனுக்கு அன்பு சற்றேனும் குறையாத உற்றார் உறவினர் பொருந்துவராயின் அவனுடைய செல்வம் குன்றாது நிலைபெற்றிருக்கும்.

523. கரை இல்லாத குளம் நீர் நிறைந்தால் வழிந்தோடும். அது அன்பால் அணைக்கும் சுற்றமில்லாதார் வாழ்க்கை போன்றது.

524. ஒருவன் தன் உறவினர் தன்னைச் சூழ்ந்து வாழத்தக்க வகையில் ஒழுகுதலே அவன் செல்வத்தால் பெற்ற பெரும் பயனாகும்.

525. தாராளமாகக் கொடுத்தும் இனிய சொல்லால் உரையாடியும் வரும் நற்பண்பு மிக்கவனின் உறவினர் அவனைச் சூழ்ந்து வாழ்வர்.

526. கொடைவள்ளலாகவும் சற்றேனும் சினக்காதவனாகவும் ஒருவன் வாழ்வானாயின் அவனைப் போல் உறவினர் பெற்றிருப்பவர் இவ்வுலகில் வேறு யாருமில்லை.

527. காகம் போல் காணும் உணவைத் தன் இனத்தோடு கலந்து பகிர்ந்து உண்ணும் குணமுள்ளவரிடமே செல்வம் நீங்காது நிலைத்திருக்கும்.

528. மன்னவன் யாவரையும் பொதுப்பட ஒருதன்மையினராய்க் கணியாது அவரவர் தகுதிக்கு ஏற்பக் கணித்து வருவானாயின் அச்சிறப்பைக் கண்டு அவனைச் சூழ்ந்து பலர் வாழ்வார்.

529. உளம் நொந்து பிரியும் உற்ற உறவினர், அவ்வாறு பிரிதற்குரிய காரணம் நீங்கியதும் தாமே வந்து கூடுவர்.

530. தன்னோடு முன் இணைந்திருந்து பிரிந்தவன் பின் தகுந்த காரணத்துடன் திரும்பி வந்தால் அரசன் தீர ஆராய்ந்த பின்னே மீளவும் அவனுடன் தொடர்பு கொள்ளலாம்.

Avoiding Unmindfulness

531
Excessive anger's harm is exceeded
by excessive merriment's mindless mishaps.

532
Just as perpetual poverty slowly nullifies one's knowledge,
so frequent forgetfulness destroys one's prestige.

533
Unmindful men will never know renown.
This is the verdict of every virtuous text in the world.

534
Nothing will provide defense for the cowardly,
and nothing will secure good for the unmindful.

535
The forgetful man who fails to take precautions
against impending perils will regret his negligence afterwards.

536
Nothing can compare to watchfulness
extended unfailingly to all people at all times.

537
There is nothing too difficult for the man who
consciously conceives and carefully executes his work.

538
One should do that which men extol as praiseworthy.
Forgetfully failing to do so brings deprivation lasting seven births.

539
Whenever the mind is engrossed in pleasant infatuations,
one should remember men who were ruined by forgetfulness.

540
It is easy to get what you think of
if you can get yourself to think of it.

பொச்சாவாமை

531. இறந்த வெகுளியின் தீதே சிறந்த
     உவகை மகிழ்ச்சியிற் சோர்வு.

532. பொச்சாப்புக் கொல்லும் புகழை அறிவினை
     நிச்ச நிரப்புக் கொன் றாங்கு.

533. பொச்சாப்பார்க் கில்லை புகழ்மை அதுஉலகத்து
     எப்பால்நூ லோர்க்கும் துணிவு.

534. அச்ச முடையார்க்கு அரணில்லை ஆங்கில்லை
     பொச்சாப் புடையார்க்கு நன்கு.

535. முன்னுறக் காவாது இழுக்கியான் தன்பிழை
     பின்னுறு இரங்கி விடும்.

536. இழுக்காமை யார்மாட்டும் என்றும் வழுக்காமை
     வாயின் அதுவொப்பது இல்.

537. அரியஅன்று ஆகாத இல்லைபொச் சாவாக்
     கருவியால் போற்றிச் செயின்.

538. புகழ்ந்தவை போற்றிச் செயல்வேண்டும் செய்யாது
     இகழ்ந்தார்க்கு எழுமையும் இல்.

539. இகழ்ச்சியின் கெட்டாரை உள்ளுக தாந்தம்
     மகிழ்ச்சியின் மைந்துறும் போழ்து.

540. உள்ளியது எய்தல் எளிதுமன் மற்றுந்தான்
     உள்ளியது உள்ளப் பெறின்.

கவனக் குறைவு தவிர்த்தல்

531. அளவுக்கு மீறிய மகிழ்ச்சியால் வரும் கெடுதல்கள் கடுங் கோபத்தினால் வரும் தீமையையும் மீறியதாகும்.

532. நித்திய வறுமை அறிவினைப் படிப்படியாகச் சிதைப்பது போல் அடிக்கடி தோன்றும் ஞாபகமறதி ஒருவன் புகழை அழித்துவிடும்.

533. ஞாபக மறதி உள்ளவனுக்கு புகழ் இல்லை என்பது உலகின்கண் உள்ள நூல்கள் அனைத்தும் உரைக்கும் முடிவாகும்.

534. அச்சத்துக்குள்ளாகி வாழ்பவனுக்கு எவ்விதக் காவலிருந்தும் பயனில்லாதது போல் கவனக் குறைவு உள்ளவனுக்குச் செல்வமிருந்தும் ஏது பயனுமில்லை.

535. துன்பம் வந்து சேரு முன்பே காவல் செய்யாது மறந்து விடுபவன் அது பின் தோன்றும் போது தன் பிழையை எண்ணி எண்ணி வருந்துவான்.

536. எக்காலமும் எல்லோரிடமும் கவனத்துடன் காட்டும் கண்காணிப்புக்கு ஒப்பானது வேறெதுவுமில்லை.

537. விழிப்பாக இருந்து தன் கடமையை நிறைவேற்றுவோருக்கு கடிதெனக் கூறத்தக்க கருமம் எதுவுமில்லை.

538. மக்களால் போற்றப்படும் செயல்களைப் புரிதல் வேண்டும். மறந்து அவ்வாறு செயலாற்றாது விடின் அது ஏழு பிறப்புங் தீராத துன்பந்தரும்.

539. மகிழ்ச்சியால் மக்கள் மருண்டு போகும் எல்லாவேளையும் ஞாபக மறதியால் அழிந்த மக்களை நினைவு கூர்தல் வேண்டும்.

540. நினைத்ததை மறதியின்றி நினைவில் வைக்கும் ஆற்றலைப் பெறின், நினைத்தது கைகூடுதல் எளிது.

Just Reign

541

Investigate well, show favor to none, maintain impartiality,
consult the law, then give judgment—that is the way of justice.

542

All the world looks to the rain cloud for sustenance.
All the people look to the king's scepter for protection.

543

Even the *Vedas* of the *brahmins* and all dharma therein
rely on the sovereign's sturdy staff for sustenance.

544

The world embraces the feet of a great kingdom's monarch
who lovingly embraces subjects under his justice-wielding scepter.

545

Rain and rich harvests arise together
in a country whose sovereign ruler raises his rod lawfully.

546

Victory is not won by the lance,
but by the king's scepter, provided it is not crooked.

547

The potentate protects the whole world,
and Justice protects him if he does not stray from Her.

548

An inaccessible ruler who listens and adjudicates inattentively
will inevitably plummet from power and perish.

549

No fault befalls a king who, in guarding and caring for his subjects,
punishes wrongdoers—for that is his duty.

550

A ruler's punishing cruel criminals by execution
is like a gardener's removing weeds from his garden.

செங்கோன்மை

541. ஓர்ந்துகண் ணோடாது இறைபுரிந்து யார்மாட்டும்
     தேர்ந்துசெய் வஃதே முறை.

542. வானோக்கி வாழும் உலகெல்லாம் மன்னவன்
     கோல் நோக்கி வாழுங் குடி.

543. அந்தணர் நூற்கும் அறத்திற்கும் ஆதியாய்
     நின்றது மன்னவன் கோல்.

544. குடிதழீஇக் கோலோச்சும் மாநில மன்னன்
     அடிதழீஇ நிற்கும் உலகு.

545. இயல்புளிக் கோலோச்சும் மன்னவன் நாட்ட
     பெயலும் விளையுளும் தொக்கு.

546. வேலன்று வென்றி தருவது மன்னவன்
     கோலதூஉங் கோடா தெனின்.

547. இறைகாக்கும் வையகம் எல்லாம் அவனை
     முறைகாக்கும் முட்டாச் செயின்.

548. எண்பதத்தான் ஓரா முறைசெய்யா மன்னவன்
     தண்பதத்தான் தானே கெடும்.

549. குடிபுறங் காத்தோம்பிக் குற்றம் கடிதல்
     வடுவன்று வேந்தன் தொழில்.

550. கொலையிற் கொடியாரை வேந்தொறுத்தல் பைங்கூழ்
     களைகட் டதனொடு நேர்.

செங்கோன்மை

541. தீர ஆராய்ந்து எப்பக்கமும் பாரபட்சம் காட்டாது நடுவு நிலைமையிலிருந்து வழுவாது விதிக்கப்பட்ட சட்டப்படி தீர்வு கொடுத்தலே நீதி நெறியாகும்.

542. ஞாலம் முழுவதும் மழையை நம்பி வாழ்வது போல் மக்கள் யாவரும் மன்னனின் செங்கோல் ஆட்சியை நம்பி வாழ்வர்.

543. அந்தணர் இயற்றிய வேத நூல்களுக்கும் அவற்றில் கூறிய அறநெறிகளுக்கும் ஆதாரமாக அமைவது அரசனின் நீதி நெறிப்படியான ஆட்சியாகும்.

544. தன் குடிமக்களை அன்புடன் தழுவி அறநெறிப்படி செங்கோல் செலுத்தும் பேரரசின் மன்னன் அடிகளை உலகமே போற்றி நிற்கும்.

545. தன் குடைக்கீழ் நல்வழியில் செங்கோல் செலுத்தும் மன்னன் நாட்டில் பருவ மழை தப்பாது பயிர் விழைச்சலும் பெருகும்.

546. மன்னன் செலுத்திவரும் கோணாத செங்கோல் மூலமன்றி வேலால் பெறப்படுவது அன்று வெற்றி.

547. மன்னன் உலகம் எல்லாம் பாதுகாப்பான், ஆனால் அவனைக் கோணாத செங்கோலே பாதுகாக்கும்.

548. முறைப்பாட்டுடன் வரும் மக்கள் நேர்முகம் காண்பதற்கு அரியவனாகி ஆராயாது நீதி வழங்கும் மன்னன் தன் தவறினால் தானே கெட்டுப் போவான்.

549. மக்களைப் பிறர் துன்புறுத்தாது காப்பாற்றிச் செய்யுங் குற்றத்துக்குத் தண்டனை வழங்குதல் பழிக்குரிய பாவமாகாது. அது மன்னனுடைய கடமையாகும்.

550. மன்னன் கொலைகாரப் பாதகர்களுக்கு சிரச்சேதத் தண்டனை விதித்தல் தோட்டக்காரன் வீண்களைகளை நீக்கி நற்பயிரை வளர்ப்பதற்கு ஒப்பாகும்.

Unjust Reign

551

More malicious than a professional murderer is the monarch
who rules his people with injustice and oppression.

552

A scepter-wielding king requesting a gift is like
a lance-bearing robber demanding, "Give me all you have."

553

Day to day the king must seek out and punish unlawfulness,
or day by day his country will plummet toward ruin.

554

Without thinking, a king rules crookedly, and thus
forfeits his subjects' loyalty, together with his own fortune.

555

Are not the tears of a people who cannot bear their monarch's
oppressive reign the force that erodes his prosperity?

556

Ruling rightly, a monarch may long endure.
Without that, his majesty is rightfully unenduring.

557

As the Earth fares under a rainless sky,
so do a people languish under an unkind king.

558

Possessions hold less pleasure than poverty
for oppressed subjects living under an unjust king.

559

If the king acts contrary to justice, contrary seasons will befall
the land and rain-laden clouds will fail to come forth.

560

If the people's protector fails to protect
brahmins will forget the *Vedas* and cows' milk will dry up.

கொடுங்கோன்மை

551. கொலைமேற்கொண் டாரிற் கொடிதே அலைமேற்கொண்டு
     அல்லவை செய்தொழுகும் வேந்து.

552. வேலோடு நின்றான் இடுவென் றுதுபோலும்
     கோலோடு நின்றான் இரவு.

553. நாடொறும் நாடி முறைசெய்யா மன்னவன்
     நாடொறும் நாடு கெடும்.

554. கூழுங் குடியும் ஒருங்கிழக்கும் கோல்கோடிச்
     சூழாது செய்யும் அரசு.

555. அல்லற்பட்டு ஆற்றாது அழுதகண் ணீரன்றே
     செல்வத்தைத் தேய்க்கும் படை.

556. மன்னர்க்கு மன்னுதல் செங்கோன்மை அஃதின்றேல்
     மன்னாவாம் மன்னர்க் கொளி.

557. துளியின்மை ஞாலத்திற்கு எற்றற்றே வேந்தன்
     அளியின்மை வாழும் உயிர்க்கு.

558. இன்மையின் இன்னாது உடைமை முறைசெய்யா
     மன்னவன் கோற்கீழ்ப் படின்.

559. முறைகோடி மன்னவன் செய்யின் உறைகோடி
     ஒல்லாது வானம் பெயல்.

560. ஆபயன் குன்றும் அறுதொழிலோர் நூல்மறப்பர்
     காவலன் காவான் எனின்.

கொடுங்கோன்மை

551. தன் குடிகளைத் துன்புறுத்தி நீதிநெறி தவறி ஆட்சி செய்யும் அரசன் கொலையாளியினும் கொடியவனாவான்.

552. செங்கோல் தாங்கும் மன்னன் நன்கொடை வேண்டுதல் வேல் தாங்கும் வழிப்பறிக் கள்ளன் உடைமைகள் யாவற்றையும் தா என அச்சுறுத்தலுக்கு ஒப்பாகும்.

553. தினமும் தன் நாட்டில் நடக்கும் தீமைகளை விசாரித்து நீதி வழங்காத மன்னுடைய நாடு நாளடைவில் மெல்லமெல்ல வளம் கெட்டு அழிந்துவிடும்.

554. வருங்கால விளைவுகளைக் கருத்திற் கொள்ளாது நீதிநெறி தவறிக் கொடுங்கோல் செலுத்தும் மன்னன் பொருட் செல்வத்தையும் மக்கட் செல்வத்தையும் சேர்த்தே இழந்து விடுவான்.

555. மன்னனின் கொடிய ஆட்சியைத் தாங்கவொண்ணாது மக்கள் சொட்டும் கண்ணீர் அவன் செல்வத்தை அழிக்கும் சக்தியன்றோ?

556. முறைதவறாது செங்கோல் செலுத்தும் மன்னன் நெடுங்காலம் நிலைத்திருப்பான். அஃதின்றி நீதிநெறி தவறின் அவன் மாட்சிமை நிலைபெறாது குன்றிவிடும்.

557. மழை முறைதவறாது பெய்யாவிடின் உலகில் வறட்சி நிலவுவது போல் கருணை உள்ளம் இல்லாத மன்னன் ஆட்சியில் மக்கள் துன்பத்தில் அழுந்துவர்.

558. நீதிநெறி தவறி அரசாளும் மன்னனின் குடைக்கீழ் வாழ்பவருக்கு வறுமையிலும் பார்க்க அவர் செல்வத்தைதம் குறைந்தே சுகம் தரும்.

559. அரசன் முறை தவறி ஆட்சி செலுத்துவானாயின் பருவகாலங்கள் பிழைத்து மழை உரிய காலத்தில் பெய்யாது தவறி விடும்.

560. மக்களின் காவலனாகிய அரசன் காக்கும் தொழிலைக் கைவிடுவானாயின் வேதங்களை ஓதும் அந்தணர் வேதநூல்களை மறந்து விடுவர், பசுக்கள் பால் வழங்காது விட்டுவிடும்.

Avoidance of Tyranny

561

He is a true king who impartially investigates
and then duly punishes so that the offense will not recur.

562

He who wishes his prosperity to long remain
will raise the rod severely, but let it fall softly.

563

The tyrant who causes dread in his people
will perish quickly and inevitably.

564

"Our king is cruel." When these bitter words are spoken,
the monarch's life is shortened, and he soon succumbs.

565

If a man's countenance is harsh and access to him is hard,
his wealth, however vast, might as well belong to a demon.

566

If a man is unkind and speaks cruelly,
his vast wealth will not last long before perishing.

567

Harsh language and overly severe punishment,
like a keen file, grind down a king's conquering powers.

568

A king's wealth wanes when, without thoughtful involvement,
he lets ministers work, then furiously faults their efforts.

569

The sovereign who does not secure defenses will be seized
by fear when wartime comes and promptly perish.

570

Earth bears no greater burden than crude counselors
that a cruel-sceptered king binds to his court.

வெருவந்த செய்யாமை

561. தக்காங்கு நாடிச் தூலச்செல்லா வண்ணத்தால்
ஓத்தாங்கு ஒறுப்பது வேந்து.

562. கடிதோச்சி மெல்ல எறிக நெடிதாக்கம்
நீங்காமை வேண்டு பவர்.

563. வெருவந்த செய்தொழுகும் வெங்கோல நாயின்
ஒருவந்தம் ஒல்லூக் கெடும்.

564. இறைகடியன் என்றுரைக்கும் இன்னாச்சொல் வேந்தன்
உறைகடுகி ஒல்லூக் கெடும்.

565. அருஞ்செவ்வி இன்னா முகத்தான் பெருஞ்செல்வம்
பேஎய்கண் டன்னது உடைத்து.

566. கடுஞ்சொல்லன் கண்ணிலன் ஆயின் நெடுஞ்செல்வம்
நீடின்றி ஆங்கே கெடும்.

567. கடுமொழியும் கையிகந்த தண்டமும் வேந்தன்
அடுமுரண் தேய்க்கும் அரம்.

568. இனத்தாற்றி எண்ணாத வேந்தன் சினத்தாற்றிச்
சீறிற் சிறுகும் திரு.

569. செருவந்த போழ்திற் சிறைசெய்யா வேந்தன்
வெருவந்து வெய்து கெடும்.

570. கல்லார்ப் பிணிக்கும் கடுங்கோல் அதுவல்லது
இல்லூ நிலக்குப் பொறை.

கொடுங்கோல் ஆட்சி தவிர்த்தல்

561. பாரபட்சமின்றி ஆராய்ந்து பின் அக்குற்றத்தை மீண்டும் வரவிடாது
தண்டிப்பவனே சிறந்த மன்னனாவான்.

562. தம் செல்வம் தம்முடன் நெடுங்காலம் நிலைத்திருக்க விரும்பும்
அரசன் தண்டிக்கும் கோலை ஓங்கி உயர்த்தினாலும் அதனை
மெதுவாக தண்டனை அளவு மீறாமல் விழச்செய்வான்.

563. குடிகளைக் கலக்கிக் கொடுங்கோல் புரிபவன் தவறாது
நிச்சயம் இறந்து போவான்.

564. எங்கள் அரசன் கொடியவன் என மனம் நொந்து மக்கள் உரைப்பின்
அவன் செல்வம் விரைவில் அழிவதோடு அவன் ஆயுளும் குன்றிவிடும்.

565. இரக்கமற்ற முகபாவத்தையும் காண்பதற்கு அரியவனாயுமுள்ள
அரசன் கைப்பட்ட செல்வம் எவ்வளவு பெரிதாக இருப்பினும்
பேயிடமிருக்கும் செல்வம் போல் பயனற்றது.

566. கருணை இல்லாதவனாயும் கடுஞ்சொல் பேசுபவனாயும் உள்ள
அரசனின் பெருஞ்செல்வம் நெடுங்காலம் நிலைக்காது அழிந்து
விடும்.

567. கடுஞ் சொல்லும் குற்றத்துக்கு மிக்க தண்டனையும் அரசனின்
வெற்றியீட்டும் வலிமையைத் தேய்க்கும் அரம் போன்றவை.

568. கண்ணும் கருத்துமாய்க் கலந்துரையாடாமல் அமைச்சரைச்
செயலாற்ற விட்டுப் பின் கொதித்தெழுந்து குற்றங்காணும் அரசன்
செல்வம் சுருங்கும்.

569. போர் வருமுன்பே அதற்கு வேண்டிய பாதுகாவலை மேற்கொள்ளாத
அரசன் மனக் கலக்கமுற்று விரைவில் கெட்டுப் போவான்.

570. கொடுங்கோல் செலுத்தும் மன்னன் தனக்கு அறிவுரை கூற
நியமிக்கும் மூடர்களைவிட பூமாதேவிக்கு பாரமான சுமை
வேறில்லை.

The Kindly Look

571

The fairest graciousness, they say, is a kindly look.
Wherever it thrives, the whole world flourishes.

572

It is compassion that sustains the world's existence.
The existence of those bereft of it is a burden to the Earth.

573

What use is melody in an unmusical song?
What use are eyes that express no sympathy?

574

Other than being facial ornaments, what do eyes
with no quality of kindness really do?

575

A compassionate glance is the eyes' true ornament.
Without such kindness, eyes become unsightly sores.

576

Eyes that remain unmoved by pity might as well
be unmovable tree stumps bound in earth.

577

Those who lack a kindly look are indeed without eyes,
and those who truly have eyes never lack a gracious look.

578

This world belongs to those who, while neglecting no duty,
never neglect to behold others benevolently.

579

To grant forbearing kindness even to those
who aggrieve us is the foremost of virtues.

580

Desiring to be gracious above all else, guests may politely accept
even poison they watched their host prepare and serve.

கண்ணோட்டம்

571. கண்ணோட்டம் என்னும் கழிபெருங் காரிகை
     உண்மையான் உண்டிவ் வுலகு.

572. கண்ணோட்டத் துள்ளது உலகியல் அஃதிலார்
     உண்மை நிலக்குப் பொறை.

573. பண்என்னாம் பாடற்கு இயையபின்றேல் கண்என்னாம்
     கண்ணோட்டம் இல்லாத கண்.

574. உளபோல் முகத்தெவன் செய்யும் அளவினால்
     கண்ணோட்டம் இல்லாத கண்.

575. கண்ணிற்கு அணிகலம் கண்ணோட்டம் அஃதின்றேல்
     புண்ணென்று உரைப் படும்.

576. மண்ணோ டியைந்த மரத்தனயர் கண்ணோ
     டியைந்துகண் ணோடா தவர்.

577. கண்ணோட்டம் இல்லவர் கண்ணிலர் கண்ணுடையார்
     கண்ணோட்டம் இன்மையும் இல்.

578. கருமம் சிதையாமல் கண்ணோட வல்லார்க்கு
     உரிமை உடைத்திவ் வுலகு.

579. ஒறுத்தாற்றும் பண்பினார் கண்ணும்கண் ணோடிப்
     பொறுத்தாற்றும் பண்பே தலை.

580. பெயக்கண்டும் நஞ்சுண் டமைவர் நயத்தக்க
     நாகரிகம் வேண்டு பவர்.

இயல்பான இரக்கம்

571. கருணை நிறைந்த நோக்கு பல வகைப் பண்புகளில் தலைசிறந்த
     பண்பு என்பர். எங்கு எங்கு அது சிறந்தோங்குகிறதோ,
     அங்கெல்லாம் உலகம் தழைத்தோங்கும்.

572. உலகம் இயங்குவது கருணை நிலை பெற்றிருத்தலால். அது
     இல்லாதவர் வாழ்தல் புவிக்குப் பெரும் பாரமாகும்.

573. பாட்டுக்குப் பண் இணையாவிடின் பண்ணினால் வரும் பயன் என்ன?
     காருண்ணிய நோக்கில்லாவிடின் கண்கள் தரும் பயன் என்ன?

574. முகத்திற்கு உண்மையில் அணிகலன் ஆவது கருணை காட்டும்
     கண்களே. கருணை இல்லையேல் கண்கள் இரண்டு புண்களே.

575. காருண்ணிய நோக்கே கண்ணிற்கு உண்மை அணிகலம்.
     அஃதின்றேல் கண்கள் வெறுப்பு தரும் புண்களேயாம்.

576. இரக்கம் இரண்டறக் கலந்த கண்கள் இல்லாதவர் மண்ணோடு வேர்
     ஊன்றி அசையாத அடிமரக் கட்டைக்குச் சமமாவர்.

577. காருண்ணிய நோக்கில்லாதவர் உண்மையில் கண்களில்லாதவரே.
     கண்கள் உள்ளவர் காருண்ணிய நோக்கில்லாதிருப்பதுமில்லை.

578. கடமையிற் சற்றேனும் தவறாது யாவரிடமும் காருண்ணியத்தோடு
     பழகுபவற்கே இவ்வுலகம் உரியதாகும்.

579. தம்மைத் துன்புறுத்துவோரிடத்தும் பொறுமையுடன்
     இரக்கங்காட்டுதல் நற்பண்புகள் யாவற்றுள்ளும் தலையானதாகும்.

580. நஞ்சூட்டிய உணவைத் தமக்கு அளித்ததைக் கண்டும்
     கண்ணோட்டத்தையே கருத்தில் உடையோர் அதனை ஏற்று
     உண்பர்.

Espionage

581
Competent spies and the respected codes of law—
consider these two the eyes of a king.

582
Duty requires the monarch to swiftly acquire
knowledge of all happenings among all men each day.

583
Without assessing the intelligence reports of informants,
a king can never achieve victory.

584
The working staff, close kindred and known enemies—
all such people are the legitimate study of spies.

585
An able spy is one who can assume an unsuspicious disguise,
is fearless when caught and never betrays his secrets.

586
Disguised as a monk or a mendicant, the master spy
moves about investigating all, never careless, come what may.

587
A spy must ferret out hidden facts,
assuring himself that knowledge found is beyond doubt.

588
Before believing one spy's espionage,
have another spy espy the information.

589
See that informants do not know one another,
and accept their findings only when three reports agree.

590
One must not openly honor operatives.
To do so is to divulge one's deepest secrets.

ஒற்றாடல்

581. ஒற்றும் உரைசான்ற நூலும் இவையிரண்டும்
     தெற்றெங்க மன்னவன் கண்.

582. எல்லார்க்கும் எல்லாம் நிகழ்பவை எஞ்ஞான்றும்
     வல்லறிதல் வேந்தன் தொழில்.

583. ஒற்றினான் ஒற்றிப் பொருள்தெரியா மன்னவன்
     கொற்றங் கொளக்கிடந்தது இல்.

584. வினைசெய்வார் தமசுற்றம் வேண்டாதார் என்றாங்கு
     அனவரையும் ஆராய்வது ஒற்று.

585. கடாஅ உருவொடு கண்ணஞ்சாது யாண்டும்
     உகாஅமை வல்லதே ஒற்று.

586. துறந்தார் படிவத்த ராகி இறந்தாராய்ந்து
     என்செயினும் சோர்விலது ஒற்று.

587. மறைந்தவை கேட்கவற் றாகி அறிந்தவை
     ஐயப்பாடு இல்லதே ஒற்று.

588. ஒற்றொற்றித் தந்த பொருளூஉயும் மற்றுமோர்
     ஒற்றினால் ஒற்றிக் கொளல்.

589. ஒற்றெற் றுணராமை ஆள்க உடன்மூவர்
     சொற்றொக்க தேறப் படும்.

590. சிறப்பறிய ஒற்றின்கண் செய்யற்க செய்யின்
     புறப்படுத்தான் ஆகும் மறை.

உளவு பார்த்தல்

581. திறன்மிக்க ஒற்றர், மதிப்புக்குரிய நீதிநூல்கள் இவை
இரண்டும் அரசனின் கண்களாகக் கொள்க.

582. நாள் தோறும் எல்லா மக்களிடத்தும் நிகழ்வன எல்லாவற்றையும்
விரைவில் அறிவது அரசனின் கடமையாகும்.

583. உளவு பார்ப்போர் தரும் இரகசியச் செய்திகளை ஆராயாது
அரசன் என்றுமே வெற்றியை ஈட்ட முடியாது.

584. செயலாற்றும் பணியாளர் தம் உற்ற உறவினர், தம் பகைவர் போன்ற
அனைவரையும் ஆராய்ந்து அறிதல் உளவாளிகளின் முறைதவறாக்
கடமையாகும்.

585. சந்தேகம் ஏற்படுத்தாத மாறுவேடம், அகப்படின் அஞ்சா நெஞ்சம்,
இரகசியங்களைக் காட்டிக் கொடாத இயல்பு என்பன உடையவனே
ஆற்றல் மிக்க உளவாளி.

586. துறவிவேடம் பூண்டு முற்றுமுழுதாக ஆராய்ந்து எது நிகழினும்
தன்னைக் காட்டிக் கொடாதவனே வல்லமைமிக்க
உளவாளியாவான்.

587. ஓர் உளவாளி அந்தரங்கச் செய்திகளை அறிந்து, அறிந்தவை
யாவும் சந்தேகிக்க இடமற்றவை என உறுதிப் படுத்திக் கொண்டு
செயலாற்றுதல் வேண்டும்.

588. ஓர் உளவாளி தரும் செய்தியை நம்பு முன்னர் பிறிதோர் உளவாளி
தரும் செய்தியுடன் ஒப்புமை பார்த்து அறிந்து கொள்ள வேண்டும்.

589. உளவறிவோர் ஒருவரை ஒருவர் அறியாதவாறு விடுக. அவ்வாறு
சென்ற மூவர் வந்து கூறுவனவற்றில் ஒப்புமை காணின் அதனை
ஏற்றுக் கொள்க.

590. உளவாளிகளின் ஆற்றலைப் பிறறியப் பாராட்டலாகாது. அவ்வாறு
செய்யின் தம் அறிதற்கரிய அந்தரங்கச் செய்திகளை
வெளிப்படுத்தலாகிவிடும்.

Possession of Industriousness

591

Possessing belongs only to the industrious. Do those
who lack such energy really possess their possessions?

592

Those who own a mental energy possess a thing of worth.
Material wealth is an unenduring possession that goes away.

593

Those who possess persevering industry
will never say in despair, "We have lost our wealth."

594

Good fortune of its own accord ferrets out and
finds the man of unflagging energy.

595

The length of the lotus stalk depends on the water's depth.
Even so, a man's greatness is proportionate to his mind's energy.

596

Let all thoughts be thoughts of noble progress,
for then even failing cannot be called a failure.

597

Elephants stand firm even when wounded by a barrage of arrows.
Strong-willed men are not discouraged when they meet disaster.

598

Without a zealous spirit, one will never enjoy
the proud exhilaration of the world's generosity.

599

The towering elephant, with his tapering tusks,
still shrinks in fear when a fierce tiger attacks.

600

An industrious mind is a man's real wealth.
Lacking it, he is immobile—more tree-like than human.

ஊக்கம் உடைமை

591. உடையர் எனப்படுவது ஊக்கம் அஃ தில்லார்
உடையது உடையரோ மற்று.

592. உள்ளம் உடைமை உடைமை பொருளுடைமை
நில்லாது நீங்கி விடும்.

593. ஆக்கம் இழந்தேமென்று அல்லாவார் ஊக்கம்
ஒருவந்தம் கைத்துடை யார்.

594. ஆக்கம் அதர்வினாய்ச் செல்லும் அசைவிலா
ஊக்க முடையா னுழை.

595. வெள்ளத் தனைய மலர்நீட்டம் மாந்தர்தம்
உள்ளத் தனையது உயர்வு.

596. உள்ளுவ தெல்லாம் உயர்வுள்ளல் மற்றது
தள்ளினுங் தள்ளாமை நீர்த்து.

597. சிதைவிடதது ஒல்கார் உரவோர் புதையம்பிற்
பட்டுப்பா டுன்றுங் களிறு.

598. உள்ளம் இலாதவர் எய்தார் உலகத்து
வள்ளியம் என்னுஞ் செருக்கு.

599. பரியது கூர்ங்கோட்டது ஆயினும் யானை
வெரூஉம் புலிதாக் குறின்.

600. உரமொருவற்கு உள்ள வெறுக்கைஅஃ தில்லார்
மரம்மக்க ளாதலே வேறு.

ஊக்கம் உடைமை

591. ஊக்கமுடையவர்களே யாவற்றையும் பெற்றவர் ஆவார். அது இல்லாதவர் வேறு எதைப் பெற்றிருப்பினும் எதனையும் பெறாதவரே யாவர்.

592. உள்ளத்தில் ஊக்கம் இருத்தலே நிலையான சொத்து. மற்றும் பொருட் சொத்து நிலைபெறாது நீங்கும் இயல்பினது.

593. அயராத முயற்சியைக் கைப் பொருளாக உடையோர் எமது உடைமைகளை இழந்தோம் என மனம் கலங்கிக் கூறமாட்டார்.

594. மனம் தளராத ஊக்கம் உடையவர்களிடத்துச் செல்வம் தானாகவே வழி கேட்டுச் சென்றடையும்.

595. தாமரைத் தண்டின் நீளம் நீரின் ஆழத்தின் அளவினதாக இருத்தல் போல் மக்கள் அடையும் உயர்வும் அவரவரின் ஊக்கத்தைப் பொறுத்தது.

596. எண்ணுவதெல்லாம் உயர்வைப் பற்றிய எண்ணங்களாக இருத்தல் வேண்டும். உயர்நிலை கிட்டாவிட்டாலும் அதனைத் தோல்வியாகக் கருதலாகாது.

597. அம்பு மழையால் உடல் எல்லாம் புண்பட்ட போதும் எதிர்த்து நிற்கும் யானை போல் நல்லூக்கம் உடையார் கேடு வந்து வருத்தும் காலத்திலும் துணிவிழந்து நிற்கமாட்டார்.

598. உலகத்தில் நாம் கொடை வள்ளல் என்று பெருமையுடன் உணரும் மன எழுச்சியை ஊக்கம் இல்லாதவர் அனுபவிக்க இயலாது.

599. பெரிய உடலும் கூரிய தந்தங்களையும் உடைய யானை கொடிய புலி துணிந்து வந்து தாக்கும் போது அது அஞ்சி நிற்கும்.

600. ஒருவருக்கு உறுதியான மனத் தைரியம் என்பது அளவு மிகுந்த ஊக்கம். அது இல்லாதவர் மக்களாகார், மரங்களே ஆவர்.

Avoidance of Idleness

601

The eternal flame of a family vanishes
when eclipsed by that dark cloud called idleness.

602

Let those who wish their family to be a noble family
call laziness "laziness" and live without it.

603

The simpleton whose actions are stifled by ruinous indolence
will see his family perish before he dies.

604

Their families decrease and their vices increase when men,
ensnared in sloth, do not put forth earnest effort.

605

Procrastination, forgetfulness, sloth and sleep—
these four shape the ship bearing those destined for ruin.

606

Seldom do languid men achieve anything special,
even when supported by the world's wealthy proprietors.

607

Idle men, incapable of honorable exertion,
invite scorn and suffer the shame of scolding words.

608

If languor is allowed to linger in aristocrats,
they will be forced into servitude under foes.

609

Disgrace that has come upon a man and his family
will disappear the moment he casts out laziness.

610

A king devoid of indolence will thereby procure all that
cosmic expanse measured by God's immeasurable strides.

மடி இன்மை

601. குடியென்னும் குன்றா விளக்கம் மடியென்னும்
     மாசூர மாய்ந்து கெடும்.

602. மடியை மடியா ஒழுகல் குடியைக்
     குடியாக வேண்டு பவர்.

603. மடிமடிக் கொண்டொழுகும் பேதை பிறந்த
     குடிமடியும் தன்னினும் முந்து.

604. குடிமடிந்து குற்றம் பெருகும் மடிமடிந்து
     மாண்ட உளுற்றி லவர்க்கு.

605. நெடுநீர் மறவி மடிதுயில் நான்கும்
     கெடுநீரார் காமக் கலன்.

606. படியுடையார் பற்றமைந்தக் கண்ணும் மடியுடையார்
     மாண்பயன் எய்தல் அரிது.

607. இடிபுரிந்து எள்ளுஞ் சொல் கேட்பர் மடிபுரிந்து
     மாண்ட உளுற்றி லவர்.

608. மடைமை குடிமைக்கண் தங்கின்தன் ஒன்னார்க்கு
     அடிமை புகுத்தி விடும்.

609. குடியாண்மை யுள்வந்த குற்றம் ஒருவன்
     மடியாண்மை மாற்றக் கெடும்.

610. மடியிலா மன்னவன் எய்தும் அடியளந்தான்
     தாஅய தெல்லாம் ஒருங்கு.

சோம்பல் தவிர்த்தல்

601. குடும்பம் எனப்படும் அணையாத விளக்கு சோம்பல் எனும்
கருமுகில் மறைக்க அணைந்து விடும்.

602. தம் குடும்பச் சிறப்பை மேலும் சிறக்கச் செய்ய விரும்புவோர்
சோம்பலை "சோம்பலே" என்று ஒதுக்கி விட்டு முயற்சி மிக்கவராய்
வாழ வேண்டும்.

603. அழிவைத் தரும் சோம்பலோடு வாழும் மூடனின் குடும்பம்
அவன் கெடுவதற்கு முன்பே அழிந்து விடும்.

604. சோம்பலில் மூழ்கி முயற்சி செய்யாதவர் குடும்பச் சிறப்பு படி
முறையாகக் கெட்டுக் குற்றங்கள் பெருகி விடும்.

605. காலங்கடத்தல், மறதி, சோம்பல், உறக்கம் எனும் இந்நான்கு
இயல்புகளும் சீரழிவை விரும்புவோர் செல்லும் மரக்கலம்.

606. பெருஞ் செல்வம் உடையவரின் தொடர்பு கிடைத்த போதும்
சோம்பல் உடையார் சிறப்பு மிக்க பயன் அடைய முடியாது.

607. சோம்பலுக்காளாகி வளர்ச்சி தரும் முயற்சியில் ஈடுபடாதவர் பிறர்
தம்மை இகழ்ந்து பேசும் சொல்லைக் கேட்க வேண்டியவராவர்.

608. உயர் குடிமக்களைச் சோம்பல் தழுவிக் கொள்ளுமானால் அவர்கள்
எதிரிகளின் அடிமைகளாகி விடுவர்.

609. ஒருவன் தன் சோம்பற் குணத்தை மாற்றியதும் அவனுக்கும்
அவனுடைய குடும்பத்துக்கும் ஏற்பட்ட அவமானம் ஒழிந்து விடும்.

610. சோம்பல் சற்றேனும் இல்லாத மன்னன் கடவுள் தன் திருவடிகளால்
அளந்த உலகப் பரப்பு முழுவதையும் பெற்றுக் கொள்வான்.

Perseverance

611

Never say in weakness, "This task is too difficult."
Perseverance will confer the ability to accomplish it.

612

Beware of leaving any work undone, remembering that the world
abandons those who abandon their work unfinished.

613

The pride of profuse giving dwells only
with the dignity of diligent effort.

614

Like the swordsmanship of an effeminate man, the philanthropy
of those who avoid hard work will end in failure.

615

Standing like a pillar, he who prefers work to pleasure
supports his family and sweeps away their every sad sorrow.

616

Perseverance generates prosperity,
and the lack of it engenders poverty.

617

They say the black ogress called Misfortune lurks in laziness,
while Goddess Fortune lingers in the laboring toils of active men.

618

To be destitute of good fortune is no one's disgrace, but shame
belongs to those devoid of wisdom and tenacity.

619

Though destiny decrees that one's deeds will fail,
the wages for determined work are always paid.

620

Those who strive with tireless exertion and remain undaunted
will live to behold the backside of retreating Fate.

ஆள்வினை உடைமை

611. அருமை உடைத்தென்று அசாவாமை வேண்டும்
     பெருமை முயற்சி தரும்.

612. வினைக்கண் வினைகெடல் ஓம்பல் வினைக்குறை
     தீர்ந்தாரின் தீர்ந்தன்று உலகு.

613. தாளாண்மை என்னும் தகைமைக்கண் தங்கிற்றே
     வேளாண்மை என்னுஞ் செருக்கு.

614. தாளாண்மை இல்லாதான் வேளாண்மை பேடிகை
     வாளாண்மை போலக் கெடும்.

615. இன்பம் விழையான் வினைவிழைவான் தன்கேளிர்
     துன்பம் துடைத்தூன்றும் தூண்.

616. முயற்சி திருவினை ஆக்கும் முயற்றின்மை
     இன்மை புகுத்தி விடும்.

617. மடியுளான் மாமுகடி என்ப மடியிலான்
     தாளுளாள் தாமரையி னாள்.

618. பொறியின்மை யார்க்கும் பழியன்று அறிவறிந்து
     ஆள்வினை இன்மை பழி.

619. தெய்வத்தான் ஆகா தெனினும் முயற்சிதன்
     மெய்வருத்தக் கூலி தரும்.

620. ஊழையும் உப்பக்கம் காண்பர் உலைவின்றித்
     தாழாது உஞற்று பவர்.

சோர்வில்லாத ஊக்கம்

611. "இவ்வேலையைச் செய்வது மிகக் கடினம்" என மனந்தளர்ந்து கூற வேண்டாம். விடா முயற்சி அதனைச் செய்து முடிக்கும் ஆற்றலைக் கொடுக்கும்.

612. எந்த வேலையையும் செய்து முடிக்கு முன் கைவிடாது காத்துக் கொள்க. தம் வேலையை நிறைவேற்றாதோரை உலகம் கைவிடும் என்பதை நினைவில் இருத்துக.

613. யாவருக்கும் தாராளமாகக் கொடை அளிக்கும் பெருமிதம் அயராத முயற்சி எனும் அரும் பணியில் தங்கியுள்ளது.

614. கடும் முயற்சி தவிர்ப்பவர் உபகாரம் செய்ய முயல்வது கோழையின் வாள் வீச்சைப் போல் தோல்வியில் முடியும்.

615. இன்பத்தை விரும்பாது முயற்சியை நாடுபவன் தூண் போல் நின்று தன் குடும்பத்தினரைக் காப்பாற்றி அவர் துயரம் யாவற்றையும் துடைத்து விடுவான்.

616. முயற்சி செல்வத்தைப் பெருக்கும் அஃதில்லாமை வறுமையை வளர்க்கும்.

617. சோம்பல் உள்ளவன் மடியில் கருமகள் மூதேவி உறைவாள் என்றும் சுறுசுறுப்பு உள்ளவன் மடியில் திருமகள் சீதேவி உறைவாள் என்றும் கூறுவர்.

618. செல்வச் செழிப்பு இல்லாமை எவர்க்கும் பழியாகாது. மெய்யறிவும் விடாமுயற்சியும் இல்லாமை இழிவாகும்.

619. ஊழ்வினைப் பயனால் நிறைவேற்ற முடியாத காரியம் எனினும் உடல் உழைப்புக்கு உரிய ஊதியம் என்றும் பெறப்படும்.

620. மனம் சோர்ந்து அயராமல் முயற்சியுடன் உழைப்பவர் விதி எனும் ஊழையும் தோல்வி அடையச் செய்வர்.

Being Undaunted by Troubles

621

Laugh when troubles come your way.
Nothing conquers calamity better than that.

622

A tide of troubles will recede the moment
an intelligent man's mind collects itself to face them.

623

Trouble itself they send away troubled
who do not trouble themselves at the sight of it.

624

Troubles will feel troubled facing a man who faces them
like the determined bullock that wades through every difficulty.

625

Though massed upon him like a mountain,
a man's afflictions will be crushed by his undaunted will.

626

Those who do not clutch their wealth, boasting, "I have so much,"
will not, in poorer times, bemoan, "I have so little."

627

Knowing this body to be the prey of misery,
high souls, expecting troubles, do not find them troublesome.

628

Declaring difficulties to be perfectly natural,
those who do not pursue life's pleasures will not suffer its sorrows.

629

He who does not long for joy in joy
will not suffer sorrow in sorrow.

630

The man who does not distinguish pain from pleasure
becomes so distinguished that even enemies hope to pay homage.

இடுக்கண் அழியாமை

621. இடுக்கண் வருங்கால் நகுக அதனை
     அடுத்தூர்வது அஃதொப்ப தில்.

622. வெள்ளத் தனைய இடும்பை அறிவுடையான்
     உள்ளத்தின் உள்ளக் கெடும்.

623. இடும்பைக்கு இடும்பை படுப்பர் இடும்பைக்கு
     இடும்பை படாஅ தவர்.

624. மடுத்தாவா யெல்லாம் பகடன்னான் உற்ற
     இடுக்கண் இடர்ப்பாடு உடைத்து.

625. அடுக்கி வரினும் அழிவிலான் உற்ற
     இடுக்கண் இடுக்கட் படும்.

626. அற்றேமென்று அல்லற் படுபவோ பெற்றேமென்று
     ஓம்புதல் தேற்றா தவர்.

627. இலக்கம் உடம்பிடும்பைக் கென்று கலக்கத்தைக்
     கையாறாக் கொள்ளாதா மேல்.

628. இன்பம் விழையான் இடும்பை இயல்பென்பான்
     துன்பம் உறுதல் இலன்.

629. இன்பத்துள் இன்பம் விழையாதான் துன்பத்துள்
     துன்பம் உறுதல் இலன்.

630. இன்னாமை இன்பம் எனக்கொளின் ஆகுந்தன்
     ஒன்னார் விழையுஞ் சிறப்பு.

துன்பத்தைத் தாங்கி எதிர்த்தல்

621. துன்பம் வரும் போது சிரித்துக் கொள்க. அதனைப் பகைத்து
வெற்றி கொள்ளவல்ல வேறெதுவுமே இல்லை.

622. அலைகள் போல் வருந் துன்பங்களை உள்ளம் ஒன்றித் தளராது
எதிர்த்து நிற்க அவை பின் வாங்கிச் சென்று விடும்.

623. துன்பத்தைக் கண்டு வருந்தாத நெஞ்சரம் உள்ளவர்
துன்பத்துக்கே துன்பத்தை விளைவித்துக் விரட்டி விடுவர்.

624. மேடு பள்ளத்தில் எல்லாம் வண்டியை உறுதியுடன் இழுக்கும் எருது
போல துன்பங்களுக்கு முகங் கொடுத்து நிற்பவன் முன்
அத்துன்பங்களே துன்பப்படும்.

625. மலை போல் துன்பங்கள் வந்து குவியினும் ஒருவரின்
கலங்காத மனத் திண்மையால் அவை அழிந்து விடும்.

626. என்னிடம் மிகு பொருள் உண்டு எனத் தம் செல்வத்தைப்
பெருமையுடன் கூறாதவர் வறுமை வரும் போது என்னிடம் சிறிதே
உண்டு எனக் கண்ணீர் சொட்டமாட்டார்கள்

627. இவ்வுடல் துன்பத்துக்கே இரையாகும் என உணர்ந்து உயர்ந்தோர்
துன்பத்தைத் துன்பமாகக் கொள்ளமாட்டார்கள்.

628. துன்பங்கள் வந்து சேருதல் இயற்கையே எனவுணர்ந்து, வாழ்வின்
இன்பத்தை நாடிச் செல்லாதவர் அதனால் வருந் துன்பங்களால்
வருந்த மாட்டார்கள்.

629. இன்பம் வந்த காலத்தில் அதில் இன்பம் காண ஆசைப் படாதவன்
துன்பம் வந்து அதை அனுபவிக்கும் போதும் வருத்தம் அடைய
மாட்டான்.

630. இன்பத்தையும் துன்பத்தையும் வேறு படுத்தி நோக்காதவர்
பகைவருமே அஞ்சலி செய்யும் வகை சிறப்புற்று விளங்குவர்.

Amaicchiyal

அமைச்சியல்

கடனறிந்து காலம் கருதி இடனறிந்து
எண்ணி யுரைப்பான் தலை.

Section VI

Ministers

KURAL 687
He is unsurpassed who knows duty and place,
judges the suitable time and thinks before he speaks.

HERE WE HAVE A MANUAL THAT IS INVALUABLE FOR THOSE WHO WISH TO TRAIN THEMSELVES TO BECOME USEFUL TO A PRESIDENT, PRIME MINISTER, king or any head of state, CEO of a corporation or to become a Senator, Congressman or military leader—all jobs that are today more complex and sophisticated than any prime minister's in the courts of the weaver's day. These verses are explicit, helpful and informative, even to managers and workers who aspire to be first-rate second men. It is amazing that Valluvar has been able to accomplish offering so much of practical advice in so few words. Any corporate manual would have used hundreds of pages to explain what he illumines in ten— a total of one hundred verses explaining everything from what a minister must do to attain and maintain his office to the necessity of having no dread of speaking to an audience.

It is here that we can see into the politics of two thousand years ago and sense the society that existed in the centuries before Valluvar lived and, reaching its height, led to his making these observations so eloquently and pricelessly. This one section of the book has been memorized and taken to heart, put into practice, by councilmen, barristers and political personages as well as religious leaders and others whose mission it is to articulate their cause. Chapters 64 through 73 belong to everyone who has a calling. Actors, journeymen, salespeople, graduates and soon-to-be graduates of any field will find the verses in section six of *Tirukural* most helpful.

It was the literary style in those far-off days to write concisely. The weaver chose a difficult form, usually four words in the first line and three in the second line—seven measures in all. This concise, disciplined style is easily memorized, placed into the subconscious mind to later manifest in action, for a change in beliefs makes a change in attitude, and this in turn changes the image of the person, to himself as well as to others. Finally, all that the verses so memorized contain become his personality, his mode of operation and who he is.

We can do the same, now that the same verses are available in modern English. Choose those you want to mold yourself into. Memorize them, read and reread them nightly just before sleep. When you are most sleepy is the best time for their meaning to slip into the subconscious mind. Then, during the night, the mind of the soul, the superconscious, will work with the subconscious, and slowly, ever so slowly, a transformation into the new you will occur.

In the chapter on associating with monarchs are invaluable bits of advice. Then we have the advice of intuiting another's thoughts by reading facial expressions, body movements and all that is unspoken—a valued tool for any leader or one aspiring to a higher position in any occupation. For the public speaker, the weaver gives a lesson in judging an audience, describing all the good that will happen as well as all the problems to be expected by failure to heed this advice. Discussing how to deal with opposition as well as success, he advises, "Before acting, resolve all doubts by pondering five points: cost, means, time, place and the action itself." Many a failed business, small or large, would still be in business today had the owners but known and followed these five points.

In chapter 66 Valluvar explains the difference between good money earned by right means and bad money earned by wrongful means. This advice involves the never-flinching law of karma. Wrongful acquisition, such as accepting bribes or, worse, give them, slowly destroys the morality of the community. Money earned from illegal enterprises has bad karmic consequences: You can't do good things with bad money. It can never, ever be cleansed.

Ministers

631

A minister is he who can conceive a great enterprise,
rightly choose the ways, means and time, then carry it out.

632

Added to the above five, a minister is well-endowed with
steadfastness, learning, perseverance and protection of the people.

633

He who can divide ememies, bind friends more firmly
and reunite estranged allies is unequivocally a minister.

634

Call him a minister who comprehends things,
effectively executes them and competently directs others.

635

The helpful aide understands codes of conduct, discerns what is
fitting in every situation and speaks with learned deliberation.

636

When shrewd intelligence combines with scholastic study,
who can stand before such peerless subtlety?

637

Though thoroughly learned in theoretical methods,
one should act only after fathoming the world's proven practices.

638

The loyal minister's duty is to communicate his counsel,
even if his leader is a dullard who spurns advice.

639

Better for the king to face 700 million far-off foes
than to retain a single counselor who conspires at his side.

640

Little matter that they can devise the perfect plan;
those without executive skills never finish their work.

அமைச்சு

631. கருவியும் காலமும் செய்கையும் செய்யும்
அருவி஠னயும் மாண்டது அமைச்சு.

632. வன்கண் குடிகாத்தல் கற்றறிதல் ஆள்வி஠னயோடு
ஐந்துடன் மாண்டது அமைச்சு.

633. பிரித்தலும் பேணிக் கொளலும் பிரிந்தார்ப்
பொருத்தலும் வல்ல தமைச்சு.

634. தெரிதலும் தேர்ந்து செயலும் ஒருதஃலயாச்
சொல்லலும் வல்லது அமைச்சு.

635. அறனறிந்து ஆன்றமைந்த சொல்லான்எஞ் ஞான்றுங்
திறனறிந்தான் தேர்ச்சித் துஃண.

636. மதிநுட்பம் நூலோடு உடையார்க்கு அதிநுட்பம்
யாவுள முன்நிற் பவை.

637. செயற்கை அறிந்தக் கடைத்தும் உலகத்து
இயற்கை அறிந்து செயல்.

638. அறிகொன்று அறியான் எனினும் உறுதி
உழையிருந்தான் கூறல் கடன்.

639. பழுதெண்ணும் மந்திரியின் பக்கததுள் தெவ்வோர்
எழுபது கோடி உறும்.

640. முறைப்படச் சூழ்ந்தும் முடிவிலவே செய்வார்
திறப்பாடு இலாஅ தவர்.

அமைச்சு

631. ஒரு அரிய காரியத்தைக் கருத்தில் கொண்டு அதற்குரிய செயல் முறை, கருவி, காலம், என்பனவற்றை முறையாகச் தேர்ந்த பின் அதனை நிறைவேற்றுபவனே சிறந்த அமைச்சன்.

632. மேற்கூறிய ஐந்துடன் தளராத மனவுறுதி, குடிகளைக் காத்தல், நீதி நூல்களைக் கற்றுத் தெளிதல், செயற்திறன் என்பன நிறையப் பெற்றவனே அமைச்சனாவான்.

633. எதிரிகளுள் பிளவு ஏற்படுத்தல், நண்பரை அணைத்துக் கொள்ளல், பிரிந்து சென்றவரை ஒற்றுமைப்படுத்தல் ஆகிய செய்ய வல்லவனே தகுந்த அமைச்சனாவான்.

634. ஒரு காரியத்தைச் நன்கு சிந்தித்து அறிந்து, மற்றோரையும் திறமையுடன் ஏவி அதனைச் செய்வனே நிறைவேற்றுபவனே அமைச்சராவான்.

635. அறநெறி அறிந்தவனாகவும், நிலைமைக்கேற்ப யுக்திகளை வகுத்துக் கொள்பவனாகவும், கற்றுத் தெளிந்த அறிவுரைகளைக் கூற வல்லவனாகவும் உள்ளவனே உற்ற துணையாவான்.

636. கூரிய புத்தியும் தேர்ந்த கல்வியறிவும் கலந்து கைகூடிய நிகரில்லா நுட்பத்தை எதிர்க்க வல்லார் யாருளர்?

637. நூலறிவால் நுட்பவழிகளை நிறையவே கற்றிருந்தாலும் உலக நடை முறைகளை ஆழ்ந்து அறிந்த பின்பே செயலாற்றல் வேண்டும்.

638. நற்கருத்துகளுக்குச் செவி சாயாமல் அறியாமை மிகுந்த அரசன் ஆனாலும் அவனுக்கு அறிவுரை கூறுபவதே நம்பிக்கை மிக்க அமைச்சனின் கடமையாகும்.

639. பக்கத்து இருந்து சதி செய்யும் ஓர் அமைச்சரை வைத்துக் கொள்வதை விட எழுநூறு கோடி பகைவரை எதிர்த்து நிற்பதே உகந்ததாகும்.

640. குறையில்லா திட்டத்தை வகுக்க வல்லமை பெற்றவராயினும் செயலை நிறைவேற்றும் ஆற்றலற்றவர் தம் கருமத்தை என்றுமே முடிப்பதில்லை.

Eloquence

641

Among a man's many good possessions,
none can equal having a good tongue.

642

Prosperity and ruin issue from the power of the tongue.
Therefore, guard yourself against thoughtless speech.

643

The substance of artful speech holds friends spell-bound,
and its eloquence enchants even enemies.

644

Judge the nature of your listeners and speak accordingly.
There is nothing more virtuous or valuable than this.

645

Speak out your speech after ascertaining that
no speech can be spoken to refute that speech.

646

To speak so that listeners long to hear more and to listen so that
others' meaning is grasped are ideals of the impeccably great.

647

In a war of words, none can defeat a persuasive man
who never succumbs to fear or forgetfulness.

648

Upon finding men whose forceful speech is couched
in cogent and enchanting ways, the world swiftly gathers around.

649

Unaware of the artful use of a few flawless words,
men become enamored with excessive verbiage.

650

Men who cannot communicate their knowledge to others
resemble a bouquet of unfragrant flowers in full bloom.

சொல்வன்மை

641. நாநலம் என்னும் நலனுடைமை அந்நலம்
யாநலத்து உள்ளதூஉம் அன்று.

642. ஆக்கமுங் கேடும் அதனால் வருதலால்
காத்தோம்பல் சொல்லின்கட் சோர்வு.

643. கேட்டார்ப் பிணிக்கும் தகையவாய்க் கேளாரும்
வேட்ப மொழிவதாம் சொல்.

644. திறனறிந்து சொல்லுக சொல்லை அறனும்
பொருளும் அதனினூஉங்கு இல்.

645. சொல்லுக சொல்லைப் பிறிதோர்சொல் அச்சொல்லை
வெல்லுஞ்சொல் இன்மை அறிந்து.

646. வேட்பத்தாஞ் சொல்லிப் பிறர்சொல் பயன்கோடல்
மாட்சியின் மாசற்றார் கோள்.

647. சொலல்வல்லன் சோர்விலன் அஞ்சான் அவனை
இகல்வெல்லம் யார்க்கும் அரிது.

648. விரைந்து தொழில்கேட்கும் ஞாலம் நிரந்தினிது
சொல்லுதல் வல்லார்ப் பெறின்.

649. பலசொல்லக் காமுறுவர் மன்றமா சற்ற
சிலசொல்லல் தேற்றா தவர்.

650. இணரூழ்த்தும் நாறா மலரனையர் கற்றது
உணர விரித்துரையா தார்.

சொல்வன்மை

641. மனிதனுக்குக் கிடைக்கும் அரும் பேறுகளுள் சொல்லாற்றலே எல்லாவற்றிலும் சிறப்புடையது.

642. சீரும் கேடும் பேசும் சொல்லில் இருந்து தோன்றுவதால் பேசும் சொல்லில் குற்றமில்லாது காத்து உரைத்திடுக.

643. சாதுரியப் பேச்சு நண்பர்களை வயப்படுத்தி மயக்கி நிற்கச் செய்யும். அதன் திறனால் பகைவருமே மருண்டு போவர்.

644. கேட்போர் இயல்பைச் சீர்தூக்கி அதற்கு ஏற்ப பேசுக, இதனிலும் மிகச் சிறப்பு அல்லது பெறுமதி உள்ளது எதுவுமே இல்லை.

645. சொல்வதை வேறு காரணம் காட்டி மறுக்க முடியாது என்று உறுதிப் படுத்திக் கொண்டு அதன் பின் சொல்லக் கருதியதை உரைத்து விடுக.

646. கேட்போர் மேலும் கேட்க விரும்பும் வகையிலும் ஏனையோர் கருத்துகளை உணர்ந்து பயன் பெறும் வகையிலும் பேசுதல் குற்றமற்ற பெரியோரின் இலட்சியங்கள் ஆகும்.

647. சொற்போட்டி நிகழும் போது அச்சம் அல்லது மறதி இன்றி மனம் கவரப் பேச வல்லாரை எவரும் வெற்றி கொள்ள இயலாது.

648. பொருத்தமும் கவர்ச்சியும் அமைய ஆற்றல் மிக்க பேச்சு உள்ளவரைக் கண்டால் உலக மக்கள் விரைவில் அவனைச் சூழ்ந்து நிற்பர்.

649. குற்றமற்ற சொற்கள் சிலவே சொல்லி விளங்க வைக்கத் தெரியாதவர் அதிகப் பேச்சில் மோகங் கொள்ளுவர்.

650. தாம் அறிந்தவற்றைப் பிறருக்கு விளங்கப் பேசத் தெரியாதவர் நறுமணம் வீசாத பூங்கொத்தைப் போல்வர்.

Purity of Action

651
Good friendships bring wealth to a man,
but goodness of action fulfills his every wish.

652
Fame-garnering actions of no real benefit
should always be strictly avoided.

653
Declaring that their future will be brighter,
men must desist from deeds that darken glory's light.

654
However troubled the times, men of imperturbable perception
never commit shameful or sordid deeds.

655
Do nothing that would make you regret, "What have I done!"
However, if regrettable deeds occur, do not remain regretful.

656
Though he must behold his own mother's hunger,
let a man desist from deeds condemned by wise men.

657
The worst poverty of worthy men is more worthwhile
than the greatest wealth amassed by wrongful means.

658
Forbidden deeds, however well accomplished, inflict sorrow
on those who seek after rather than shun them.

659
What is gained by tears will go by tears. Even if it begins
with loss, in the end, goodness gives many good things.

660
Protecting the country with wrongly garnered wealth
is like preserving water in an unbaked clay pot.

வினைத்தூய்மை

651. துணைநலம் ஆக்கம் தரூஉம் வினைநலம்
     வேண்டிய எல்லாந் தரும்.

652. என்றும் ஒருவுதல் வேண்டும் புகழொடு
     நன்றி பயவா வினை.

653. ஒஓதல் வேண்டும் ஒளிமாழ்கும் செய்வினை
     ஆஅதும் என்னு மவர்.

654. இடுக்கண் படினும் இளிவந்த செய்யார்
     நடுக்கற்ற காட்சி யவர்.

655. எற்றென்று இரங்குவ செய்யற்க செய்வானேல்
     மற்றன்ன செய்யாமை நன்று.

656. ஈன்றாள் பசிகாண்பான் ஆயினுஞ் செய்யற்க
     சான்றோர் பழிக்கும் வினை.

657. பழிமலைந்து எய்திய ஆக்கத்தின் சான்றோர்
     கழிநல் குரவே தலை.

658. கடிந்த கடிந்தொரார் செய்தார்க்கு அவைதாம்
     முடிந்தாலும் பீழை தரும்.

659. அழக் கொண்ட எல்லாம் அழப்போம் இழப்பினும்
     பிற்பயக்கும் நற்பா லவை.

660. சலத்தால் பொருள்செய்தே மார்த்தல் பசுமண்
     கலத்துள்நீர் பெய்திரீஇ யற்று.

செயலில் சுத்தம்

651. நல்லவர் நட்பு மனிதனுக்குச் செல்வம் தரும் ஆனால்
நற்செயல்கள் அவன் விரும்புவது எல்லாம் தரும்.

652. உண்மையில் நன்மையும் புகழும் பயவாத சொற்களை
எப்பொழுதும் தவிர்த்துக் கொள்ளல் வேண்டும்.

653. வாழ்வில் தம் எதிர்காலம் சிறக்கும் என விரும்பி தம் புகழுக்குக்
கேடு தரும் செயல்களைத் தவிர்த்தல் வேண்டும்.

654. மனம் கலங்காத தெளிந்த நோக்கு உடையோர் எந்த இக்கட்டான
நிலைமையிலும் வெட்கம் அல்லது இழிவு தரும் செயல்களைச்
செய்யமாட்டார்.

655. "என்ன செய்து விட்டேன்" என்று பின் வருந்தும் செயல்களைப்
புரியாது விடுக. மறந்தும் அவ்வாறு செயதிருந்தால் மீண்டும் அவை
போன்றவற்றைச் செய்யற்க.

656. பெற்ற தாய் பசிப்பிணியால் வாடுவதைக் காணினும் சான்றோர்
கடிந்து ஒதுக்கிய செயல்களைப் புரியாது விடுக.

657. நல்லனவே செய்து நல்லவர் அடையும் மிகக் கொடிய வறுமை,
இழிவான செயல் புரிந்து அடையும் மிகுந்த செல்வத்திலும்
பெறுமதியானது.

658. தீய செயல்கள், எவ்வாறு நிறைவேற்றப்படினும், அவற்றைக்
கைவிடாது நாடி நடப்பவர்க்குத் துன்பமே கொடுக்கும்.

659. பிறர் அழப் பெற்ற செல்வத்தைத் தான் அழுது கொண்டே இழக்க
நேரிடும். தூய வழியில் பெற்ற செல்வம், முதலில் நட்டம்
தந்திருப்பினும் இறுதியில் நற்பலன் பல நல்கும்.

660. தீய வழியில் பொருள் சேர்த்து நாட்டைக் காப்பாற்றுதல் பச்சை
மண் பானையில் நீரூற்றிக் கசியாது காக்க முயல்வது போலாகும்.

Resoluteness of Action

661

What is called resoluteness of action is, in truth,
resoluteness of mind. It is a quality unlike any other.

662

Avoiding all failure-prone action and remaining undiscouraged by
failures are said to be the dual directives of wise men.

663

Revealing an action after its completion is resoluteness.
Disclosing an action midway causes endless misery.

664

It is easy for anyone to speak of a plan,
but difficult indeed to execute what has been spoken.

665

Strong-willed exploits of virtuous men
win the crown's respect and the crowd's acclaim.

666

Those who think will have their thoughts fulfilled,
just as they thought, provided they possess strength of will.

667

Do not disparage men who appear small, for there are those,
seemingly insignificant, who are like the linchpin of a mighty chariot.

668

Visualize actions with unclouded clarity,
then forcefully undertake them without delay or indecision.

669

Despite dire hardships, hold to strength of mind
and do those deeds which yield joy of heart.

670

The world has no use for those who have no use for resolute
action, whatever other strengths they may possess.

வினைத்திட்பம்

661. வினைத்திட்பம் என்பது ஒருவன் மனத்திட்பம்
மற்றைய எல்லாம் பிற.

662. ஊறொரால் உற்றபின் ஒல்காமை இவ்விரண்டின்
ஆறென்பர் ஆய்ந்தவர் கோள்.

663. கடைக்கொட்கச் செய்தக்க தாண்மை இடைக்கொட்கின்
எற்றா விழுமந் தரும்.

664. சொல்லுதல் யார்க்கும் எளிய அரியவாம்
சொல்லிய வண்ணம் செயல்.

665. வீறெய்தி மாண்டார் வினைத்திட்பம் வேந்தன்கண்
ஊறெய்தி உள்ளப் படும்.

666. எண்ணிய எண்ணியாங்கு எய்துப எண்ணியார்
திண்ணியர் ஆகப் பெறின்.

667. உருவுகண்டு எள்ளாமை வேண்டும் உருள்பெருந்தேர்க்கு
அச்சாணி அன்னார் உடைத்து.

668. கலங்காது கண்ட வினைக்கண் துளங்காது
தூக்கங் கடிந்து செயல்.

669. துன்பம் உறவரினும் செய்க துணிவாற்றி
இன்பம் பயக்கும் வினை.

670. எனத்திட்பம் எய்தியக் கண்ணும் வினைத்திட்பம்
வேண்டாரை வேண்டாது உலகு.

செயலில் உறுதி

661. செயலில் உறுதி என்பது உண்மையில் மன உறுதியே. அஃது
ஏனைய உறுதிகளைப் போல் இல்லாமல் தனி இயல்பு உடையது.

662. தோல்வியில் முடியும் எனத் தேர்ந்த செயல்களைத் தவிர்த்தலும்,
அவ்வாறு நேர்ந்தாலும் மனம் தளராது இருத்தலும் தெளிந்த மதி
உடையோர் சொல்லும் செயல் முறையாகும்.

663. செய்யுங் கருமம் முற்றாக முடிந்த பின் தெரிவித்தலே செயல்
உறுதி. அதை இடையிலே தெரிவித்தல் முடிவில்லாத துயரந்
தரும்.

664. ஒரு திட்டத்தை எடுத்துக் கூறல் எளிது, ஆயின் கூறியதை
நடைமுறையில் செய்து முடித்தல் உண்மையில் கடினம்.

665. ஒழுக்க நெறியில் வழுவாதவரின் செயலாற்றும் வல்லமை
மன்னனாலும் மக்களாலும் போற்றி மதிக்கப்படும்.

666. எண்ணியபடி செயலாற்றும் மனவுறுதியை எண்ணுவோர்
பெற்றிருப்பின் எண்ணியவாறு அவர் எண்ணங்கள் நிறைவேறும்.

667. சிறிய உருவம் கண்டு ஒருவரை ஏளனம் செய்யத்தகாது. ஏனெனில்
அவர் பெரிய தேருக்கும் இன்றியமையாத சிறு அச்சாணி
போன்றவர்.

668. மேற்கொள்ளும் செயல்களைக் கலக்கம் இல்லாது மனத்
தெளிவுடன் ஆய்ந்த பின் காலந்தாழ்த்தாது துணிவுடன்
நிறைவேற்றுக.

669. சொல்லொணாத் துன்பங்கள் வந்து சேரினும், துணிவை இழக்காது
முடிவில் உள்ளத்துக்கு இன்பந் தரும் செயல்களைப் புரிக.

670. செயலில் உறுதி இல்லாதவர் வேறு ஆற்றல்கள் பல
பெற்றிருப்பினும் அவரை உலகம் விரும்பி ஏற்காது.

Modes of Action

671

Deliberation ends when a decision is reached.
To delay that decision's execution is detrimental.

672

Slumber when sleepy work awaits,
but never rest when actions demand sleepless vigilance.

673

Direct action is good whenever possible,
but when it is not, seek other means of success.

674

Reflect on this: efforts and enemies, if left unfinished,
can both ravage you like an unextinguished fire.

675

Before acting, resolve all doubts by pondering five points:
cost, means, time, place and the action itself.

676

Discern the outcome of an enterprise, the obstacles and the
opulent earnings that successful effort assures—then act.

677

The way to accomplish any task is to ascertain
the inmost thoughts of an expert in that task.

678

Just as one elephant may be used to tether another,
so one task may be the means of accomplishing another.

679

Before bestowing kind favors on friends,
hasten to befriend those still estranged.

680

Sensing with trepidation their peoples' fears, leaders of
minor realms bow and accept the terms of mightier rulers.

விணைசெயல் வகை

671. சூழ்ச்சி முடிவு துணிவெய்தல் அத்துணிவு
தாழ்ச்சியுள் தங்குதல் தீது.

672. தூங்குக தூங்கிச் செயற்பால தூங்கற்க
தூங்காது செய்யும் விணை.

673. ஒல்லும்வா யெல்லாம் விணைநன்றே ஒல்லாக்கால்
செல்லும்வாய் நோக்கிச் செயல்.

674. விணைபகை என்றிரண்டின் எச்சம் நினையுங்கால்
தீயெச்சம் போலத் தெறும்.

675. பொருள்கருவி காலம் விணையிடனொடு ஐந்தும்
இருள்தீர எண்ணிச் செயல்.

676. முடிவும் இடையூறும் முற்றியாங்கு எய்தும்
படுபயனும் பார்த்துச் செயல்.

677. செய்விணை செய்வான் செயல்முறை அவ்விணை
உள்ளறிவான் உள்ளம் கொளல்.

678. விணையால் விணையாக்கிக் கோடல் நனைகவுள்
யானையால் யானையாத் தற்று.

679. நட்டார்க்கு நல்ல செயலின் விரைந்ததே
ஒட்டாரை ஒட்டிக் கொளல்.

680. உறைசிறியார் உள்நடுங்கல் அஞ்சிக் குறைபெறின்
கொள்வர் பெரியார்ப் பணிந்து.

தொழில் செய்யும் முறை

671. எவ்விடயத்திலும் ஒரு முடிவுக்கு வந்ததும் ஆராய்வு முடிய வேண்டும். அம்முடிவைச் செயற்படுத்தலைத் தள்ளிப் போடல் குற்றமாகும்.

672. காலந் தாழ்த்திச் செய்யும் வேலையைக் காலம் தாழ்த்திச் செய்யலாம். விழிப்புடன் விரைவில் முடிக்கும் வேலையை ஓய்வின்றிச் செய்ய வேண்டும்.

673. இயன்ற போதெல்லாம் உடன் செயலாற்றல் போற்றத் தக்கது. அவ்வழி முடியாதாயின் வெற்றி ஈனும் பிற வழி தேடிக் கொள்க.

674. செய்து முடியாத தொழிலும் முற்றிலும் அழிக்காத பகைவரும் அறவே அணைக்காத தீ போல் மீண்டும் வளர்ந்து அழிவைத் தருவன.

675. வேண்டிய பொருள், வழிவகை, காலம், இடம், ஆற்றும் செயல் எனும் ஐந்தினையும் முதலிலேயே தீர ஆராய்ந்து பின் செயல் புரிக.

676. ஒரு முயற்சியால் விழையும் முடிவு, இடையில் நேரும் இடர்ப்பாடு, இறுதியில் வரும் பலாபலன்கள் என்பனவற்றை நுணுகி ஆராய்ந்த பின்பு செயலாற்றுக.

677. தொழில் முறை நன்கு அறிந்து தேர்ந்த வல்லுனரிடமிருந்து அதற்கான உள்ளார்ந்த நுட்பங்களை உறுதிப் படுத்திக் கொள்வதே ஒருவன் அத்தொழிலை நிறைவேற்றுவதற்கான வழிமுறையாகும்.

678. ஒரு மதயானையைப் பிறிதொரு யானையைக் கொண்டு பிடிப்பது போல் ஒரு முயற்சியைப் பிறிதொரு முயற்சியால் செய்து முடித்துக் கொள்க.

679. நண்பர்களுக்கு நல்லுதவிகளைச் செய்யுமுன் நட்புறவு பிரிந்து சென்றவரை விரைந்து நண்பராக்கிக் கொள்க.

680. தம் மக்கள் அஞ்சுவதை உணர்ந்து சிற்றரசர் பேரரசர்களைப் பணிந்து நண்பராக்கிக் கொள்வர்.

Ambassadors

681

Kindliness, high birth and a nature congenial to kings
comprise the innate disposition of an ambassador.

682

Kindliness, knowingness and deliberateness of speech
are three necessities a diplomat finds indispensable.

683

An envoy sent to announce to lance-bearing monarchs
his own king's imminent victory must be a pandit among pandits.

684

Send him on mission who possesses three attractive traits:
well-winnowed wisdom, modest dignity and ample learning.

685

Whatever good an ambassador procures derives from succinct
speech, cheerful conversation and avoidance of argument.

686

An envoy is educated, eloquently persuasive, unafraid of
the fiercest stare and knows what befits the moment.

687

He is unsurpassed who knows duty and place,
judges the suitable time and thinks before he speaks.

688

Integrity, influence and intrepidity—these three and truthfulness
are qualities of one who faithfully delivers his monarch's message.

689

Commission him to deliver the monarch's mandates
who has a steady gaze and never blurts out flawed words.

690

An ambassador fearlessly extends his king's glory,
though he might thereby expend his own life.

தூது

681. அன்புடைமை ஆன்ற குடிப்பிறத்தல் வேந்தவாம்
     பண்புடைமை தூதுரைப்பான் பண்பு.

682. அன்பறிவு ஆராய்ந்த சொல்வன்மை தூதுரைப்பார்க்கு
     இன்றி யமையாத மூன்று.

683. நூலாருள் நூல்வல்லன் ஆகுதல் வேலாருள்
     வென்றி விஊயுரைப்பான் பண்பு.

684. அறிவுரு வாராய்ந்த கல்விஇம் மூன்றன்
     செறிவுடையான் செல்க விஊக்கு.

685. தொகச் சொல்லித் தூவாத நீக்கி நகச்சொல்லி
     நன்றி பயப்பதாந் தூது.

686. கற்றுக்கண் அஞ்சான் செலச்சொல்லிக் காலத்தால்
     தக்கது அறிவதாம் தூது.

687. கடனறிந்து காலங் கருதி இடனறிங்கு
     எண்ணி உரைப்பான் தஊ.

688. தூய்மை துஊமை துணிவுடைமை இம்மூன்றின்
     வாய்மை வழியுரைப்பான் பண்பு.

689. விடுமாற்றம் வேந்தர்க்கு உரைப்பான் வடுமாற்றம்
     வாய்சேரா வன்க ஊவன்.

690. இறுதி பயப்பினும் எஞ்சாது இறைவர்க்கு
     உறுதி பயப்பதாம் தூது.

தூது

681. அன்புடைமை, உயர் குடிப்பிறப்பு, மன்னனோடு இணைந்து
அளவளாவும் இயல்பு என்பன ஒருதூதுவனுக்கு இன்றியமையாத
குணங்களாகும்.

682. அன்பு அறிவு முன் யோசித்துப் பின் உரையாடல் என்பன தூது
செல்வோருக்கு அத்தியாவசியமான தகுதிகளாகும்.

683. வேல் தாங்கி அரசாளும் மன்னருக்கு தன் மன்னனின் வெற்றியை
எடுத்துரைக்கச் செல்லுந் தூதன் நூலறிவுள்ள பண்டிதருள் மிகச்
சிறந்த பண்டிதனாக இருத்தல் வேண்டும்.

684. கற்றுத் தெளிந்த அறிவு, கவர்ச்சியான தோற்றம், மிகுந்த கல்வி
எனும் இம் மூன்று சிறப்பியல்புகளும் உடையோனைத் தூதவனாக
அனுப்பி வைக்க.

685. ஒரு தூதுவன் பெருந் தகுந்த நலன்கள் யாவும் சுருங்கச்
சொல்லல், மகிழ்ச்சி ததும்ப உரையாடல், வாக்குவாதம் தவிர்த்தல்
என்பனவற்றால் பெறப்படும்.

686. கற்பன கற்று, பிறர் ஏற்கும்படி சொல்லி, கொடுர பார்வைக்கு
அஞ்சாது சமயம் அறிந்து நடப்பவனே தூதுவன்.

687. தன் கடமையை உணர்ந்து, இடம் காலம் அறிந்து முன்
ஆலோசித்துப் பின் உரையாடுபவனே தலை சிறந்த தூதுவன்.

688. நேர்மை, செல்வாக்கு, அஞ்சாநெஞ்சம் இவை மூன்றுடன்
வாய்மையும் கூடிகருத்து பிசகாமல் தன் மன்னன் உரைத்ததை
தெரிவிப்பவனே தூதுவனாவான்.

689. கேடுதரும் சொற்களைத் தவறியும் கூறாத உறுதியுடன் தன்
மன்னின் ஆணைகளை அச்சமில்லாது எடுத்துக் கூறவல்லானையே
தூதுவனாக நியமித்துக் கொள்க.

690. தன் உயிரை இழக்க நேரிடினும் அதற்கு அஞ்சாது தன் மன்னன்
புகழோங்கச் செயலாற்றுபவனே தூதுவனாவான்.

Associating with Monarchs

691
Associates of contentious kings should be like men warming
themselves by a fire, moving neither too near nor too far away.

692
Do not desire to get what the king desires to have,
and the king himself will confer enduring wealth.

693
One wishing to be wary must beware of his own indiscretions.
Once suspicions are aroused, they are rarely removed.

694
In the presence of the great ones, never speak
in whispers or exchange smiles with others.

695
The emissary neither eavesdrops nor meddles into matters.
Instead, he listens raptly when secrets are revealed.

696
Sensing unspoken thoughts and ascertaining the ripe moment,
speak of vital matters amiably, without offending others.

697
Speak useful ideas that interest the sovereign.
Always leave useless thoughts unspoken—even if he inquires.

698
Never criticize the king because he is young or your own kin.
Rather respect the resplendent dignity that kingship commands.

699
Men whose wisdom is unwavering
do not use their high reputation to excuse lowly behavior.

700
Men who do unworthy deeds, expecting the king's indulgence
because of a long-standing friendship, warrant their own ruin.

மன்னரைச் சேர்ந்து ஒழுகல்

691. அகலாது அணுகாது தீக்காய்வார் போல்க
     இகல்வேந்தர்ச் சேர்ந்தொழுகு வார்.

692. மன்னர் விழைப விழையாமை மன்னரால்
     மன்னிய ஆக்கந் தரும்.

693. போற்றின் அரியவை போற்றல் கடுத்தபின்
     தேற்றுதல் யார்க்கும் அரிது.

694. செவிச்சொல்லும் சேர்ந்த நகையும் அவித்தொழுகல்
     ஆன்ற பெரியா ரகத்து.

695. எப்பொருளும் ஓரார் தொடரார்மற் றப்பொருளை
     விட்டக்கால் கேட்க மறை.

696. குறிப்பறிந்து காலங் கருதி வெறுப்பில
     வேண்டுப வேட்பச் சொலல்.

697. வேட்பன சொல்லி வினையில எஞ்ஞான்றும்
     கேட்பினும் சொல்லா விடல்.

698. இளையார் இனமுறையார் என்றிகழார் நின்ற
     ஒளியோடு ஒழுகப் படும்.

699. கொளப்பட்டேம் என்றெண்ணிக் கொள்ளாத செய்யார்
     துளக்கற்ற காட்சி யவர்.

700. பழையம் எனக்கருதிப் பண்பல்ல செய்யும்
     கெழுதகைமை கேடு தரும்.

மன்னரைச் சேர்ந்து ஒழுகல்

691. முற்கோபமுள்ள மன்னரோடு சேர்வோர் தீ அருகில் குளிர் காய்பவர் போல் மிக அருகில் அணுகாமலும் மிக துரச் செல்லாமலும் இருந்து கொள்ளவேண்டும்.

692. மன்னன் விரும்புவதை நீவீர் பெறுவதற்கு விரும்பாது விடின் அரசனே உங்களுக்கு நிலையான செல்வம் அளிப்பான்.

693. முன் எச்சரிக்கையுடன் இருக்க விரும்புவோர் தம் குற்றங் குறைகள் நிகழாது காத்துக் கொள்ள வேண்டும். உறவில் ஐயம் ஏற்படின் அதை நீக்குதல் அரிதிலும் அரிது.

694. பெரியோர் முன்னிலையில் பிறர் காதில் இரகசியம் பேசுதலையும் முகம் பார்த்துச் சிரித்தலையும் தவிர்த்துக் கொள்க.

695. மன்னன் மறைவாகப் பேசும் போது ஒட்டுக் கேட்காமலும் மேலும் அதில் தலையிடாமலும் இருந்து மன்னன் இரகசியங்களைத் தானாகச் சொல்லும் போது மட்டுமே கேட்டுக் கொள்ளுதல் வேண்டும்.

696. அரசர் மனத்தைக் குறிப்பறிந்து ஊகித்து, தக்க தருணத்தில் அவர் மனத்தைப் புண்படுத்தாது முக்கிய காரியங்களை அவருக்கு எடுத்துக் கூறல் வேண்டும்.

697. மன்னன் விரும்பிக் கேட்கும் பயனுள்ள காரியங்களை மட்டும் சொல்லுக. பலனற்றவற்றை மன்னன் கேட்டாலும் சொல்லாது விடுக.

698. மன்னர் எனக்கு இளையவர், எனது உறவினர் என்று இகழ்ந்து பேசாமல் அரசின் மாட்சிமையை மதித்துத் தக்கபடி ஒழுகுதல் வேண்டும்.

699. தெளிவான அறிவுடையோர் தம் இழிவான ஒழுக்கத்தைச் சமாளிக்க தமக்குள்ள நன்மதிப்பைப் பயன்படுத்த மாட்டார்.

700. நெடுங்காலம் மன்னனுடன் நட்புப் பூண்டு வாழ்ந்தமையால் அவன் மன்னிப்பான் என்று எண்ணி இழிவான செயல்களைப் புரிபவர் தம் அழிவுக்கே வழி வகுக்கின்றனர்.

Discerning Unspoken Thoughts

701

He who can discern another's unspoken thoughts by merely looking
is an emerald on an Earth encircled by equable seas.

702

Regard as god-like those who can divine
without hesitation what is in the minds of others.

703

Give whatever is required to gain an advisor
who, knowing his own mind, can read another's intentions.

704

Those who grasp others' unspoken thoughts have the same
physical features as most folks—yet how different they are.

705

Of what benefit are eyes in a body, if they cannot
by their observing powers perceive another's intentions?

706

As a crystal mirror reflects objects that are nearby,
so the face reflects what is foremost in the heart.

707

What is more forthrightly profound than the face?
For whether the heart is angry or glad, the face expresses it first.

708

If you find a man who understands matters by looking into
the mind, it suffices to stand silently looking into his face.

709

If you find men who know the eye's language
the eyes will speak to them of hidden hate and love.

710

Observe those who are said to see subtly with their mind's eye—
their singular measuring rod is their eyes.

குறிப்பறிதல்

701. கூறாமை நோக்கிக் குறிப்பறிவான் எஞ்ஞான்றும்
     மாறாநீர் வையக் கணி.

702. ஐயப் படாஅது அகத்தது உணர்வானைத்
     தெய்வத்தோ டொப்பக் கொளல்.

703. குறிப்பிற் குறிப்புணர் வாரை உறிப்பினுள்
     யாது கொடுத்தும் கொளல்.

704. குறித்தது கூறாமைக் கொள்வாரோ டேனை
     உறுப்போ ரன்னயரால் வேறு.

705. குறிப்பிற் குறிப்புணரா வாயின் உறுப்பினுள்
     என்ன பயத்தவோ கண்.

706. அடுத்தது காட்டும் பளிங்குபோல் நெஞ்சம்
     கடுத்தது காட்டும் முகம்.

707. முகத்தின் முதுக்குறைந்தது உண்டோ உவப்பினும்
     காயினும் தான்முந் துறும்.

708. முகம்நோக்கி நிற்க அமையும் அகம்நோக்கி
     உற்ற துணர்வார்ப் பெறின்.

709. பகைமையும் கேண்மையும் கண்ணுரைக்கும் கண்ணின்
     வகைமை உணர்வார்ப் பெறின்.

710. துண்ணியம் என்பார் அளக்குங்கோல் காணுங்கால்
     கண்ணல்லது இல்லை பிற.

குறிப்பறிதல்

701. முகத்தை நோக்கியே ஒருவர் எண்ணங்களை அறிய வல்லவன்
கடல் சூழ்ந்த பூமியில் ஓர் ஆபரணமாவான்.

702. ஒருவர் மனத்தில் எண்ணுவதை சந்தேகம் இல்லாது உணர்பவனை
தெய்வத்துக்குச் சமமாகக் கொள்ளல் வேண்டும்.

703. ஒருவரின் உள்ளத்தில் உள்ளதை அறியும் ஆற்றல் உள்ளவரை
வேண்டியது எதனையும் கொடுத்துத் துணைவராக ஆக்கிக்
கொள்ளல் வேண்டும்.

704. ஒருவர் மனத்தில் தோன்றும் எண்ணங்களை அறிய வல்லவன்
ஏனை மக்களைப் போல் உடலுறுப்புகளைப் பெற்றிருப்பினும்
விவேகத்தால் அவன் மாறுபட்டவனே.

705. முகக் குறிப்பைக் கொண்டே மனதில் நிகழும் எண்ணத்தை அறிய
முடியாவிடின் உடலில் உள்ள கண்களால் என்ன தான் பயன் உண்டு.

706. தன் எதிரிலுள்ள பொருளை அப்படியே காட்டும் கண்ணாடி போல்
நெஞ்சில் உள்ளதை முகம் காட்டி விடும்.

707. உள்ளத்தில் களிப்பானாலும் வெறுப்பானாலும் அதை முதலில்
வெளிக் காட்டும் முகம் போல் அறிவுமிக்க உறுப்பு வேறுண்டோ?

708. பிறர் மனத்தைக் குறிப்பால் அறிந்து உணர்பவரைச் சந்தித்த பின்
அவர் முகம் நோக்கிப் பேசாமல் நின்றாலே போதுமானது.

709. கண்கள் பேசும் மொழி அறிந்து உணர்பவர்க்குப் பிறர் கண்களே
அவர் உள்ளத்தில் மறைந்திருக்கும் பகைமையும் நட்பும்
வெளிப்படுத்தி விடும்.

710. பிறர் உள்ளத்தைத் தெரிந்து கொள்ளும் நுண்ணறிவு உடையோரின்
அளவுகோல் எதுவெனில் அது அவர் கண்கள் அல்லது
வேறில்லை.

Judging the Audience

711

Pure men of studied eloquence should study
an audience before speaking deliberate words.

712

Let good men who know the orator's art knowingly await
the right moment to articulate their good knowledge.

713

Failing to assess an audience before venturing to speak
is to be unaware of the way of words and remain ineffective.

714

Be brilliant before brilliant men; but assume
the dullness of pale mortar before dullards.

715

Of all good things, the best is the polite reserve
that refrains from speaking first when with elders and superiors.

716

To blunder before perceptive, erudite men
is like slipping and falling from a very high place.

717

A learned man's learning shines the brightest
among luminaries capable of critiquing his language.

718

Speaking to an audience of thinking men
is like watering a bed of growing plants.

719

Those who speak good things to good and learned gatherings
should never repeat them to ignorant groups, even forgetfully.

720

Expounding to a throng of unfit men
is like pouring sweet nectar into an open gutter.

அவை அறிதல்

711. அவையறிந்து ஆராய்ந்து சொல்லுக சொல்லின்
     தொகையறிந்த தூய்மை யவர்.

712. இடைதெரிந்து நன்குணர்ந்து சொல்லுக சொல்லின்
     நடைதெரிந்த நன்மை யவர்.

713. அவையறியார் சொல்லல்மேற் கொள்பவர் சொல்லின்
     வகையறியார் வல்லதூஉம் இல்.

714. ஒளியார்முன் ஒள்ளிய ராதல் வெளியார்முன்
     வான்சுதை வண்ணம் கொளல்.

715. நன்றென்ற வற்றுள்ளும் நன்றே முதுவருள்
     முந்து கிளவாச் செறிவு.

716. ஆற்றின் நிலேதளர்ந் தற்றே வியன்புலம்
     ஏற்றுணர்வார் முன்னர் இழுக்கு.

717. கற்றறிந்தார் கல்வி விளங்கும் கசடறச்
     சொல்தெரிதல் வல்லார் அகத்து.

718. உணர்வ துடையார்முன் சொல்லல் வளர்வதன்
     பாத்தியுள் நீர்சொரிந் தற்று.

719. புல்லவையுள் பொச்சாந்தும் சொல்லற்க நல்லவையுள்
     நன்கு செலச் சொல்லுவார்.

720. அங்கணத்துள் உக்க அமிழ்தற்றால் தங்கணத்தர்
     அல்லார்முன் கோட்டி கொளல்.

அவை அறிதல்

711. சொல்வன்மை அறிந்து நாவன்மை பெற்றோர் பொருள் பொதிந்த
     சொற்களைப் பேசு முன் சபையோரின் தரத்தை அறிதல் வேண்டும்.

712. தம் கலையை நன்குணர்ந்த சொற்பொழிவாளர் தாம் அறிந்ததை
     எடுத்துரைக்கத் தக்க தருணம் நோக்கிக் காத்திருப்பர்.

713. பேசு முன் சபையின் இயல்பை அறியத் தவறுதல் பேசும் வகை
     அறியாது பயன் இன்றிப் பேசுவதாகும்.

714. அறிவாளிகள் முன் அறிவாளியாக விளங்குக. ஆயின் மூடர்கள்
     முன்னிலையில் அறிவு மழுங்கிய மூடன் போல் காட்டிக் கொள்க.

715. சபையில் தன்னைவிட மூத்தோரும் உயர்ந்தோரும் இருக்கும்
     போது தானே முந்திச் சென்று பேசாது அடக்கத்துடன் இருத்தல்
     மிகச் சிறந்தது.

716. அறிஞர் முன் கருத்தை எடுத்துரைப்பதில் தவறு செய்வது
     உயர்ந்த மேல் நிலையிலிருந்து வழுக்கிக் கீழே விழுதலை ஒக்கும்.

717. நன்றாகக் கற்று அறிந்தவரின் கல்வி அவர் சொல் வன்மையின்
     திறனை ஆய்வு செய்யக் கூடிய பேரறிஞர் மத்தியில் மேலும் சிறந்து
     ஒளிவிட்டு விளங்கும்.

718. சிந்தனையாளர் சபையில் கற்றவர் பேசுதல் பயிர் வளரும்
     பாத்தியில் நீர் இறைப்பது போல் ஆகும்.

719. அறிஞர் சபையில் நல்ல கருத்துக்களை நன்கு எடுத்துக் கூறும்
     ஆற்றல் உள்ளவர் அறிவற்றவர் மத்தியில் மறந்தும் அவற்றைப்
     பேசாது இருத்தல் வேண்டும்.

720. நல்ல தகுதி இல்லாதவர் கூட்டத்தில் விரிவுரை செய்வது
     அசத்தத்தில் அமிர்தம் கொட்டுவது போல் ஆகும்.

Not Dreading the Audience

721
Unsullied men, skilled in discourse, may speak unfalteringly
before the powerful, provided they understand their audience.

722
Only the learned among learned can convincingly express
what they have learned before a learned assembly.

723
Men who can brave death on the battlefield are common;
but rare are they who can face an audience without fear.

724
Speak confidently before the learned what you have mastered;
and learn from those more learned what you do not know.

725
Study the science of logic in order that
you may fearlessly reply in any assembly.

726
What can a coward do with a sword?
What can a man who fears an astute council do with books?

727
The learning of those who fearfully face an audience
is like the shining saber of effeminate men facing foes.

728
Having learned many things, men remain useless
if they cannot speak well in good assemblies.

729
Literary men intimidated by gatherings of good men
are said to be inferior to the illiterate.

730
Men whose fear of assemblies forbids them to share
their knowledge, though living, may as well be dead.

அவை அஞ்சாமை

721. வகையறிந்து வல்லமை வாய்ச்சோரார் சொல்லின்
     தொகையறிந்த தூய்மை யவர்.

722. கற்றாருள் கற்றார் எனப்படுவர் கற்றார்முன்
     கற்ற செலச்சொல்லு வார்.

723. பகையகத்துச் சாவார் எளியர் அரியர்
     அவையகத்து அஞ்சா தவர்.

724. கற்றார்முன் கற்ற செலச்சொல்லித் தாம்கற்ற
     மிக்காருள் மிக்க கொளல்.

725. ஆற்றின் அளவறிந்து கற்க அவையஞ்சா
     மாற்றங் கொடுத்தற் பொருட்டு.

726. வாளொடென் வன்கண்ணர் அல்லார்க்கு நூலொடென்
     நுண்ணவை அஞ்ச பவர்க்கு.

727. பகையகத்துப் பேடிகை ஒள்வாள் அவையகத்து
     அஞ்ச மவன்கற்ற நூல்.

728. பல்லவை கற்றும் பயமிலரே நல்லவையுள்
     நன்கு செலச்சொல்லா தார்.

729. கல்லா தவரின் கடையென்ப கற்றறிந்தும்
     நல்லா ரவையஞ்சு வார்.

730. உளரெனினும் இல்லாரொடு ஒப்பர் களன்அஞ்சிக்
     கற்ற செலச்சொல்லா தார்.

அவை அஞ்சாமை

721. சொல் வன்மை பெற்ற நல்லோர் அறிவுடையோர்
சபையின் தரம் அறிந்து வாய் தவறியும் பிழைபடப் பேசார்.

722. தாம் அறிந்ததைக் கற்றவர் சபையில் அவர் மனதைக் கவர
எடுத்து உரைக்கும் பேச்சாற்றல் உள்ளவரே கற்றுத் தெளிந்தவருள்
சிறந்த கல்விமான் எனக் கொள்ளப்படுவர்.

723. பகைவருக்கு அஞ்சாது போர்க் களத்தில் தம் உயிரை விடக்
கூடியவர் பலர் இருப்பர். ஆனால் கற்றவர் சபையில் அஞ்சாது
பேசக் கூடியவர் ஒரு சிலரே.

724. கற்றவர் தம் கருத்தை ஏற்கும் வகையில் பேசுவதோடு தம்மிலும்
சிறந்த கல்விமான்களிடமிருந்து மேலும் அறிய வேண்டியவற்றையும்
அறிந்து கொள்ளல் வேண்டும்.

725. சபையோர் கேட்கும் கேள்விகளுக்கு அஞ்சாது விடை அளிக்கத்
தர்க்க சாத்திரம் போன்ற நூல்களைக் கற்றுத் தெளிக.

726. வீரம் இல்லாப் பேடிகளுக்கு வாளால் என்ன பயன்? அறிவுடையோர்
சபையைக் கண்டு அஞ்சுபவருக்குப் புத்தகங்களால் என்ன பயன்?

727. சபையோர் மத்தியில் பேச அஞ்சுபவனின் கல்வி, பகைவர் மத்தியில்
அகப்பட்ட பேடியின் கையில் கூரிய வாள் இருத்தலைப் போன்றது.

728. நன் மக்கள் கூடிய சபையில் நல்ல முறையில் பேசத் தெரியாதவர்
பல்வேறு நூல்களைப் படித்தும் ஒரு பயனுமில்லை.

729. சகல நூல்களையும் கற்றுத் தெளிந்த நன் மக்கள் சபையில் பயன்
தரும் வகையில் பேச அஞ்சுபவர் கல்லாதவரிலும் கீழானவர்.

730. சபையோர் மத்தியில் பேச அஞ்சி கற்றதை அவர்களுக்கு
எடுத்துக் கூறத் தெரியாதவர் உயிரோடு இருந்தால் என்ன?
இல்லாவிட்டால் என்ன?

Araniyal, Kuuliyal, Pataiyiyal
அரணியல், கூழியல், படையியல்

பிணியின்மை செல்வம் விளைவின்பம் ஏமம்
அணிஎன்ப நாட்டிற்கிவ் வைந்து.

Section VII
Qualities of a Country

KURAL 738
Five ornaments adorn a country: good health, abundant
harvests, wealth, happiness and safety from invasions.

EVERY SEATED PARLIAMENTARIAN, PRESIDENT AND HIS STAFF CAN READILY RELATE TO THE FIRST CHAPTER OF THIS SECTION, DESCRIBING THE MERITS OF A country in stanzas such as these: "Where unfailing fertile fields, worthy men and wealthy merchants come together— that is a country." "Rain waters, underground waters and rivers shed from well-situated mountains, plus strong fortresses, are features of a fine country." "Five ornaments adorn a country: good health, abundant harvests, wealth, happiness and safety from invasions." The wise old weaver urges good relations between politicians and those they serve, saying, "Even if a country acquires all these blessings, it is worth nothing if it lacks harmony between the ruler and the ruled."

We all can strongly relate to the above, now in the twenty-first century, having seen countries come and go, or endure and thrive. Conflict between leaders and their countrymen usually was at the core of those that failed. After explaining about fortresses and the way to attain wealth and protect it, the weaver speaks on the merits of military force, just as important in his day as in ours. In the long, long ago battles were fought over a bargaining table, with lofty bands of well-armed men standing at attention behind each monarch. If it looked as if a bloody battle would cause one side to win and the other to lose, then and there a deal was made. With a standoff occurring between two well-armed citizens on each side, both leaders exchanged gifts, had tea and departed back to their realms peacefully. But nearly always a stronger country overtook a weaker one that could not manage its affairs properly. This was considered to be a duty.

Then the weaver explains what makes up and holds together a country and its government, a family and its elders, a state, county or any group—the essentials of friendship. He says friendship must be cultivated and continue to be cultivated, and false friends, those who are with you when life is good, but when calamity or a problem comes up, are nowhere to be seen or heard from, must be guarded against. They distance themselves to protect whatever they think they have, rather than come forward in the time of need. Good advice, I would say, then as today, for everyone wishing to move forward, is the weaver's wisdom on the testing of friendships. Many suffer today who have joined gangs and found themselves in deep trouble by listening to and being guided by harmful friendships. They should read chapter 82 over and over so when the cycle of exploring new acquaintances comes around again they make the right choices.

The weaver speaks of hatred in a way that would be a credit to any modern psychologist, and he advises how to handle troubled feelings within oneself and among others. Such valuable insights are rarely spoken about today, unless, of course, in technical manuals of the well-informed, such as professional analysts. There is much more of the issues of his time of which he speaks that applies to our time. It is heartening to note that this advice has sustained a nation and a culture in now South India for well over 2,200 years. Tamil Nadu, the land of the Tamil-speaking Dravidian people, an ancient Caucasian branch, is now and has always been their homeland. Now a state of India with a population of sixty million, but formerly an independent empire, it survived, sustained itself and thrived on these 108 chapters of its *Tirukural* throughout the ups and downs, century after century after century.

To this day, the Tamil people are still reading and memorizing this treatise, which is sworn on in their courts of law and permanently enshrined in Chennai's Valluvar Kottam, where every verse is carved in granite in a great hall for all to read, appreciate, learn from and endeavor to live up to.

The Country

731

Where unfailingly fertile fields, worthy men
and wealthy merchants come together—that is a country!

732

A land coveted for its vast wealth, free from calamities
and yielding in abundance is indeed a country.

733

Call that a nation which bears every burden that befalls it,
yet pays in full all tariffs owed to the king.

734

Free of famine, endless epidemics and ravaging foes—
now that is a flourishing country.

735

Proliferating factions, ruinous subversives and murderous gangs
harassing the king—a real country is free from all these.

736

An incomparable state is one never devastated;
yet if devastated, it would not diminish, but prosper.

737

Rain waters, underground waters and rivers shed from well-situated
mountains, plus strong fortresses, are features of a fine country.

738

Five ornaments adorn a country: good health, abundant harvests,
wealth, happiness and safety from invasions.

739

A land where prosperity comes easily deserves the name *country*,
not one where wealth entails laborious toil.

740

Even if a country acquires all these blessings, it is worth nothing
if it lacks harmony between the ruler and the ruled.

நாடு

731. தள்ளா விளையுளும் தக்காரும் தாழ்விலாச்
     செல்வரும் சேர்வது நாடு.

732. பெரும்பொருளால் பெட்டக்க தாகி அருங்கேட்டால்
     ஆற்ற விளைவது நாடு.

733. பொறையொருங்கு மேல்வருங்கால் தாங்கி இறைவற்கு
     இறையொருங்கு நேர்வது நாடு.

734. உறுபசியும் ஓவாப் பிணியும் செறுபகையும்
     சேரா தியல்வது நாடு.

735. பல்குழுவும் பாழ்செய்யும் உட்பகையும் வேந்தலைக்கும்
     கொல்குறும்பும் இல்லது நாடு.

736. கேடறியாக் கெட்ட இடத்தும் வளங்குன்றா
     நாடென்ப நாட்டின் தலை.

737. இருபுனலும் வாய்ந்த மலையும் வருபுனலும்
     வல்லரணும் நாட்டிற்கு உறுப்பு.

738. பிணியின்மை செல்வம் விளைவின்பம் ஏமம்
     அணியென்ப நாட்டிற் கிவ் வைந்து.

739. நாடென்ப நாடா வளத்தன நாடல்ல
     நாட வளந்தரு நாடு

740. ஆங்கமை வெய்தியக் கண்ணும் பயமின்றே
     வேந்தமை வில்லாத நாடு.

நாடு

731. வளங்குன்றாத விளைவும், அறிவிற் பெரியோரும், செல்வம் மிகுந்த
வணிகரையும் ஒருமித்துப் பெற்றிருப்பதே நாடு.

732. மக்களைக் கவரும் பெருஞ் செல்வமும் நிறைந்த விளைச்சலும்
பெற்று எவ்வகை அழிவும் கேடும் ஏற்படாததே நாடு.

733. சுமையாக வரும் பலவிதப் பாரங்களையும் பொறுமையோடு தாங்கி
மன்னனுக்கு உரிய வரிப் பொருள் முழுவதையும் வழங்குவதே நாடு
என்க.

734. கொடிய பசியும் தீராத நோயும் பகைவரும் இன்றி
இயங்குவதே செழிப்புள்ள நாடு.

735. வாதப் பிரதிவாதக் கட்சிகளும் தொல்லை தரும் அரசைக்
கவிழ்க்கிற புரட்சிவாதிகள், கொலைக் கூட்டங்கள் எனும் இவை
யாவும் இல்லாதிருப்பதே நாடு.

736. பகைவரால் அழிவு படாததும், அவ்வாறு அழிவு எற்படினும்
மீண்டும் வளம் கொழிக்கும் நாடே நாடுகளுள் சிறந்த நாடு.

737. மழை நீர், ஊற்று நீர் எனும் இரு நீர் வளமும் பொருந்தி நீர்
வற்றாத ஆறுகளும் பலம் வாய்ந்த கோட்டைகளும் ஒரு நாட்டுக்கு
வேண்டிய உறுப்புகளாகும்.

738. நோய் இல்லாமை, பொருட் செல்வம், செழிப்பான விளைச்சல் இன்ப
வாழ்வு, காவல் அரண் எனும் இவ்வைந்தும் நாட்டிற்கு அழகு
தருவனவாகும்.

739. தேடி வருந்தாமல் சகல செல்வங்களையும் பெற்றிருக்கும் தேசமே
நாடாகும். மிக வருந்திச் செல்வத்தைப் பெறும் தேசம் நாடன்று.

740. மேற்கூறிய எல்லாவற்றையும் பெற்றிருந்தாலும் மன்னனும் மக்களும்
மனம் ஒத்து வாழாத தேசம் நாடன்று.

Fortresses

741

A fortress is a strategic asset both to aggressors
and to those in fear who seek defense.

742

An effective fort has crystal-clear water, arable lands,
a hill and lovely shaded woods.

743

The expert texts ordain four features for a fort's barricades:
that they be high, thick, solid and impregnable.

744

The ideal fortress is spacious, vulnerable in very few places
and, of itself, defies a determined foe's designs to storm it.

745

A good garrison is hard to assail, amply provisioned
and accommodates inmates well.

746

The most formidable fortress, stocked with all needed goods,
still needs men of good stock to fend off attack.

747

Whether by hurling artillery, tunneling beneath or encircling
to lay siege, it is impossible to capture a strong fort.

748

However forcefully assailants may press,
a secure fortress promises allies defense and foes defeat.

749

A fortress earns greatness by enabling courageous defenders
to gloriously defeat the enemy at the battle's very onset.

750

Whatever excellent qualities a fortress may possess,
it will be of no avail without men of excellent action.

அரண்

741. ஆற்று பவர்க்கும் அரண்பொருள் அஞ்சித்தற்
போற்று பவர்க்கும் பொருள்.

742. மணிநீரும் மண்ணும் மஃலயும் அணிநிழற்
காடும் உடைய தரண்.

743. உயர்வகலம் திண்மை அருமைஇந் நான்கின்
அமைவரண் என்றுரைக்கும் நூல்.

744. சிறுகாப்பிற் பேரிடத்த தாகி உறுபகை
ஊக்கம் அழிப்ப தரண்.

745. கொளற்கரிதாய்க் கொண்டகூழ்த் தாகி அகத்தார்
நிஃலக்கெளிதாம் நீரது அரண்.

746. எல்லாப் பொருளும் உடைத்தாய் இடத்துதவும்
நல்லாள் உடையது அரண்.

747. முற்றியும் முற்றா தெறிந்தும் அறைப்படுத்தும்
பற்றற் கரியது அரண்.

748. முற்றற்றி முற்றி யவரையும் பற்றாற்றிப்
பற்றியார் வெல்வது அரண்.

749. முஃனமுகத்து மாற்றலர் சாய விஃனமுகத்து
வீறெய்தி மாண்ட தரண்.

750. எஃனமாட்சித் தாகியக் கண்ணும் விஃனமாட்சி
இல்லார்கண் இல்லது அரண்.

அரண்

741. படை எடுத்துச் செல்பவர்க்குப் பலமாகவும், பகைவர் தம்மைத் தாக்காது பாதுகாத்துக் கொள்ளவும் உதவுவது மதிற் கோட்டையாகும்.

742. தெளிந்த நீரும், பரந்த வெளியான நிலப் பரப்பும், மலையும், அடர்ந்த காடும் உடையதே சிறந்த அரணாகும்.

743. உயரம், அகலம், உறுதி, பகைவர் தாக்கி அழிக்க முடியாத வலிமை எனும் நான்கு சிறப்பியல்புகளையும் கொண்ட மதிற் கோட்டையையே அரண் என போரியல் நூல்கள் கூறும்.

744. பரந்து விரிந்து நின்று காவல் செய்ய வேண்டிய இடம் சிறிதாய் அழிக்க முயலும் பகைவரை எதிர்த்து நிற்கும் வல்லமை உள்ளதாய் அமைந்தது ஒன்றே அரணாகும்.

745. வெளியிலிருந்து எதிரி தாக்குவதற்குக் கடினமாகவும், தேவையான பொருட்கள் யாவற்றையும் உள்ளதாகவும், அதனுள் இருப்போர் தங்க நல்ல வசதிகள் உள்ளதாகவும் இருப்பது நல்ல அரண்.

746. எதிரி தாக்குவதற்கு கடினமாகவுள்ள காவல் கோட்டை தன்னுள் தேவையான பொருட்கள் எல்லாம் இருப்பினும் எதிரியின் தாக்குதலை முறியடிக்க சிறந்த வீரரையும் பெற்றிருக்க வேண்டும்.

747. பீரங்கியால் தாக்கினாலும் சுரங்க வழியாக உள்ளே செல்ல முயன்றாலும் முற்றுகையிட்டுச் சூழ்ந்தாலும் கைப்பற்ற இயலாதது பலமான அரண் ஆகும்.

748. பகைவர் எத்துணை கடுமையாகத் தாக்கினாலும் காவல் மிக்க அரணால் போர் புரிவோர்க்குப் பாதுகாப்பும் எதிரிகளுக்குத் தோல்வியும் உண்டாகும்.

749. தொடக்கத்திலேயே போரில் வெற்றி கொள்ள படை வீரருக்கு உதவுவதால் காவல் அரண் பெருமை பெறும்.

750. ஆற்றலுள்ள போர் வீரர் இல்லாவிடின் எத்துணை பாதுகாப்புள்ள காவல் அரணும் பயன்படாது.

The Ways of Acquiring Wealth

751

There is nothing like wealth for lending consequence
to an inconsequential man.

752

Those who have nothing have everyone's contempt,
while the rich are exalted by one and all.

753

Wealth is an unfailing lamp whose light
reaches every imaginable land, dispelling darkness.

754

Riches acquired by mindful means, in a manner
that harms no one, will bring both piety and pleasure.

755

Wealth acquired without compassion and love
is to be cast off, not embraced.

756

Wealth with no owner, wealth of defeated foes, wealth from
tax and customs—these constitute the royal revenues.

757

Compassion, which is the child of Love,
requires for its care the bountiful nurse called Wealth.

758

Undertaking an enterprise with sufficient resources in hand
is like standing on a hilltop watching elephants fight below.

759

Make money—that is the sharpest scalpel
for paring down an enemy's pride.

760

Having acquired affluence, the acquisition of two
other treasures—duty and delight—is effortless.

பொருள் செயல் வகை

751. பொருளல் லவரைப் பொருளாகச் செய்யும்
பொருளல்லது இல்லை பொருள்.

752. இல்லாரை எல்லாரும் எள்ளுவர் செல்வரை
எல்லாரும் செய்வர் சிறப்பு.

753. பொருளென்னும் பொய்யா விளக்கம் இருளறுக்கும்
எண்ணிய தேயத்துச் சென்று.

754. அறன்ஈனும் இன்பமும் ஈனும் திறனறிந்து
தீதின்றி வந்த பொருள்.

755. அருளொடும் அன்பொடும் வாராப் பொருளாக்கம்
புல்லார் புரள விடல்.

756. உறுபொருளும் உல்கு பொருளும்தன் ஒன்னார்த்
தெறுபொருளும் வேந்தன் பொருள்.

757. அருளென்னும் அன்பீன் குழவி பொருளென்னும்
செல்வச் செவிலியால் உண்டு.

758. குன்றேறி யானைப் போர் கண்டற்றால் தன்கைத்தொன்று
உண்டாகச் செய்வான் வினை.

759. செய்க பொருளைச் செறுநர் செருக்கறுக்கும்
எஃகதனிற் கூரிய தில்.

760. ஒண்பொருள் காழ்ப்ப இயற்றியார்க்கு எண்பொருள்
ஏனை இரண்டும் ஒருங்கு.

பொருள் செயல் வகை

751. மதிக்கப்படாதவரையும் பிறர் மதிக்கச் செய்ய வல்ல
பொருள் செல்வம் போல் வேறு ஒன்றும் இல்லை.

752. செல்வம் இல்லாதவரை யாவரும் இகழ்ந்து பேசுவர், ஆயின்
செல்வம் உடையாரை சகலரும் புகழ்ந்து பேசுவர்.

753. செல்வம் எனும் அணையாத விளக்கு எல்லா இடத்தும்
ஒளி விட்டு இடையூறு என்னும் இருள் அகற்றப்படும்.

754. நல்ல வழியில் தம் திறமையால் ஒருவர் ஈட்டிய
செல்வம் அறத்தையும் இன்பத்தையும் தரும்.

755. கருணையும் அன்பும் காட்டாது சேர்க்கப்பட்ட பொருளை
ஏற்றுக் கொள்ளாது கை விட்டு விடல் வேண்டும்.

756. உரியவர் இன்றி வரும் பொருளும் வெற்றி கொண்ட பகைவர்
பொருளும் சுங்க வரியால் வரும் பொருளும் அரசுக்கு உரிய
வருவாய் ஆகும்.

757. அன்பின் வழி விளையும் கருணை என்னும் குழந்தையைப் பேணி
வளர்க்கச் செல்வம் என்னும் செவிலித் தாய் அடைய வேண்டும்.

758. கையில் போதிய மூலதனத்துடன் முயற்சியை மேற்கொள்வது
மலை உச்சியில் நின்று அடிவாரத்தில் யானைகள் போரிடுவதைப்
பார்ப்பதை ஒக்கும்.

759. செல்வத்தைப் பெருக்கிக் கொள்க, பகைவரின் செருக்கை
அறுக்கும் கூரிய வாள் அதுவே ஆகும்.

760. நல்வழிப் பெருஞ் செல்வம் படைத்தவருக்குக் கடமை, இன்பம்
எனும் பிற இரு செல்வங்களும் எளிதில் கைகூடும்.

Merits of the Army

761

Foremost among a monarch's possessions stands
a conquering army, complete and fearless.

762

Only seasoned soldiers remain bravely determined
when onslaughts decimate them and threaten defeat.

763

So what if a legion of rats roars like the raging sea?
The mere hiss of a cobra will deaden their din.

764

Commanding a long tradition of valor, acquainted
with neither defeat nor desertion—that defines an army.

765

That indeed is an army which stands together,
even when faced with death's grim fury.

766

Valor, honor, trustworthiness and a tradition nobly upheld—
these four are an army's protective armor.

767

Well-trained armed forces will withstand every attack,
then outflank and storm the foe.

768

Even without a winning offense and defense,
an army of splendid appearance may still win acclaim.

769

An army will prevail as long as there is
no desertion, no privation and no contention.

770

Though courageous troops abound,
there can be no army without commanders.

படைமாட்சி

761. உறுப்பமைந்து ஊறஞ்சா வெல்படை வேந்தன்
     வெறுக்கையுள் எல்லாம் தலை.

762. உலைவிடத்து ஊறஞ்சா வன்கண் தொலைவிடத்துத்
     தொல்படைக் கல்லால் அரிது.

763. ஒலித்தக்கால் என்னாம் உவரி எலிப்பகை
     நாகம் உயிர்ப்பக் கெடும்.

764. அழிவின்று அறைபோகா தாகி வழிவந்த
     வன்க ணதுவே படை.

765. கூற்றுடன்று மேல்வரினும் கூடி எதிர்நிற்கும்
     ஆற்ற லதுவே படை.

766. மறமானம் மாண்ட வழிச்செலவு தேற்றம்
     எனநான்கே ஏமம் படைக்கு.

767. தார்தாங்கிச் செல்வது தானை தலைவந்த
     போர்தாங்கும் தன்மை அறிந்து.

768. அடல்தகையும் ஆற்றலும் இல்லெனினும் தானை
     படைத்தகையால் பாடு பெறும்.

769. சிறுமையும் செல்லாத் துனியும் வறுமையும்
     இல்லாயின் வெல்லும் படை.

770. நிலைமக்கள் சால உடைத்தெனினும் தானை
     தலைமக்கள் இல்வழி இல்.

படைமாட்சி

761. ஒரு மன்னன் உடைமைகள் எல்லாவற்றுள்ளும் மிகச் சிறந்தது
அஞ்சாது போரிட்டு வெற்றி கொள்ளும் படையே ஆகும்.

762. போர்க் களத்தில் சிதைவு உண்டாகித் தோல்வி வருமோ என்ற
நிலை ஏற்படினும் ஆற்றல்மிக்க போர் வீரர் பின் வாங்காது நின்று
போர் புரிவர்.

763. கடல் போல் சேர்ந்த பெரிய எலிக் கூட்டம் ஆரவாரம் செய்வதால்
என்ன பயன்? நாக பாம்பு மூச்சு விட்டாலே அந்த ஆரவாரம்
அடங்கிப் போகும்.

764. தோல்வியோ பயந்தோடுவதோ கண்டேயிராத வீர மரபு வந்த
போர் வீரர் கொண்டதே படைக்குரிய சிறப்பு ஆகும்.

765. கொடுர மரணத்தை எதிர்நோக்க வேண்டினும் கலங்காது ஒன்று
கூடி எதிர்க்கும் ஆற்றல் உள்ள படையே உண்மையில் படை
எனப்படும்.

766. வீரம், மானம், நம்பிக்கை, மரபு வழிப்படி பேணிய ஒழுக்கம்
இவை நான்கும் ஒரு படையைக் காக்கும் கவசமாகும்.

767. நன்கு பயிற்றப்பட்ட படை பகைவரை எதிர்த்துப் போராடி
சுற்றிவளைத்துச் சூழ்ந்து வீராவேசத்துடன் தாக்கி முறியடிக்கும்.

768. எதிரியை வெற்றியுடன் தாக்குந் திறனும் தாக்கப்படுங்கால்
அதனைத் தாங்கும் திறனும் படைக்கு இல்லை எனினும் அதன்
தோற்றப் பொலிவால் அப்படை பாராட்டப்படும்.

769. போர் வீரர் கடமை விட்டு விலகுதலும், வறுமை, வெறுப்பு
என்பனவும் இல்லாவிடின் அப்படை வெற்றிகாணும்.

770 . வீரம் படைத்த சேனைகள் பல இருப்பினும் தலைமை தாங்கிச்
செலுத்தப் படைத் தலைவர் இன்றிப் பயன் எதுவுமில்லை.

Military Pride

771

Dare you not, my enemies, to stand against my monarch!
Many who did now stand as stone monuments.

772

It is more gratifying to carry a lance that missed an elephant
than to hold an arrow that hit a thicket-dwelling rabbit.

773

Intrepid courage is what they call valor,
and clemency toward the defeated is its sharp edge.

774

Having hurled his spear at a battlefield elephant,
the hero found another piercing his side and grasped it with glee.

775

Is it not a disgraceful defeat to the courageous warrior
if his defiant eyes so much as blink when a lance is hurled at him?

776

When recounting his days, the heroic soldier regards all those
on which no battle scars were sustained as squandered.

777

To fasten the warrior's anklet on one who desires glory
more than life is to decorate heroism with distinction.

778

Men of courage who do not fear for their lives in battle do not
forfeit soldierly ardor, even if the king prohibits their fighting.

779

Who would dare deride as defeated
men who die fulfilling valor's vow?

780

Heroic death that fills the sovereign's eyes with tears
worth begging for and then dying for.

படைச்செருக்கு

771. என்னைமுன் நில்லன்மின் தெவ்விர் பலரென்னை
     முன்நின்று கல்நின் றவர்.

772. கான முயலெய்த அம்பினில் யானை
     பிழைத்தவேல் ஏந்தல் இனிது.

773. பேராண்மை என்ப தறுகண்ஒன் றுற்றக்கால்
     ஊராண்மை மற்றதன் எஃகு.

774. கைவேல் களிற்றொடு போக்கி வருபவன்
     மெய்வேல் பறியா நகும்.

775. விழித்தகண் வேல்கொண் டெறிய அழித்திமைப்பின்
     ஓட்டன்றோ வன்க ணவர்க்கு.

776. விழுப்புண் படாதநாள் எல்லாம் வழுக்கினுள்
     வைக்கும்தன் நாளை எடுத்து.

777. சுழலும் இசைவேண்டி வேண்டா உயிரார்
     சுழல்யாப்புக் காரிகை நீர்த்து.

778. உறின்உயிர் அஞ்சா மறவர் இறைவன்
     செறினும் சீர் குன்றல் இலர்.

779. இழைத்தது இகவாமைச் சாவாரை யாரே
     பிழைத்தது ஒறுக்கிற் பவர்.

780. புரந்தார்கண் நீர்மல்கச் சாகிற்பின் சாக்காடு
     இரந்துகோள் தக்கது உடைத்து.

படைச்செருக்கு

771. எம் எதிரிகளே   எம் மன்னனக்கு எதிராகப் போர்புரியாது விடுக. அவ்வாறு துணிந்த பலர் இன்று சுடுகாட்டில் நடுக்கல்லாக நாட்டப்பட்டு நிற்கின்றனர்.

772. காட்டு முயலைத் தாக்கிய அம்பை வைத்திருந்ததைவிட யானைக்கு வீசிக் குறி தவறிய வேலைத் தாங்கியது சிறப்புடையது.

773. அஞ்சா நெஞ்சமே வீரம் என்று அழைப்பர். தோல்வியுற்றோருக்குக் கருணை காட்டுதல் வீரம் என்னும் வாளின் கூரிய ஓரமாகும்.

774. போர்க்களத்தில் தாக்கிய யானை மீது கையிலிருந்த வேலை வீசிய வீரன் தன் மார்பில் புதைந்த வேலைக் கண்டு களிப்புடன் இழுத்து எடுத்துப் பார்த்து மகிழ்வான்.

775. பகைவனைச் சீற்றத்தோடு பார்த்த வீரனின் கண்கள், எதிரி தன் கை வேலை வீச இமைத்து விடுமாயின், அது புறங்காட்டி ஓடுதலை ஒக்கும்.

776. அஞ்சா நெஞ்சப் போர் வீரன், தன் வாழ்நாளை மீள நோக்கும் போது களத்தில் தன்னுடலில் தழும்புகள் பெறாத நாள்களை வீணாகப் போன நாள்களுள் வைத்தெண்ணுவான்.

777. நிலைத்து நிற்கும் புகழை விரும்பித் தன் உயிரையும் ஒரு பொருட்டாக மதிக்காத வீரனின் கால்களில் கழல் கட்டுதல் அவன் வீரத்தை மெச்சும் அணிகலனாகும்.

778. போரில் உயிர் நீக்க அஞ்சா நெஞ்சம் உடையோரைக் களத்திற் செல்வதற்கு மன்னன் மறுத்தாலும் அவர் வீரம் குன்றுவதில்லை.

779. தாம் செய்த சபதம் தவறாது மடியும் வீரரை, எவர்தான் தோல்வி அடைந்தவர் என உரைக்கத் துணிவர்?

780. மன்னன் கண்ணீர் வடிக்கும் அளவுக்கு வீர மரணம் எற்படின், அது மீண்டும் இரங்கிப் பெற்று உயிர் மடியும் தகுதி உடையது.

Friendship

781

What is as difficult to secure as friendship?
And what greater security is there against foes?

782

With wise men, friendship waxes like the crescent moon;
with fools, it wanes as surely as the full moon must.

783

The bonds that good men share are like good bound books,
revealing new enchantments at each new encounter.

784

What matters in making friends is not merrymaking,
but a stern rebuking when friends go astray.

785

It is not constant meeting and companionship,
but shared sensibilities that confer the alliance of friendship.

786

A smiling face is no sure sign of friendship.
Friendship is found deep within a smiling heart.

787

To divert a man from wrong, direct him toward right
and share his sorrow in misfortune is comradeship.

788

As swiftly as the hand moves to seize a slipping garment,
friendship acts to assuage a friend's distress.

789

Where does Friendship hold her court? It is where friends
find constant support in every possible circumstance.

790

To boast, "He means so much to me, and I to him,"
merely belittles a friendship.

நட்பு

781. செயற்கரிய யாவுள நட்பின் அதுபோல்
விணக்கரிய யாவுள காப்பு.

782. நிறைநீர நீரவர் கேண்மை பிறைமதிப்
பின்னீர பேதையார் நட்பு.

783. நவில்தொறும் நூல்நயம் போலும் பயில்தொறும்
பண்புடை யாளர் தொடர்பு.

784. நகுதற் பொருட்டன்று நட்டல் மிகுதிக்கண்
மேற்சென்று இடித்தற் பொருட்டு.

785. புணர்ச்சி பழகுதல் வேண்டா உணர்ச்சிதான்
நட்பாங் கிழமை தரும்.

786. முகநக நட்பது நட்பன்று நெஞ்சத்து
அகநக நட்பது நட்பு.

787. அழிவி னவைநீக்கி ஆறுய்த்து அழிவின்கண்
அல்லல் உழப்பதாம் நட்பு.

788. உடுக்கை இழந்தவன் கைபோல ஆங்கே
இடுக்கண் களைவதாம் நட்பு.

789. நட்பிற்கு வீற்றிருக்கை யாதெனில் கொட்பின்றி
ஒல்லும்வாய் ஊன்றும் நிஃல.

790. இணையர் இவரெமக்கு இன்னம்யாம் என்று
புணயினும் புல்லென்னும் நட்பு.

நட்பு

781. நட்பைப் போல் பெறுவதற்கு அரியது எது? அதுபோல்
பகைவருக்கு எதிராகப் பாதுகாப்பு தருவது எது?

782. அறிஞர்களுடன் நட்பு வளர்பிறை போல் வளரும், மூடர்களுடன்
அது பூரண சந்திரன் தேய்வது போல் தேயும்.

783. நன்னூல்களைப் படிக்கப் படிக்க சிந்தனைக்கு இனிய புதிய
கருத்துகள் தோன்றும், நல்லோருடன் இணைந்த பிணைப்பு பழகப்
பழக மகிழ்ச்சி தரும்.

784. நட்புப் பூணுவது சிரித்து மகிழ்வதற்காக அன்று, நண்பன் தீய
வழியில் செல்லுங்கால் முன் நின்று கடுஞ் சொல்லால்
கண்டிப்பதற்கே.

785. நட்பு நிலைத்திருக்க இடையறாது உறவாடுவதும் பழகுவதும்
வேண்டியதில்லை. ஒருமித்த விருப்பங்களே இறுகச் சேர்க்கும்
நட்பை அளிக்கும்.

786. சிரிக்கும் முகம் மட்டுமே நட்பை உறுதியாகக் காட்டும் குறியன்று,
அன்பின் விழைவால் வரும் உள்ளப் பூரிப்பே அதற்கு
அடிப்படையாகும்.

787. நண்பன் தீய வழியில் செல்லுங்கால் தடுத்து நல்வழிப் படுத்தி,
அவனுக்குத் துன்பம் வந்துறும் போது பங்கு கொள்வதே நட்பாகும்.

788. இடுப்பில் உடை நெகிழ்ந்தால் ஒருவன் கை உடனே சென்று
காப்பது போல் நண்பனுக்குத் துன்பம் வந்தபோது உடனே சென்று
உதவுவதே நட்பாகும்.

789. நட்பு எனப்படுபவது எங்கு கொலு வீற்றிருக்கும் நண்பர்கள்
எந்நிலையிலுள்ளப்பொழுதும் எவ்விடத்தும் ஆதரவு பெறும் இடமாம்
அது.

790. "இவர் எனக்கு மிக வேண்டியவர், அவ்வாறே நானும் அவருக்கு"
என்று தற்பெருமையுடன் பேசுவதனால் நட்பின் சிறப்பு குன்றிவிடும்.

Testing Fitness for Friendship

791
Nothing is more grievous than friendship formed without first
testing, for once adopted, it cannot be abandoned by the faithful.

792
Unless it begins with testing and proving,
friendship may end in mortal sorrow.

793
Before you befriend him, consider a man's character,
family background, faults and faithful allies.

794
Pay any price to possess the friendship
of well-born men who cannot bear rebuke and shame.

795
Seek out and befriend those who, speaking out, move you to repent,
reprove your wrongdoing and teach you the right ways.

796
There is a benefit even in misfortune, for it is the rod
with which a man may measure the loyalty of friends.

797
To give up friendship with fools and quit their company—
such loss is said to be a man's greatest gain.

798
Don't dwell on thoughts that dim your spirit.
Don't befriend those who flee you in affliction.

799
Even in the hour of death, the thoughts of friends
who left you in your hour of need will hurt the heart.

800
Hold tight to friendship with pure men;
let go of unfit fellows, even by paying them off.

நட்பு ஆராய்தல்

791. நாடாது நட்டலிற் கேடில்லை நட்பின்
 வீடில்லை நட்பாள் பவர்க்கு.

792. ஆய்ந்தாய்த்து கொள்ளாதான் கேண்மை கடைமுறை
 தான்சாம் துயரம் தரும்.

793. குணமும் குடிமையும் குற்றமும் குன்றா
 இனனும் அறிந்தியாக்க நட்பு.

794. குடிப்பிறந்து தன்கண் பழிநாணு வானைக்
 கொடுத்தும் கொளல்வேண்டும் நட்பு.

795. அழச்சொல்லி அல்லது இடித்து வழக்கறிய
 வல்லார்நட்பு ஆய்ந்து கொளல்.

796. கேட்டினும் உண்டோர் உறுதி கிளைஞருரை
 நீட்டி அளப்பதோர் கோல்.

797. ஊதியம் என்பது ஒருவற்குப் பேதையார்
 கேண்மை ஒரீஇ விடல்.

798. உள்ளற்க உள்ளம் சிறுகுவ கொள்ளற்க
 அல்லற்கண் ஆற்றறுப்பார் நட்பு.

799. கெடுங்காலைக் கைவிடுவார் கேண்மை அடுங்காலை
 உள்ளினும் உள்ளம் சுடும்.

800. மருவுக மாசற்றார் கேண்மையொன் நீத்தும்
 ஒருவுக ஒப்பிலார் நட்பு.

நட்பு ஆராய்தல்

791. நட்புக் கொண்ட பின் நட்பு மாறாத நல்லவர் அந்நட்பினை விட்டு விடமாட்டார். ஆதலால் முன்பே தீர ஆராயாது நட்புக் கொள்வதிலும் மேலான கேடு வேறில்லை.

792. பலமுறை பல வழியில் பரிசீலனை செய்து நிரூபிக்காத நட்புப் பூண்டால் அது சாகும் வரை துன்பம் தரும்.

793. ஒருவனோடு உறவு கொள்ளு முன் அவனது குணம், குடிப்பிறப்பு, குற்றங்கள், அவனுடன் கூடிய நண்பர் என்பன எல்லாவற்றையும் கவனித்து நட்புக் கொள்ளல் வேண்டும்.

794. நல்ல குடிப் பிறந்து அவமானம், கண்டனம் ஆகியவற்றுக்கு அஞ்சுபவர் நட்பைப் பொருளைக் கொடுத்தும் பெறல் வேண்டும்.

795. குற்றத்தை உணர்ந்து அழும் அளவுக்குப் பேசி பிழைகளைக் கண்டித்து நல்லனவற்றைப் போதிப்பவர் நட்பைத் தேடிப் பெற்றுக் கொள்க.

796. கேடு விழைவதாலும் ஒரு நன்மையுண்டு. ஏனெனில் அது நண்பர்கள் எத்துணை விசுவாசமாக உள்ளனர் என்பதை அறிவதற்கான அளவுகோலாகும்.

797. மூடரின் நட்பை நீக்கி அவரோடு உறவாடுதலையும் கைவிடுதல் ஒருவனுக்குச் சிறந்த இலாபமே ஆகும்.

798. உற்சாகத்தை மங்கவைக்கும் எண்ணங்களைச் சிந்திக்காது விடுக. அதே போல் துன்பம் வரும் போது தூர மறைபவர் நட்பை விட்டுவிடுக.

799. உதவி தேவைப்பட்ட நேரம் உம்மைக் கைவிட்டுச் சென்றோர் நினைவுகள் மரணத் தறுவாயிலும் உள்ளத்தைப் புண்படுத்தும்.

800. நல்லோர் நட்பை இறுகப் பற்றுக. அல்லாதோரை எதனைக் கொடுத்தும் விட்டு விடுக.

Old Familiarity

801

What is old familiarity? It is when neither friend
objects to liberties taken by the other.

802

Liberties taken by a friend are friendship's rightful possession;
to allow them is the willing duty of wise men.

803

What is the purpose of long-standing fellowship
if friends' familiar actions are not accepted as one's own?

804

Familiar with familiarity, the wise are never annoyed
when friends do things without asking.

805

When friends do things that hurt you, attribute it
to unawareness or to the privileges of friendship.

806

Bound by brotherhood, true friends never break their bond
with an old comrade, even if he brings them loss.

807

Old friends do not forsake loving fellowships,
even when those they cherish happen to do them harm.

808

An intimate of any strength will never listen to faults said of friends;
and on the day a friend offends, he is content to keep silent.

809

The world cherishes faithful men who never forsake
old friendships, worn by time but unbroken.

810

Even ill-wishers will wish those well
who never abandon affection for old friends.

பழைமை

801. பழைமை எனப்படுவது யாதெனின் யாதும்
கிழமையைக் கீழ்ந்திடா நட்பு.

802. நட்பிற் குறுப்புக் கெழுதகைமை மற்றதற்கு
உப்பாதல் சான்றோர் கடன்.

803. பழகிய நட்பெவன் செய்யுங் கெழுதகைமை
செய்தாங்கு அமையாக் கடை.

804. விழைதகையான் வேண்டி இருப்பர் கெழுதகையாற்
கேளாது நட்டார் செயின்.

805. பேதைமை ஒன்றோ பெருங்கிழமை என்றுணர்க
நோதக்க நட்டார் செயின்.

806. எல்லைக்கண் நின்றார் துறவார் தொல்லைவிடத்தும்
தொல்லைக்கண் நின்றார் தொடர்பு.

807. அழிவந்த செய்யினும் அன்பறார் அன்பின்
வழிவந்த கேண்மை யவர்.

808. கேளிழுக்கம் கேளாக் கெழுதகைமை வல்லார்க்கு
நாளிழுக்கம் நட்டார் செயின்.

809. கெடாஅ வழிவந்த கேண்மையார் கேண்மை
விடாஅர் விழையும் உலகு.

810. விழையார் விழையப் படுப பழையார்கண்
பண்பின் தலைப்பிரியா தார்.

பழைமை

801. பழைமை எனப்படுவது யாதெனின், அஃது இரு நண்பரில் ஒருவர் உரிமையுடன் புரியும் செயல்களுக்கு மற்றவர் மறுப்புத் தெரிவியாது விடுதலாகும்.

802. நண்பனின் உரிமை கொண்ட ஒழுக்கம் நட்பின் சிறப்பு இலக்கணமாகும். விருப்பத்துடன் அதற்கு இசைவது அறிவுடையோர் கடமையாகும்

803. நண்பனின் உரிமையான செயல்களைத் தமதாக ஏற்காவிடின் நெடுங்கால நட்பினால் வரும் பயன் என்ன?

804. பழகிய பழக்கத்தால் நண்பர் கேளாது ஏதாவது செய்தாலும் அறிவின் தெளிவுடையோர் கோபிக்க மாட்டார்.

805. நண்பர் மனம் நோகும் செயல் யாதும் செய்யும் போது அது அறியாமையாலே, நட்பால் வந்த சிறப்புரிமைகளாகவே எழுந்தன எனக் கருத்திற் கொள்ள வேண்டும்.

806. பழைய நண்பனால் தொல்லைகள்தான் வந்தாலும் உண்மையான நண்பர் அத்தொடர்பை விட்டுவிட மாட்டார்.

807. தமக்கு நண்பராயிருந்தோர் தமக்குக் கேடு தரும் செயல்களைச் செய்யினும் பழைய நண்பர் அன்பு நிறைந்த தொடர்பை விட்டுவிட மாட்டார்

808. நண்பர் பற்றிப் பிறர் குறைகள் கூறினும் நெருங்கிய நண்பர் அவற்றைக் கேட்க மாட்டார், நண்பர் குற்றம் செய்த போதும் அவர் எதுவும் சொல்லாது விட்டு விடுவர்.

809. காலங்கழியினும் உறவு நீங்காத பழைய நட்பைக் கை விடாத நேர்மையுள்ள மக்களை உலகம் என்றும் போற்றி நிற்கும்.

810. பழைய நண்பரின் உறவை மறக்காதோரை அவரின் பகைவருமே வாழ்த்தி வருவர்.

Harmful Friendship

811
Though unscrupulous men may seem to consume you in friendship,
their companionship grows more delightful as it declines.

812
What does it matter if one gains or loses the friendship
of manipulators who befriend to gain and otherwise forsake?

813
Prostitutes, thieves and people who make friends
to make money are all alike.

814
Some men are like an untrained horse that throws its rider
on the battlefield. Loneliness is better than their friendship.

815
Better to give up than to gain the friendship of inferior men
who stay away when they should stay and help.

816
The enmity of the wise is ten million times
better than intimate friendship with fools.

817
An enemy's rancor is a hundred million times more worthwhile
than companionship with fellows who always clown around.

818
If friends feign inability to discharge reasonable tasks,
remain silent and gradually give up their friendship.

819
The fellowship of men whose acts
belie their spoken words is bitter, even in dreams.

820
There are men who will cherish you in private but censure you
in public—avoid their every befriending approach.

தீ நட்பு

811. பருகுவார் போலினும் பண்பிலார் கேண்மை
     பெருகலிற் குன்றல் இனிது.

812. உறின்நட்டு அறின்ஒருஉம் ஒப்பிலார் கேண்மை
     பெறினும் இழப்பினும் என்?

813. உறுவது சீர்தூக்கும் நட்பும் பெறுவது
     கொள்வாரும் கள்வரும் நேர்.

814. அமரகத்து ஆற்றறுக்கும் கல்லாமா அன்னார்
     தமரின் தனிமை தலை.

815. செய்தேமஞ் சாராச் சிறியவர் புன்கேண்மை
     எய்தலின் எய்தாமை நன்று.

816. பேதை பெருங்கெழீஇ நட்பின் அறிவுடையார்
     ஏதின்மை கோடி உறும்.

817. நகைவகைய ராகிய நட்பின் பகைவரால்
     பத்தடுத்த கோடி உறும்.

818. ஒல்லும் கருமம் உடற்று பவர்கேண்மை
     சொல்லாடார் சோர விடல்.

819. கனவினும் இன்னாது மன்னோ வினைவேறு
     சொல்வேறு பட்டார் தொடர்பு.

820. எனைத்தும் குறுகுதல் ஓம்பல் மினைக்கெழீஇ
     மன்றில் பழிப்பார் தொடர்பு.

தீ நட்பு

811. மனச்சாட்சி அற்றோர் அன்பு நிறைந்தவர் போல் காட்டிக்
கொண்டாலும் அவருடைய உறவு சுருங்கச் சுருங்கவே இனிமை
தருவதாய் இருக்கும்.

812. பலன் கருதி நண்பராகவும் அது இல்லாவிட்டால்
மறந்திடுபவராகவும் நடிப்போர் உறவை ஒருவர் பெற்றால் என்ன?
இழந்தால் என்ன?

813. பணம் பெறும் நோக்கத்தாலே நட்பு செய்யும் மக்கள், விலைமாதர்,
கள்வர், யாவரும் தம்முள் ஒப்பான இயல்புடையவர்.

814. போர்க்களத்தில் சுமந்து வந்த வீரனை உதறித் தள்ளி விட்டு
ஓடிவிடும் குதிரையைப் போன்றவரின் உறவைவிடத் தனிமையே
உகந்தது.

815. தாம் என்ன உதவி செய்திருப்பினும் தமக்கு உதவி தேவைப்படும்
போது நின்று உதவாத கீழ் மக்களின் நட்பைப் பெறுவதிலும்
இழத்தலே நல்லது.

816. மூடருடன் நெருங்கிய நட்பைவிட அறிவுடையோர் பகைமை
பலகோடி அளவுக்கும் மேலானது.

817. பொய்யாகச் சிரித்துக் கொண்டாடுபவரின் நட்பிலும் பார்க்க
பகைவரின் வெறுப்பு நூறு கோடி அளவுக்கு மேலானது.

818. செய்யக் கூடிய காரியங்களைச் செய்ய இயலாதது போல் பாசாங்கு
பண்ணும் நண்பரின் உறவை மௌனமாகவே படிப்படியாக
விட்டுவிடுக.

819. சொல்லும் பேச்சும் செய்யும் செயலும் வேறு வேறாக உள்ளவர் உறவு
கனவிலும் கசந்ததாகவே இருக்கும்.

820. தனிமையில் உறவாடிப் பலர் மத்தியில் இழிவாகப் பேசுவோரைச்
சிறிதளவேனும் அணுகவிடாது தவிர்த்துக் கொள்க.

False Friendship

821

The friendship of those who feign affection is an anvil
on which they hammer you when the opportunity arises.

822

For those who act like friends, but are not,
friendship fluctuates like a fickle woman.

823

Though their learning may be abundantly good,
ignoble men rarely learn goodness of heart.

824

Fear the cunning friend who, harboring
wickedness in his heart, smiles sweetly to your face.

825

Distrust whatever words may come from men
whose hearts do not beat in harmony with your own.

826

Sounding very much like a good friend's words,
a rival's words are nonetheless known very quickly.

827

Knowing how the bending of a bow forebodes nothing but harm,
never trust an enemy, though he bends low in his speech.

828

Folded in respect, a foe's hands may hide a dagger.
So, too, his tears dare not be trusted.

829

Men may amply aid you, yet despise you in their heart;
make them laugh, but let feigned friendship die.

830

When the time comes that foes pose as friends,
keep a friendly face but banish their brotherhood from your heart.

கூடா நட்பு

821. சீரிடம் காணின் எறிதற்குப் பட்டடை
நேரா நிரந்தவர் நட்பு.

822. இனம்போன்று இனமல்லார் கேண்மை மகளிர்
மனம்போல வேறு படும்.

823. பலநல்ல கற்றக் கடைத்து மனநல்லர்
ஆகுதல் மாணார்க் கரிது.

824. முகத்தின் இனிய நகாஅ அகத்தின்னா
வஞ்சரை அஞ்சப் படும்.

825. மனத்தின் அமையா தவரை எனத்தொன்றும்
சொல்லினால் தேறற்பாற்று அன்று.

826. நட்டார்போல் நல்லவை சொல்லினும் ஒட்டார்சொல்
ஒல்ல உணரப் படும்.

827. சொல்வணக்கம் ஒன்னார்கண் கொள்ளற்க வில்வணக்கம்
தீங்கு குறித்தமை யான்.

828. தொழுதகை யுள்ளும் படையொடுங்கும் ஒன்னார்
அழுதகண் ணீரும் அனைத்து.

829. மிகச்செய்து தம்மெள்ளு வாரை நகச்செய்து
நட்பினுள் சாப்புல்லற் பாற்று.

830. பகைநட்பாம் காலம் வருங்கால் முகநட்டு
அகநட்பு ஒரீஇ விடல்.

கூடா நட்பு

821. பாசமுள்ளவர் போல் போலி வேடம் போடுவோர் நட்பு வாய்ப்புக்
கிடைத்த போது ஓங்கி அடிக்க உதவும் பட்டறை போன்றதாகும்.

822. நண்பர் போல் நடிப்பினும் உண்மையில் நண்பரல்லாதோர் உறவு
நிலையில்லா எண்ணம் கொண்டிருக்கும் பேதைப் பெண்ணின்
மனத்தைப் போன்று மாறிக் கொண்டே இருக்கும்.

823. பற்பல நூல்களைக் கசடறக் கற்பினும் கீழ் மக்கள்
நல்ல மனப்பான்மை பெற்றிருத்தல் அரிதினும் அரிது.

824. கண்டதும் சிரித்துக் கொண்டு உள்ளத்தில் வஞ்சக
எண்ணம் உள்ளவர் நட்பை அஞ்சுதல் வேண்டும்.

825. உமது உள்ளப் போக்கிற்கு இசையாத மனப்பான்மை உடையோர்
சொற்கள் எவற்றையும் நம்பாது விட்டு விடுக.

826. நல்ல நண்பர் போல் வாய்ச்சாலம் பண்ணினாலும் பகைவர் பேச்சின்
உண்மையான தன்மை தவறாது விரைவில் வெளிப்பட்டு விடும்.

827. முதலில் வில் வளைந்தாலும் பின் அதனால் கேடு வரும் என்பது
உறுதி போல பணிவுடன் பரிந்து நடித்தாலும் பகைவன் பேச்சை
என்றுமே நம்ப வேண்டாம்.

828. பணிவுடன் வணங்கும் பகைவன் கைக்குள் குத்துவாள் மறைந்து
இருக்கும். அது போல அவன் சொட்டும் கண்ணீரும் நம்பத்
தகுந்தது அல்ல.

829. புறத்தே சிரித்துப் பேசி அகத்துள் நம்மை இகழ்வாரை, அவரைப்
போலவே சிரித்துப் பேசி அவர் போலி நட்பை விட்டுவிடல் வேண்டும்.

830. பகைவர் நண்பர் போல் நடிக்கும் காலம் வரும் போது அவரிடம்
சிரித்து முகம் காட்டினாலும் உள்ளத்தில் அவர் உறவை ஒழித்து
விடுக.

Folly

831

What is folly? It is holding on to that which is harmful
and throwing away that which is helpful.

832

The folly of all follies is to find pleasure in
doing what one is forbidden to do.

833

To be shameless, uninquisitive, loveless and uncaring
are four failings common among all fools.

834

No fool is more foolish than one who eagerly expounds
his learning to others while failing to follow it himself.

835

It only takes a single birth for a fool to earn by his efforts
a morass of misery in the succeeding seven births.

836

Not knowing how to act, when a fool undertakes an enterprise,
he doesn't just fail, he shackles himself in chains.

837

Should a fool fall upon a great fortune,
strangers will feast while his family starves.

838

If a fool happens to acquire something of value,
he will behave like a drunken lunatic.

839

Friendship among fools is particularly sweet,
for there is not the slightest pain when they part.

840

A fool's stepping into a saintly council
is like entering a clean bed with filthy feet.

பேதைமை

831. பேதைமை என்பதொன்று யாதெனின் ஏதங்கொண்டு
     ஊதியம் போக விடல்.

832. பேதைமையுள் எல்லாம் பேதைமை காதன்மை
     கையல்ல தன்கட் செயல்.

833. நாணாமை நாடாமை நாரின்மை யாதொன்றும்
     பேணாமை பேதை தொழில்

834. ஓதி உணர்ந்தும் பிறர்க்குரைத்தும் தானடங்காப்
     பேதையின் பேதையார் இல்.

835. ஒருமைச் செயலாற்றும் பேதை எழுமையும்
     தான்புக் கழுந்தும் அளறு.

836. பொய்படும் ஒன்றோ புனைபூணும் கையறியாப்
     பேதை விணேமேற் கொளின்.

837. ஏதிலார் ஆரத் தமர்பசிப்பர் பேதை
     பெருஞ்செல்வம் உற்றக் கடை.

838. மையல் ஒருவன் களித்தற்றால் பேதைதன்
     கையொன்று உடைமை பெறின்.

839. பெரிதினிது பேதையார் கேண்மை பிரிவின்கண்
     பீழை தருவதொன் றில்.

840. கழாஅக்கால் பள்ளியுள் வைத்தற்றால் சான்றோர்
     குழாஅத்துப் பேதை புகல்.

மடமை

831. பேதைமை என்பது என்ன என்று கேட்டால், கேடு தரும் தீயவை வைத்துக் கொண்டு பயன் தரும் நல்லனவற்றை எறிந்து விடுதலாகும்.

832. செய்யத் தகாதன என விலக்கப்பட்டவற்றை விரும்பிச் செய்வதில் மகிழ்ச்சி காணுவதே மடமையுள் மடமையாகும்.

833. வெட்கப்பட வேண்டியதற்கு வெட்கப்படாமை, ஆராய வேண்டியதை ஆராயாமை, அன்புரிய இடத்து அன்பின்மை, பேண வேண்டியதைப் பேணாமை என்பன மூடர்களிடம் பொதுவாகவுள்ள நான்கு குறைகளாகும்.

834. தான் கற்றதைப் பிறருக்கு எடுத்துச் சொல்லிப் பின் தான் அவ்வழியில் ஒழுகாத மூடனிலும் மேலான மூடன் வேறில்லை.

835. மூடனானவன் அடுத்து வரும் எழு பிறப்பினும் அனுபவிக்க வேண்டிய துன்பங்களைத் தனி ஒரு பிறவியிலேயே வருத்திக் கொள்ள வல்லவனாவான்.

836. செய்யும் வகையறியாத மூடன் ஒரு செயலை மேற்கொள்ள முற்பட்டால் அவன் தோல்வி அடைவான், மேலும் விலங்குகளால் கட்டுப்பட்டவன் போலும் நிற்பான்.

837. மிக்க செல்வத்தை மூடன் பெறுவானாயின், அவன் குடும்பம் பசியில் வாட அன்னியர் அதனை அனுபவிப்பர்.

838. மூடன் ஒருவன் பெறுமதி உள்ள பொருள் பெற்றால், அவன் மது அருந்திய பித்தன் போலாவான்.

839. மூடர்கள் தம்முள் நண்பர்களாயிருத்தல் மிகமிக இனிது. ஏனெனில் அவர்கள் பிரியும் போது சற்றேனும் துன்பமிராது.

840. அறிவுள்ளோர் சபையில் மூடன் புகுதல் தூய படுக்கையில் கழுவாத கால்களை வைப்பதற்கு ஒப்பாகும்.

Ignorance

841

Dearth of wisdom is the direst destitution.
Other poverties the world deems less impoverishing.

842

If any merit is gained when a fool gives a gift, however gladly,
it is due to the recipient's past penance and nothing else.

843

The suffering that ignorant men inflict upon themselves
can hardly be contrived by their enemies.

844

What is stupidity, you ask? It is the conceit
that dares to declare, "I am wise."

845

He who pretends to knowledge he does not possess
raises doubts about the things he really knows.

846

Fools follow a perverse path, clothing their well-formed naked body,
yet never thinking to conceal their deformed mind.

847

Neglecting valuable advice, an ignorant man
becomes the cause of his own misery.

848

That soul who neither follows another's orders nor fathoms what to
do himself creates nothing but torment until he leaves this life.

849

As an unseeing man sees only the ways of his own mind, whoever
attempts to open the eyes of those who will not see is himself blind.

850

He who denies as false what the world declares
to be true is deemed to be an earthly demon.

புல் அறிவாண்மை

841. அறிவின்மை இன்மையுள் இன்மை பிறிதின்மை
     இன்மையா வையா துலகு.

842. அறிவிலான் நெஞ்சுவந்து ஈதல் பிறிதியாதும்
     இல்லை பெறுவான் தவம்.

843. அறிவிலார் தாந்தம்மைப் பீழிக்கும் பீழை
     செறுவார்க்கும் செய்தல் அரிது.

844. வெண்மை எனப்படுவ தியாதெனின் ஒண்மை
     உடையம்யாம் என்னும் செருக்கு.

845. கல்லாத மேற்கொண் டொழுகல் கசடற
     வல்லதூஉம் ஐயம் தரும்.

846. அற்றம் மறைத்தலோ புல்லறிவு தம்வயின்
     குற்றம் மறையா வழி.

847. அருமறை சோரும் அறிவிலான் செய்யும்
     பெருமிறை தானே தனக்கு.

848. ஏவவும் செய்கலான் தான்தேறான் அவ்வுயிர்
     போஒம் அளவுமோர் நோய்.

849. காணாதான் காட்டுவான் தான்காணான் காணாதான்
     கண்டானாம் தான்கண்ட வாறு.

850. உலகத்தார் உண்டென்பது இல்லென்பான் வையத்து
     அலகையா வைக்கப் படும்.

அறிவின்மை

841. வறுமையுள் வறுமை அறிவில்லாமையே, ஏனைய வறுமையை உலகம் அதனிலுங் குறைவான வறுமையாகவே மதிக்கும்.

842. மூடன் ஒருவன் கொடை ஒன்றை மகிழ்வுடன் கொடுப்பானாகில் அதற்குக் காரணம் அதனைப் பெறுபவனின் நல்வினையே அன்றி வேறு எதுவும் இல்லை.

843. அறிவில்லாதவர் தாமே தமக்கு வருத்திக் கொள்ளும் துன்பத்தை அவருடைய பகைவராலும் செய்ய இயலாததாகும்.

844. புல்லறிவு என்பது யாது என வினாவினால் அது ஒருவன் தன்னைத் தானே அறிவுள்ளவன் எனச் சொல்லித் திரியும் செருக்கு ஆகும்.

845. அறியாதனவற்றை அறிந்தனவாகப் பாசாங்கு செய்தல் உண்மையில் ஒருவன் அறிந்தனவற்றைப் பற்றியே ஐயம் உண்டாக்கிவிடும்.

846. உறுதியான தம் உடலை ஆடையால் மறைத்துக் கொள்ளும் மூடர் தம் அறியாமையை நீக்க முயலாது தவறான நெறி கடைப்பிடித்து ஒழுகுவராவார்.

847. புல்லறிவாளன் தனக்குக் கிடைக்கும் அரிய உபதேசங்களை ஏற்கத் தவறுவதால் தானே தனக்கு வருந் துன்பத்துக்குக் காரணமாவான்.

848. பிறர் சொல்லையும் கேட்காது தானே செய்ய வேண்டியதையும் உணராது இருப்பவன் உயிர் அவன் உடலை விட்டு நீங்கும் வரையும் ஒரு நோயாகவே இருக்கின்றது.

849. அறிவில்லாதவன் தான் கண்டு அறிந்தவற்றை மட்டுமே ஏற்றுக் கொள்கிறான். அவனுக்கு உண்மையை அறிவிக்க முயல்கின்ற எவனும் தானே அறிவில்லாதவன் ஆகிறான்.

850. உலகம் மெய் எனக் கண்டதைப் பொய் என எடுத்து உரைப்பவன் உலகில் ஒரு பேய் என எண்ணப்படுவான்.

Hatred

851

It is said that hatred is the disease that spreads
the plagues of discord among all living creatures.

852

Though men devise disunity and deliberately harm you,
the highest path plots no hateful retribution.

853

Removing the incurable cancer called hatred
reveals one's immortal, undiminishing splendor.

854

The quelling of hatred, that sorrow of sorrows,
confers on man the joy of joys.

855

Who is there who can conquer those
who have relinquished all hostilities?

856

For all who boast that they take delight in hatred,
failure and death are drawing near.

857

Men filled with hatred, knowingly causing harm to others,
never see that their hoped-for triumph lies in God's true grace.

858

Wealth increases when a man walks away from hatred
and diminishes whenever he draws it near.

859

Seeing a prosperous season approach, men neglect hatred.
In times of ruin, they nurture it lavishly.

860

Out of hatred springs all bitter suffering,
while cheerful friendship yields good fortune's every joy.

இகல்

851. இகலென்ப எல்லா உயிர்க்கும் பகலென்னும்
     பண்பின்மை பாரிக்கும் நோய்.

852. பகல்கருதிப் பற்றா செயினும் இகல்கருதி
     இன்னாசெய் யாமை தலை.

853. இகலென்னும் எவ்வநோய் நீக்கின் தவலில்லாத்
     தாவில் விளக்கம் தரும்.

854. இன்பத்துள் இன்பம் பயக்கும் இகலென்னும்
     துன்பத்துள் துன்பங் கெடின்.

855. இகலெதிர் சாய்ந்தொழுக வல்லாரை யாரே
     மிகலூக்கும் தன்மை யவர்.

856. இகலின் மிகலினிது என்பவன் வாழ்க்கை
     தவலும் கெடலும் நணித்து.

857. மிகல்மேவல் மெய்ப்பொருள் காணார் இகல்மேவல்
     இன்னா அறிவி னவர்.

858. இகலிற்கு எதிர்சாய்தல் ஆக்கம் அதனை
     மிகலூக்கின் ஊக்குமாம் கேடு.

859. இகல்காணான் ஆக்கம் வருங்கால் அதனை
     மிகல்காணும் கேடு தரற்கு.

860. இகலானாம் இன்னாத எல்லாம் நகலானாம்
     நன்னயம் என்னும் செருக்கு.

பகை

851. உலகத்து உயிர்கள் ஒன்றுக் கொன்று ஒத்துவராமல் வேற்றுமை விளைவிக்கும் தீய குணமே இகல் எனப்படும் வெறுப்பு ஆகும்.

852. ஒருவன் வேற்றுமையை உருவாக்கி வேண்டுமென்று துன்பம் விளைவித்தாலும் அதை வெறுத்து மீண்டும் தீங்கு செய்யாது விடுதலே சிறந்த நெறியாகும்.

853. காழ்ப்பு எனும் புற்று நோயை அகற்றி விட்டால் எப்பொழுதும் குறைவின்றி மறையாத புகழ் ஒளி வந்து சேரும்.

854. துன்பங்களுள் மிகக் கொடிய துன்பமான காழ்ப்பு என்பதை அடக்கினால், மானிடர்க்கு இன்பத்துள் மிக இனிய இன்பம் கிட்டும்.

855. பகைமைகள் யாவற்றையும் துறந்து விட்டோரை வெற்றி கொள்ளக் கூடியவர் யார் உளர்?

856. காழ்ப்பு இனிது எனவீண் பெருமை பேசுவோருக்கு வீழ்ச்சியும் சாவும் விரைவில் வந்து சேரும்.

857. காழ்ப்பு நிறைந்து தெரிந்தே பிறருக்குத் துன்பம் விளைவிக்கும் மனிதர் தாம் விரும்பும் வெற்றி இறைவன் கருணையால் வருவது என்று அறிவதில்லை.

858. காழ்ப்பிலிருந்து விலகிச் சென்றால் செல்வம் பெருகும். அதற்கு மாறாக வெறுப்புடன் இணைந்து கொண்டால் செல்வம் குறையும்

859. மனிதர் செல்வம் வருங்காலத்தில் காழ்ப்பைக் காணாது ஒதுக்குவர். ஆனால் கேடு வந்த காலத்தில் மனதில் வெறுப்பைப் பெருக்கி வளர்ப்பர்.

860. வெறுப்பின் அடிப்படையில் கொடிய வேதனைகள் எல்லாம் உருவாகும். மகிழ்வு தரும் நட்பினால் செல்வத்தின் பலன் யாவும் கிட்டும்.

The Merits of Enmity

861

Rein in antagonism against the strong,
but unleash animosity against feeble adversaries.

862

How can an unloving man, with neither powerful allies
nor the strength to stand alone, overcome mighty enemies?

863

He who is fearful, ignorant, unfriendly and uncharitable
proves an easy prey to his enemies.

864

Letting go of his secrets but not his antipathy,
a man becomes easy prey to anyone, anywhere, anytime.

865

Without character, conscience, piety and propriety,
a man may yet be delightful—to his enemies!

866

Even hatred can be a welcome thing, when it comes from
scoundrels seized by blind rage and indulgent lust.

867

Some men undertake a task, then undermine it unawares.
Acquire their hatred—indeed, pay good money for it.

868

If a man has no virtues and many vices, he will surely have
no allies, and this will be his enemies' surest advantage.

869

Finding that his foe is ignorant and afraid to fight,
the attacker's cheerfulness cannot forsake him.

870

Fame will flee the grasp of one who fails to grasp
the wealth of an enemy who is angry and unlearned.

பகைமாட்சி

861. வலியார்க்கு மாறேற்றல் ஓம்புக ஓம்பா
     மெலியார்மேல் மேக பகை.

862. அன்பிலன் ஆன்ற துணையிலன் தான்துவ்வான்
     என்பரியும் ஏதிலான் துப்பு.

863. அஞ்சும் அறியான் அமைவிலன் ஈகலான்
     தஞ்சம் எளியன் பகைக்கு.

864. நீங்கான் வெகுளி நிறையிலன் எஞ்ஞான்றும்
     யாங்கணும் யார்க்கும் எளிது.

865. வழிநோக்கான் வாய்ப்பன செய்யான் பழிநோக்கான்
     பண்பிலன் பற்றார்க்கு இனிது.

866. காணாச் சினத்தான் கழிபெருங் காமத்தான்
     பேணாமை பேணப் படும்.

867. கொடுத்தும் கொளல்வேண்டும் மன்ற அடுத்திருந்து
     மாணாத செய்வான் பகை.

868. குணனிலனாய்க் குற்றம் பலவாயின் மாற்றார்க்கு
     இனனிலனாம் ஏமாப் புடைத்து.

869. செறுவார்க்குச் சேணிகவா இன்பம் அறிவிலா
     அஞ்சும் பகைவர்ப் பெறின்.

870. கல்லான் வெகுளும் சிறுபொருள் எஞ்ஞான்றும்
     ஒல்லானே ஒல்லா தொளி.

பகைமாட்சி

861. வலியாருடன் பகைத்துக் கொள்ளுதலைத் தவிர்த்து,
வலிமையற்றாரை எதிர்ப்பதைத் தொடர்ந்து மேற் கொள்க.

862. அன்பில்லாதவன் தன் வலிமையோ, கூட்டுத் துணையின்
வலிமையோ இல்லாமல் தன்னை எதிர்த்து வரும் பகைவரை
எவ்வாறு வெல்வான்?

863. அச்சம், அறியாமை கொண்டு சினேக மனப்பான்மையும் பிறருக்குக்
கொடுத்து உதவும் நல்ல குணமும் இல்லாதவன் பகைவனால்
எளிதில் தோற்கடிக்கப் படுவான்.

864. கோபம் மிக்கவனாகவும் மனதை அடக்கி ஆளும்
குணமற்றவனாகவும் உள்ளவனை எப்பொழுதும் எந்த இடத்திலும்
எல்லாரும் வெற்றிபெறுதல் எளிது.

865. நல்ல நடத்தை, மனச்சாட்சி, இரக்கம், பண்புள்ள ஒழுக்கம் எனும்
இலட்சணங்கள் இல்லாதவனை வெல்லப் பகைவனுக்கு இன்பம்
கிட்டும்.

866. கடுஞ்சினமும், பேராசையும், அளவு மீறிய காமமும் நிறைந்த
கயவர்களின் பகைமை விரும்பத் தக்கது.

867. ஒரு முயற்சியைத் தொடங்கிவிட்டு அறியாமையால் அதற்கு அழிவு
உண்டாக்குவோர் பகைமையைப் பொருள்மிகக் கொடுத்தும்
பெற்றுக் கொள்க.

868. ஒருவனுக்கு நற்குணங்கள் சிறிதும் இல்லாமல் தீய குணம் பல
இருந்தால் உறுதுணையாக எவரும் இரார், இது அவன் பகைவர்
வெற்றி கொள்ளஅதிக வாய்ப்பு கொடுக்கும்.

869. அறிவில்லாதவராகவும் அஞ்சுபவராகவும் பகைவர் இருத்தலைக்
கண்டால், அவரைப் பகைத்தவருக்கு வெற்றிக் களிப்பு கிடைப்பது
உறுதி.

870. நீதி நூல் கல்லாது சினமும் கொண்ட பகைவனை எதிர்த்து
வெற்றி கொள்ளும் எளிய செயலும் செய்யாதவர்க்குப் புகழ் என்றும்
கிட்டாது.

Understanding the Nature of Enmity

871

So accursed is the thing called hatred that one
should never wish for it—even in jest.

872

It is bad enough to incur the enmity of those who live by the bow,
but never provoke the hatred of those who sow and reap with words.

873

One man who, all by himself, arouses hatred in many
is crazier than any lunatic.

874

The world abides beneath the greatness
of noble-natured rulers who befriend even their enemies.

875

Finding that he faces two foes and has no allies,
a lone man lures one to side with him.

876

When distress dawns, neither draw near nor depart from
new friends and foes—rather, leave them alone.

877

Never tell your troubles to those who cannot comprehend them,
nor expose your weaknesses to your enemies.

878

Engineer a plan, execute that plan well and ensure
your security—thus is the joy of rivals forever ruined.

879

Chop down a thorny tree while it is young.
Left to grow mature, it will one day cut the cutter's hand.

880

Those who fail to quell a hostile rival's pride
will be blown away by the mere fact that he still breathes.

பகைத்திறம் தெரிதல்

871. பகைஎன்னும் பண்பி லதனை ஒருவன்
நகையேயும் வேண்டற்பாற்று அன்று.

872. வில்லேர் உழவர் பகைகொளினும் கொள்ளற்க
சொல்லேர் உழவர் பகை.

873. ஏமுற் றவரினும் ஏழை தமியனாய்ப்
பல்லார் பகைகொள் பவன்.

874. பகைநட்பாக் கொண்டொழுகும் பண்புடை யாளன்
தகைமைக் கண் தங்கிற்று உலகு.

875. தன்துணை இன்றால் பகையிரண்டால் தான்ஒருவன்
இன்துணையாக் கொள்கவற்றின் ஒன்று.

876. தேறினும் தேறா விடினும் அழிவின்கண்
தேறான் பகாஅன் விடல்.

877. நோவற்க நொந்தது அறியார்க்கு மேவற்க
மென்மை பகைவர் அகத்து.

878. வகையறிந்து தற்செய்து தற்காப்ப மாயும்
பகைவர்கண் பட்ட செருக்கு.

879. இளிதாக முள்மரம் கொல்க களையுநர்
கைகொல்லும் காழ்த்த இடத்து.

880. உயிர்ப்ப உளரல்லர் மன்ற செயிர்ப்பவர்
செம்மல் சிதைக்கலா தார்.

பகைத்திறம் தெரிதல்

871. பண்பிற்கு நேர்மாறாகவுள்ள பகைமை எனும் தீமையை
விளையாட்டுக்காக வேணும் விரும்புதல் ஆகாது.

872. வில் ஏந்தி உயிர் வாழ்வார் பகைமையைத் தாங்குவது கொடிது
ஆயின் தம் சொல் வன்மையால் தாக்க வல்ல அறிஞரை ஒரு
போதும் பகைத்தல் ஆகாது.

873. வாழ்வில் தனித்தவனாக இருந்து பலரோடு பகைத்துக் கொள்பவன்
பித்துப் பிடித்தவனிலும் அறிவில்லாத பித்தனாவான்.

874. பகைவரையுமே நண்பராக்கிக் கொள்ளும் பண்புள்ள மன்னரின்
பெருமையால் இவ்வுலகு வாழ்கிறது.

875. பகைவர் இருவர் இருந்து துணையாகக் கூட்டாளிகள் எவரும்
இல்லை எனக்காணும் தனி ஒருவன் அவர்களில் ஒருவரைத்
துணையாக்கிக் கொள்வான்.

876. அழிவு வரும் காலத்தில் புதிதாக வந்த நண்பரையோ
பகைவரையோ அணுகாது விலகாது அவரைப் புறத்தே தனியாக
விட்டு விடுக.

877. உமது தொல்லைகளை உணராதவருக்கு அவற்றை எடுத்துக்
கூறாது விடுக. அது போல உமது பலவீனங்களை உமது
பகைவருக்குச் சொல்லாது விடுக.

878. திட்டத்தை வகுத்து நிறைவேற்றி, தற்காப்புச் செய்து கொண்டால்
எதிரியின் மகிழ்ச்சி மங்கிவிடும்.

879. செடியாக இருக்கும் போதே முள் மரத்தை வெட்டி விடுக.
மரமானபின் வெட்ட முற்பட்டால், வெட்டுவான் கரத்தை அதுவே
குத்தும்.

880. பகைப்பவரின் செருக்கை அழிக்கத் தவறுபவர் மூச்சு விடும்
அளவிற்கும் உயிர் இல்லாதவர் ஆவார்.

Internal Enmity

881

Even shade and water are unpleasant if they breed disease.
So, too, may relatives be unpleasant if they cause harm.

882

Fear not the foe who is like a drawn sword;
rather fear the friendship of an enemy who poses as kin.

883

Dread hatred from within and defend yourself against it.
In calamitous times it will cut deeper than a potter's knife.

884

Hidden hatreds may lurk only in the mind,
yet among kin they can manifest many miseries.

885

Hate hidden in a kinsman's heart will cause
many miseries, and more—it will kill a man.

886

When hatred arises, dissension destroys unity,
and men fall inescapably toward ever-ready death.

887

A house that harbors hatred will never be a united whole,
though, like a vessel and its lid, it may appear to be one.

888

As iron is worn away by frequent filing,
a family's strength is eroded by incessant inner frictions.

889

Internal dissension may seem as small as a split sesame seed,
yet there is enough power in it to destroy.

890

Living with those who cannot dwell in harmony
is like living in a hut with a deadly cobra.

உள்பகை

881. நிழல்நீரும் இன்னாத இன்னா தமர்நீரும்
     இன்னாவாம் இன்னா செயின்.

882. வாள்போல பவைவரை அஞ்சற்க அஞ்சுக
     கேள்போல் பகைவர் தொடர்பு.

883. உட்பகை அஞ்சித்தற் காக்க உலைவிடத்து
     மட்பகையின் மாணத் தெறும்.

884. மனமாணா உட்பகை தோன்றின் இனமாணா
     ஏதம் பலவும் தரும்.

885. உறல்முறையான் உட்பகை தோன்றின் இறல்முறையான்
     ஏதம் பலவும் தரும்.

886. ஒன்றாமை ஒன்றியார் கட்படின் எஞ்ஞான்றும்
     பொன்றாமை ஒன்றல் அரிது.

887. செப்பின் புணர்ச்சிபோல் கூடினும் கூடாதே
     உட்பகை உற்ற குடி.

888. அரம்பொருத பொன்போலத் தேயும் உரம்பொருது
     உட்பகை உற்ற குடி.

889. எட்பக வன்ன சிறுமைத்தே ஆயினும்
     உட்பகை உள்ளதாங் கேடு.

890. உடம்பாடு இலாதவர் வாழ்க்கை குடங்கருள்
     பாம்போடு உடனுறைந் தற்று.

உள்பகை

881. சுகம் தரும் மர நிழலும் குள நீரும் நோய்க் கிருமி இருந்தால்
துன்பம் தரும். அவ்வாறு உறவினர் கெடுதி விளைத்தால்
துன்பம்தான் விளையும்.

882. வாள்போல் வெளிப்படையான பகையைக் கண்டு அஞ்சத்
தேவையில்லை. ஆனால் உறவினர்போல் நடிக்கும் உட்பகைக்கு
அஞ்சுதல் வேண்டும்.

883. உட்பகைக்கு அஞ்சி உம்மைக் காத்துக் கொள்க. இன்றேல்
தொல்லைகள் வருங்காலம் அது குயவனின் மட்கலம் அறுக்கும்
கருவி போலத் தப்பாது பெரிய காயம் உண்டாக்கும்.

884. எவ்விலியில் தெரியாத உட்பகை மனத்தில் மட்டும் மறைந்திருக்கும்
என்றாலும் உற்றார் உறவினருள் அது தொல்லைகள் பல
விளைவித்துவிடும்.

885. உறவினருள் மறைந்திருக்கும் உட்பகை துன்பங்கள் மட்டுமல்ல,
உயிருக்கும் முடிவைக் கொண்டு வரும்.

886. தம் உற்றார் உறவினருடன் பகைமை தோன்றினால்
அப்பகையினால் எந்நாளும் கெடாமல் இருப்பது அரிது.

887. பாத்திரமும் மூடியும் போலப் பொருந்தி ஒற்றுமை இருப்பது போல்
தோன்றினும் உட்பகை உள்ள வீட்டில் மனப்பொருத்தமே
இருக்காது.

888. அரத்தால் தொடர்ந்து தேய்ப்பதால் இரும்பு வலி இழத்தல் போல
இடையறாத பூசலினால் ஒரு குடும்பத்தின் பலம் படிப்படியாக
தேய்ந்து அழியும்.

889. உட்பகையால் ஏற்படும் பிளவு முதலில் எள்ளின் அளவாக
இருந்தாலும் அது குடியையே அழிக்க வல்லது.

890. ஒற்றுமையாகச் சேராத மக்களுடன் வாழ்தல் ஒரு குடிசையுள்
கொடிய நாகத்துடன் வாழ்தலைப் போல் ஆகும்.

Not Offending the Great

891

Of all the ways to protect oneself, the foremost is this:
do not belittle the prowess of powerful men.

892

Disrespectful conduct toward great men will bring,
through those great men, unremitting miseries.

893

If you desire destruction, simply ignore the rules
and provoke those who, if they desire, can destroy you.

894

For the powerless to wreak harm upon the powerful
is to summon Death with a gesturing hand.

895

Once he incurs a fierce king's withering wrath,
one is doomed, wherever he wanders, whatever he does.

896

Though burned by a blazing fire, one may still survive;
but there is no survival for those who offend great men.

897

What is the use of a man's varied life and splendid wealth
if he reaps the wrath of great and righteous men?

898

If men of mountainous stature are meagerly esteemed,
others who seemed as enduring as earth will die, as will their kin.

899

The most kingly king will tumble from his throne and die,
should he unleash a towering sage's bridled temper.

900

Though he commands unrivaled powers of protection,
a king cannot survive the wrath of powerful ascetics.

பெரியாரைப் பிழையாமை

891. ஆற்றுவார் ஆற்றல் இகழாமை போற்றுவார்
     போற்றலுள் எல்லாம் தஃல.

892. பெரியாரைப் பேணாது ஒழுகிற் பெரியாரால்
     பேரா இடும்பை தரும்.

893. கெடல்வேண்டின் கேளாது செய்க அடல்வேண்டின்
     ஆற்று பவர்கண் இழுக்கு.

894. கூற்றத்தைக் கையால் விளித்தற்றால் ஆற்றுவார்க்கு
     ஆற்றாதார் இன்னா செயல்.

895. யாண்டுச் சென்று யாண்டும் உளராகார் வெந்துப்பின்
     வேந்து செறப்பட் டவர்.

896. எரியால் சுடப்படினும் உய்வுண்டாம் உய்யார்
     பெரியார்ப் பிழைத்தொழுகு வார்.

897. வகைமாண்ட வாழ்க்கையும் வான்பொருளும் என்னாம்
     தகைமாண்ட தக்கார் செறின்.

898. குன்றன்னார் குன்ற மதிப்பின் குடியொடு
     நின்றன்னார் மாய்வர் நிலத்து.

899. ஏந்திய கொள்கையார் சீரின் இடைமுரிந்து
     வேந்தனும் வேந்து கெடும்.

900. இறந்தமைந்த சார்புடையர் ஆயினும் உய்யார்
     சிறந்தமைந்த சீரார் செறின்.

பெரியாரைப் பிழையாமை

891. ஆற்றல் மிகுந்தவரை அவமதிக்காமல் இருப்பதே எவரும் தம்மைக்
காப்பாற்றுவதற்கு மேற்கொள்ள வேண்டிய வழிகளில் தலை
சிறந்தது ஆகும்.

892. ஆற்றல் மிக்க பெரியோரை மதியாமல் நடந்தால், அப்பெரியோரால்
என்றும் நீங்காத துன்பங்கள் வந்து சேரும்.

893. நினைத்தால் எதையும் அழிக்கவல்ல பெரியோரிடம் தவறு செய்து
அவர் கோபத்தைத் தூண்டுவதே தாமே தம் அழிவைத்
தேடுபவர்க்குச் சுலபமான வழி.

894. ஆற்றல் இல்லாதவர் ஆற்றல் மிக்கோருக்குத் துன்பம் விளைத்தல்
மரணத்தைக் கை நீட்டி அழைப்பதற்கு ஒப்பாகும்.

895. கொடுர மன்னனின் சினத்துக்கு வீணே ஆளாகுபவன், எங்கு
சென்றாலும் என்னதான் செய்தாலும் மடிவது திண்ணம்.

896. தீயினால் சுடப்பட்டாலும் தப்பிப் பிழைக்கலாம். பெரியோர்
சினத்தைத் தூண்டுவோர் பிழைப்பதற்கு வழியே இல்லை.

897. அறநெறி வழுவாத பெரியோர் சினத்துக்கு ஆளாவோர் பற்பல
சிறப்பும் மிகுந்த செல்வமும் உடையவராய் இருந்தாலும் பயன்
என்ன?

898. குன்றுபோல் சிறப்பு உயர்ந்தோரை இழிவாக மதித்தால் நிலம் போல்
நிலைத்துத் தோன்றுபவர் உற்றார் உறவினருடன் மடிவர்.

899. சினம் அடக்கி வாழும் குரு முனியைச் சீறச் செய்தால்
முடிதாங்கும் அரசனும் தன் அரசை இழந்து அழிவான்.

900. பலமான காவல்களுடன் வாழும் மன்னன் ஆனாலும் துறவியரின்
தவ வலிமை தரும் சாபத்திலிருந்து தப்ப இயலாது.

Being Led by Women

901

Men who dote upon their wives never achieve great gains,
and men of great ambition avoid that very thing.

902

The riches of a man who fawningly follows a woman's lead
will buy him only shameful shame.

903

An abnormal submissiveness to his spouse
will earn a man endless disgrace among decent men.

904

Though he has mastered the doing of deeds,
the henpecked husband merits little in this life or the next.

905

A man's fears of his own wife will make him
constantly fearful of doing good for good folks.

906

Though providence has filled his life,
a man who fears his graceful spouse is devoid of dignity.

907

A woman's shy ways show great dignity,
unlike a man who lives to do a woman's bidding.

908

Those who live only to fulfill their wive's wishes
can neither satisfy the needs of friends nor benefit others.

909

Neither virtuous deeds nor vast wealth nor domestic joys
will be found with men who carry out their wife's commands.

910

Moneyed men whose thoughts dwell in the mind
never dwell foolishly on relationships with women.

பெண்வழிச் சேறல்

901. மனைவிழைவார் மாண்பயன் எய்தார் வினைவிழைவார்
வேண்டாப் பொருளும் அது.

902. பேணாது பெண்விழைவான் ஆக்கம் பெரியதோர்
நாணாக நாணுத் தரும்.

903. இல்லாள்கண் தாழ்ந்த இயல்பின்மை எஞ்ஞான்றும்
நல்லாருள் நாணுத் தரும்.

904. மனையாளை அஞ்சும் மறுமையி லாளன்
வினையாண்மை வீறெய்த லின்று.

905. இல்லாளை அஞ்சுவான் அஞ்சுமற் றெஞ்ஞான்றும்
நல்லார்க்கு நல்ல செயல்.

906. இமையாரின் வாழினும் பாடிலரே இல்லாள்
அமையார்தோள் அஞ்சு பவர்.

907. பெண்ணேவல் செய்தொழுகும் ஆண்மையின் நாணுடைப்
பெண்ணே பெருமை உடைத்து.

908. நட்டார் குறைமுடியார் நன்றாற்றார் நன்னுதலாள்
பெட்டாங்கு ஒழுகு பவர்.

909. அறவினையும் ஆன்ற பொருளும் பிறவினையும்
பெண்ஏவல் செய்வார்கண் இல்.

910. எண்சேர்ந்த நெஞ்சத் திடனுடையார்க்கு எஞ்ஞான்றும்
பெண்சேர்ந்தாம் பேதைமை இல்.

பெண் சொல் பணிதல்

901. அளவு கடந்த ஆசையால் மனைவி சொல்படி நடப்போர் என்றும் பெரும் பயன் பெற மாட்டார். பெரும் புகழை நாடுவோர் அவ்வாறு செய்தலை விலக்கி வைப்பார்.

902. பெண்ணைப் பின் தொடர்ந்து தலை கவிழ்ந்து வாழ்பவன் செல்வம் மானக் கேட்டினுள் மேலான மானக் கேட்டைக் கொண்டு வரும்.

903. மனைவிக்கு அஞ்சிப் பணிந்து நடப்பவன் மக்களால் மதிக்கப்படுவர் இடையே எப்பொழுதும் தலை குனிந்து நிற்க வேண்டும்.

904. ஆற்றும் செயல்களில் திறமையுடன் விளங்கினாலும் மனைவிக்கு அஞ்சுபவன் இவ்வாழ்விலோ அடுத்ததிலோ என்ன பயனும் பெற மாட்டான்.

905. தன் மனைவிக்குத் தானே அஞ்சுகின்றவன் பிற நல்ல மக்களுக்கு நன்மை செய்வதற்கு எப்பொழுதும் அஞ்சுவான்.

906. தேவர் போல் சகல சம்பத்துக்கள் பெற்றிருப்பினும் அழகிய தன் மனைவிக்கு அஞ்சுபவன் ஆண்மையற்றவனாவான்.

907. பெண் சொல்லின்படி வாழ்கின்றவனின் ஆண் தன்மையிலும் இயல்பான நாணத்துடன் வாழ்கின்ற பெண்ணின் தன்மையே மேலானது.

908. மனையாளின் விருப்பத்தையே நிறைவேற்றுதற்காக வாழ்வோர் நண்பர்களின் தேவைகளை நிறைவேற்றவோ பிறர் நலன் காக்கவோ மாட்டார்கள்.

909. மனைவியரின் ஆணைக்குக் கீழ்ப் படிந்து வாழும் ஆண்களுக்கு அறச் செயல்கள், அதற்கான பெருஞ் செல்வம், குடும்ப வாழ்வுச் சிறப்புகள் என்பன கிட்ட மாட்டா.

910. எண்ணிய கருமத்தை நிறைவேற்றும் மனவுறுதி உடையோருக்கு எக்காலத்திலும் மனைவி விரும்பியவாறே செயலாற்றும் மடமை கிடையாது.

Wanton Women

911

The sweet words of beautifully bangled women who desire
a man's wealth and not his love decree his fall into disgrace.

912

Weigh the worth and abandon the company of wanton women
who, weighing their profit, prattle about their virtues.

913

A mercenary woman pretends intimate embrace,
but in the darkened room, she caresses a stranger's carcass.

914

Men seeking spiritual treasures are too worldly wise
to touch tawdry women who treasure only material riches.

915

Men of innate good sense and acquired wisdom
never touch tramps who shamelessly share their beauty with all.

916

Desiring to maintain their jubilant goodness, men will not
embrace enticing women who proffer lewd charms to all.

917

Only men of unchaste mind will lie in the arms of women
whose hearts chase after other things as they embrace.

918

It is said that men devoid of discerning wisdom
succumb to a deceiving damsel's embrace as to a siren's song.

919

The soft arms of the elegantly bejeweled harlot
are a murky mire that engulfs wicked, stupid men.

920

Two-faced females, besotting brew and addictive dice
befriend the men whom fortune has forsaken.

வரைவின் மகளிர்

911. அன்பின் விழையார் பொருள்விழையும் ஆய்தொடியார்
இன்சொல் இழுக்குத் தரும்.

912. பயன்தூக்கிப் பண்புரைக்கும் பண்பின் மகளிர்
நயன்தூக்கி நள்ளா விடல்.

913. பொருட்பெண்டிர் பொய்ம்மை முயக்கம் இருட்டறையில்
ஏதில் பிணந்தழீஇ அற்று.

914. பொருட்பொருளார் புன்னலந் தோயார் அருட்பொருள்
ஆயும் அறிவி னவர்.

915. பொதுநலத்தார் புன்னலம் தோயார் மதிநலத்தின்
மாண்ட அறிவி னவர்.

916. தங்நலம் பாரிப்பார் தோயார் தகைசெருக்கிப்
புன்னலம் பாரிப்பார் தோள்.

917. நிறைநெஞ்சம் இல்லவர் தோய்வார் பிறநெஞ்சிற்
பேணிப் புணர்பவர் தோள்.

918. ஆயும் அறிவினர் அல்லார்க்கு அணங்கென்ப
மாய மகளிர் முயக்கு.

919. வரைவிலா மாணிழையார் மென்தோள் புரையிலாப்
பூரியர்கள் ஆழும் அளறு.

920. இருமனப் பெண்டிரும் கள்ளும் கவறும்
திருநீக்கப் பட்டார் தொடர்பு.

விலைமாதர்

911. ஒருவனின் அன்பையன்றி செல்வத்தையே நாடும் நகை அணிந்த விலைமாதரின் இனிய பேச்சு அவனுக்கு இகழ்ச்சியையே கொண்டு வரும்.

912. தாம் பெறும் செல்வத்தின் அளவு கொண்டு அதற்கு ஏற்ப சொற்களைப் பேசும் நற்குணமற்ற விலைமாதர் தரும் சுகத்தைச் சிந்தித்து அவர்களைச் சேராது விடுக.

913. பணத்தை மட்டுமே விரும்பும் விலைமாது பாசாங்கு பண்ணித் தழுவுதல் இருட்டறையில் தொடர்பில்லாத பிணத்தை தழுவுவதற்குச் சமமாகும்.

914. பகட்டாக உடுத்துப் பணம் மட்டுமே கருதும் மாதரை அருள் நாடும் மாந்தர் தொடவும் எண்ண மாட்டார்.

915. மதி நுட்பத்தினால் சிறந்து விளங்கும் அறிவாளிகள் யாவருக்கும் பொதுவாகவுள்ள விலை மாதரின் சுகத்தை நாட மாட்டார்.

916. அழகிய கலைகளை இழிவான முறையில் பயன்படுத்தி மக்களைக் கவரும் மாதரைத் தம் நல்ல பண்பாட்டைப் பேணி வருவோர் சேர மாட்டார்.

917. நெஞ்சில் பிறவற்றில் கண் வைத்துத் தம் உடலை விற்கும் பொது மகளிரைத் தம் மனதை அடக்கும் ஆற்றல் இல்லாதவரே கட்டி அணைப்பர்.

918. மாயமாலம் செய்து அணைக்கும் மகளிர், அவ்வஞ்சனையை உணர அறிவில்லாதவர்க்கு உயிர் பறிக்கும் மோகினி ஆவர்.

919. அழகிய ஆபரணங்கள் அணிந்த விலைமாதரின் மென்மையான தோள்கள் எளிய மூடர் மூழ்கி மாளும் சதுப்பு நிலமாகும்.

920. உடலால் தழுவி மனத்தால் உணர்ச்சி அற்ற இரு மனமுள்ள மாதர், மயக்கும் கள், வஞ்சகச் சூது எனும் இவை மூன்றையும் திருமகளால் விலக்கப்பட்டவரே தொடர்பு கொள்வார்.

Avoidance of Drunkenness

921
Those who crave intoxicating drink each day
will never be feared and never find fame.

922
Do not drink liquor. If some wish to, let it be those
who have no wish for the esteem of exemplary men.

923
The sight of a drunken man's revelry is unbearable
even to his own mother. How, then, must it appear to the wise?

924
The virtuous damsel called Decency will turn her back
on men who indulge in the vile vice called drunkenness.

925
Spending one's wealth to purchase self-oblivion
results from being oblivious to proper conduct.

926
Those who always sleep are akin to the dead.
Those who constantly drink are like men who take poison.

927
The drooping eyes of those who secretly drink betray that secret,
evoking their neighbor's relentless ridicule.

928
Stop denying, "I never drink," for next time you drink,
your mind's hidden deception will be betrayed then and there.

929
One may as well carry a candle under water to search for
a drowned man as use reason to sober a drunk drowned in drink.

930
Why can't the drunkard who, when sober, sees another's drunken
stupor realize the degrading shame of his own drunkenness?

கள் உண்ணாமை

921. உட்கப் படாஅர் ஒளியிழப்பார் எஞ்ஞான்றும்
     கட்காதல் கொண்டொழுகுவார்.

922. உண்ணற்க கள்ளே உணில்உண்க சான்றோரான்
     எண்ணப் படவேண்டா தார்.

923. ஈன்றாள் முகத்தேயும் இன்னாதால் என்மற்றுச்
     சான்றோர் முகத்துக் களி.

924. நாண்என்னும் நல்லாள் புறங்கொடுக்கும் கள்என்னும்
     பேணாப் பெருங்குற்றத் தார்க்கு.

925. கையறி யாமை உடைத்தே பொருள்கொடுத்து
     மெய்யறி யாமை கொளல்.

926. துஞ்சினார் செத்தாரின் வேறல்லர் எஞ்ஞான்றும்
     நஞ்சுண்பார் கள்ளுண் பவர்.

927. உள்ளொற்றி உள்ளூர் நகப்படுவர் எஞ்ஞான்றும்
     கள்ளொற்றிக் கண்சாய் பவர்.

928. களித்தறியேன் என்பது கைவிடுக நெஞ்சத்து
     ஒளித்ததூஉம் ஆங்கே மிகும்.

929. களித்தானைக் காரணம் காட்டுதல் கீழ்நீர்க்
     குளித்தானைத் தீத்துரீஇ அற்று.

930. கள்ளுண்ணாப் போழ்திற் களித்தானைக் காணுங்கால்
     உள்ளான்கொல் உண்டதன் சோர்வு.

கள் உண்ணாமை

921. மயக்கும் மதுவை நாள்தோறும் தேடி அலையும் மாந்தர் தமக்குப்
புகழையும் தேட மாட்டார் எவராலும் அஞ்சப்படவும் மாட்டார்.

922. மது அருந்தாது விடுக. ஆயின் பெரியோரின் நன் மதிப்பைப்
பெறவிருப்பமில்லை என்றால் குடித்துக் கொள்க.

923. குடித்தவனின் வெறியாட்டம் அவன் தன் சொந்தத் தாய்க்கே
தாங்கொணாக் கவலை தருமாதலின், சான்றோருக்கு அது
எங்ஙனம் தோன்றும்.

924. வெட்கம் என உருவகித்துக் குறிப்பிடப்பட்ட மங்கை நல்லாள் மது
அருந்தும் தீய பழக்கத்திற்கு அடிமையானவரைக் கண்டதும் தன்
முதுகு காட்டிச் சென்று விடுவாள்.

925. நல்லொழுக்கத்தைப் பேணாது அறியாமையுடன் வாழ்தலின்
விளைவே தாமே விலை கொடுத்து கள்ளுண்டு மயங்குதல்.

926. பலகாலும் நித்திரை செய்பவர் இறந்தவருக்கு ஒப்பாவார்.
இடைவிடாது மது அருந்துபவர் நஞ்சு உண்பவருக்குச் சமமாவார்.

927. மதுவை மறைந்திருந்து உண்டு மயங்கித் திரிவார் கண்கள்
உண்மையை வெளிக்காட்ட ஊரார் எந்நாளும் சிரிப்பதற்கு
இடமளிக்கும்.

928. நான் குடிப்பதே இல்லை என மறுப்பதை விட்டுவிடுக. ஏனெனில்
அடுத்த முறை குடிக்கும் போது உள்ளத்தில் மறைந்திருக்கும்
எண்ணங்கள் அக்கணமே உம்மைக் காட்டி விடும்.

929. கள் மயக்கத்தில் இருப்பவனைக் காரணம் காட்டித் திருத்த
முயலுதல் நீரில் மூழ்கியவனைக் தீவிளக்கால் தேடுவதைப்
போலிருக்கும்.

930. குடிகாரன் தனக்கு போதை இல்லாத போது மற்றெருவன்
குடிமயக்கத்தைக் கண்டும் தன் குடி மயக்கத்தால் வரும் மானக்
கேட்டை ஏன் உணர்வதில்லை?

Gambling

931
Do not take to gambling, even if you can win,
for your wins will be like the baited hooks that fish swallow.

932
To win once, a gambler loses a hundred times.
What a way to procure happiness and prosperity!

933
Incessantly calling bets on rolling dice causes
a man's rich reserves and potential revenues to run elsewhere.

934
Gambling brings on many miseries and erodes one's good name.
Nothing else ends in such wretched poverty.

935
Desiring to win everything, those who love the dice,
the gambling hall and their lucky hand lose it all.

936
Gambling is Misfortune's other name. Fools ensnared by her
will suffer an empty stomach and distressing sorrows.

937
Spending time in the gambling hall squanders
ancestral wealth and wastes personal worth.

938
Gambling will consume a man's wealth and corrupt his honesty.
It will curtail his benevolence and increase his torment.

939
Those who take to gambling's fickle gain forfeit these five:
raiments, riches, rations, renown and erudition.

940
The gambler's passion increases with the losses incurred.
Even so does the soul's craving for life grow with the griefs suffered.

சூது

931. வேண்டற்க வென்றிடினும் சூதினை வென்றதூஉம்
     தூண்டிற்பொன் மீன்விழுங்கி அற்று.

932. ஒன்றெய்தி நூறிழக்கும் சூதர்க்கும் உண்டாங்கொல்
     நன்றெய்தி வாழ்வதோர் ஆறு.

933. உருளாயம் ஓவாது கூறின் பொருளாயம்
     போஒய்ப் புறமே படும்.

934. சிறுமை பலசெய்து சீரழிக்கும் சூதின்
     வறுமை தருவெதொன்று இல்.

935. கவறும் கழகமும் கையும் தருக்கி
     இவறியார் இல்லாகி யார்.

936. அகடாரார் அல்லல் உழப்பர்சூ தென்னும்
     முகடியான் மூடப்பட் டார்.

937. பழகிய செல்வமும் பண்பும் கெடுக்கும்
     கழகத்துக் காஊ புகின்.

938. பொருள் கெடுத்துப் பொய்மேற் கொளீஇ அருள்கெடுத்து
     அல்லல் உழப்பிக்கும் சூது.

939. உடைசெல்வம் ஊண்ஒளி கல்விஎன்று ஐந்தும்
     அடையாவாம் ஆயங் கொளின்.

940. இழத்தொறூஉம் காதலிக்கும் சூதேபோல் துன்பம்
     உழத்தொறூஉம் காதற்று உயிர்.

சூது

931. வெற்றி கிட்டினும் சூதாடாது விடுக. ஏனெனில் வெற்றிப் பரிசின் விளைவு இரை மறைத்த தூண்டிலை மீன் விழுங்குவதைப் போலும்.

932. ஒரு தடவை வெல்ல நூறு மடங்கு இழந்து சூதாடுவோர் இன்பமாக செல்வச் செழிப்புடன் வாழும் வழி எப்படி?

933. ஓயாது தாயம் உருட்டிப் பந்தயம் பிடிப்போர் செல்வமும் அவர் எதிர்பார்க்கும் வருவாயும் எங்கோ போய் அழிந்து விடும்.

934. துன்பங்கள் பல தந்து நற்பெயருக்கு இழிவு தரும் சூதாட்டம் போல் வேறு எதுவும் மானிடரை அவ்வளவு கொடிய வறுமையில் தள்ளாது.

935. சூதாடும் வட்டு, அரங்கு, அதிர்ஷ்டத்தால் தனக்கு வரப்போகும் வெற்றி என்று இவற்றின்மேல் மோகம் கொண்டு எல்லாம் வெல்ல நினைப்பவர் முடிவில் எல்லாமே இழந்து நிற்பர்.

936. சூதாட்டம் என்பது துரதிர்ஷ்டத்துக்குப் பிற ஒரு பெயர். அதற்குள் அகப்பட்டு உழல்வோர் வறுமையால் வாடுவர். உள்ளத்தை வருத்தும் கவலைகளுக்கும் ஆளாவார்.

937. சூதாட்டக் கூடங்களில் காலங்கழித்தல் தொன்று தொட்டு வந்த செல்வத்தையும் நற்பண்பையும் கெடுத்து விடும்.

938. சூதாட்டம் செல்வத்தைச் சுருக்கி, நேர்மைக்கு இழுக்கேற்றி, இரங்கும் இயல்பைக் குறைத்துத் துன்பத்தைப் பெருக்கிவிடும்.

939. சூதாட்டத்தால் வரும் நிலைபெறாத பலன்களை நாடுவோரை உடை, செல்வம், உணவு, புகழ், கல்வி எனும் ஐந்தும் கை கூடா.

940. சூதாட்டத்தில் பொருள் இழக்க இழக்க மேலும் அதில் ஆசை பெருகுவது போல் துன்பத்தில் வருந்த வருந்த உயிர் மேல் இன்னும் ஆசை உண்டாகும்.

Medicine

941

Disease is but deficiency or excess of three life forces,
defined by writers of scientific texts as air, fire and water.

942

The body requires no medicine if you eat
only after the food you have already eaten is digested.

943

Once digestion is complete, eat with moderation;
that is the way to prolong the life of the body.

944

Assured the last meal has digested and sensing a keen appetite,
savor only foods that are fully agreeable.

945

Life remains unharmed when one eats with restraint,
refraining from foods that have proven disagreeable.

946

The pleasures of health abide in the man who eats moderately.
The pains of disease dwell with him who eats excessively.

947

The thoughtless glutton who gorges himself beyond the limits
of his digestive fires will be consumed by limitless ills.

948

Diagnose the illness, trace its cause,
seek the appropriate remedy and apply it skillfully.

949

An accomplished doctor prescribes a remedy after considering
the patient's nature, the disease's nature and the time of year.

950

Medicine consists of a patient, a physician, a prescription
and a nurse—each of these having four parts.

மருந்து

941. மிகினும் குறையினும் நோய்செய்யும் நூலோர்
வளிமுதலா எண்ணிய மூன்று.

942. மருந்தென வேண்டாவாம் யாக்கைக்கு அருந்தியது
அற்றது போற்றி உணின்.

943. அற்றால் அறவறிந்து உண்க அஃதுடம்பு
பெற்றான் நெடிதுய்க்கும் ஆறு.

944. அற்றது அறிந்து கடைப்பிடித்து மாறல்ல
துய்க்க துவரப் பசித்து.

945. மாறுபாடு இல்லாத உண்டி மறுத்துண்ணின்
ஊறுபாடு இல்லை உயிர்க்கு.

946. இழிவறிந்து உண்பான்கண் இன்பம்போல் நிற்கும்
கழிபேர் இரையான்கண் நோய்.

947. தீயள வன்றித் தெரியான் பெரிதுண்ணின்
நோயள வின்றிப் படும்.

948. நோய்நாடி நோய்முதல் நாடி அதுதணிக்கும்
வாய்நாடி வாய்ப்பச் செயல்.

949. உற்றான் அளவும் பிணியளவும் காலமும்
கற்றான் கருதிச் செயல்.

950. உற்றவன் தீர்ப்பான் மருந்துழைச் செல்வானென்று
அப்பால் நாற் கூற்றே மருந்து.

மருந்து

941. வாதம், பித்தம், கபம் என மருத்துவ நூல் சொல்லும் மூன்று உயிர் நாடிகளும் அளவுக்கு மேல் குறைவதால் அல்லது கூடுவதால் வருவதே நோய்.

942. முதலில் உண்ட உணவு முற்றாகச் செரித்த பின்பே உண்டால் உடலுக்கு மருந்து எதுவும் தேவைப்படாது.

943. முதலில் உண்ட உணவு செரித்த பின் அளவோடு உண்க. அதுவே உடலில் உயிர் நீடிக்க வாழ்வதற்கு உரிய வழியாகும்.

944. முதலில் உண்ட உணவு செரித்ததை அறிந்து பசி மிகத் தோன்றுவதை உணர்ந்து உடலுக்குக் கேடு செய்யாத உணவை உண்க.

945. பொருந்தாத உணவுகளைத் தவிர்த்துக் கட்டுப்பாட்டோடு உண்டால் உயிருக்கு ஆபத்து இல்லை.

946. மிதமாக உண்பவனிடம் உடல் நலம் நிலைத்து இருப்பது போல அளவுக்கு மீறி உண்பான் உடலில் நோய் பல குடியிருக்கும்.

947. பசித் தீயின் அளவை அறியாது உணவை விழுங்கும் பெருந்தீனிக்காரன் ஓயாது வரும் நோய்களால் வாட்டப்படுவான்.

948. நோயை அறிந்து, அதன் காரணம் கண்டு, பின் பொருத்தமான மருந்தை நாடி விதி முறைப்படி நோயாளிக்குக் கொடுக்க வேண்டும்.

949. நன்கு தேர்ந்த மருத்துவன் நோயாளியின் உடல் நிலை, நோயின் தன்மை, பருவ காலம் என்பனவற்றைக் கருத்திற் கொண்டு மருந்து கொடுப்பான்.

950. நோயாளி, நோய் அகற்றும் மருத்துவன், ஏற்ற மருந்து, நோயாளியையக் கவனிக்கும் தாதி என்ற நான்கும் மருத்துவக் கலையின் நான்கு பகுதிகளாகும்.

Olipiyal

ஒழிபியல்

நிலத்திற் கிடந்தமை கால்காட்டும், காட்டும்
குலத்திற் பிறந்தார்வாய்ச் சொல்.

Appendix

KURAL 959

The nature of a soil is known by the seedlings that it sprouts.
The nature of a man's family is known by the words he speaks.

THE LAST SECTION OF *WEAVER'S WISDOM* IS SIMPLY ABOUT THE QUALITIES OF PEOPLE. IT IS SOMEWHAT OF A WHO'S WHO OF MANKIND. HAVE YOU EVER wondered about the qualities of the noble? Have you ever wondered about bad money and good money? Have you ever, in your secret thoughts, had the desire to surround yourself with the best of people, not knowing how you found yourself in the midst of disappointments and surprises? Choosing proper friends is more important than choosing an automobile or the furniture to surround yourself with in your home or office. There is a great difference between friends and acquaintances. In today's world this is not well understood. Reading these thirteen chapters will shed a great deal of light on who is who among relatives, friends and acquaintances.

Everyone today, in one way or another, is wanting to improve themselves. In the verses of this section we find simple, not-to-be-disputed guidelines. Wondering whom to vote for out of a display of contenders for governmental office? Advice in abundance is all here to read, understand, absorb and put into action for a better life for the individual and community.

The weaver has no mercy when he speaks of the preservation of honor—no mercy at all. And he extols greatness. Greatness and accomplishment are what the first gurus of a youth, the parents, should impart. Yes, everyone has a guru. The world itself is the teacher of most people living on the planet, for they have no other mentor, nor even want one. I call this great guru, the world, Sri Sri Sri Vishvaguru Maha-Maharaj, and he teaches his followers to learn by their own mistakes. By following the weaver's wisdom, we can circumvent Vishvaguru and avoid the many errors, mishaps and sorrows he uses as teaching tools for learning painful lessons.

What is needed today more than anything else, in the home, in the village, among leaders and followers, is what is explained to the nth degree in chapter 100. This can be read time and again, memorized, then put into daily practice. Offering a new angle on courtesy, the weaver talks of what we know so well happens in most homes: "Disparaging words are painful, even when uttered in jest. Hence, knowers of human nature are courteous even to enemies."

In the ancient days of the Tamil people, modesty prevailed in personal relations, and it was extolled in poems, songs, paintings and architecture. Today modesty is regarded among these amazing people as a treasure more valuable than a treasury of gold and jewels. Modesty, a good family and well-chosen friends of proven loyalty are the crosswise threads that crisscross the warp as life's patterns unfold. Remember, if there are troubles in the family, which is a group brought together because of past karmas that cannot be erased, it is crucial for family members to huddle and take care of, support, one another against internal turmoil and the onslaughts of the world. To harbor resentment against mother, father, brother, sister or close and distant relatives is to weaken the fabric of one's life. It would be like stringing a loom with strong, taut, lengthwise threads interspersed with weak, breakable ones. Then the colorful, crisscross threads, dark and bright, of life's experiences would produce an emotionally disturbing pattern, and the fabric would not be smooth to the touch, but frail and rough in spots, prone to tear and break when stressed. Today this is called a discouraged family.

The wise old weaver has taken us on a great journey, giving us a loom on which to weave our life to our heart's content. He begins with the greatest God, ends with the lowest of men and covers everything in between. Quite an achievement, I would say, for a mere 1,080 verses inscribed on palm leaves 2,200 years ago for us to live up to today.

Nobility

951

An innate sense of right and shying away from wrong
are found together only in the nobly born.

952

Men of noble birth will never fall away from these three:
correct conduct, truthfulness and modesty.

953

Four traits define the true gentleman: a smiling face,
a generous hand, a courteous demeanor and kindly words.

954

Though millions upon millions could be gained by it,
men nobly born would never commit a demeaning deed.

955

Though their means of charitableness may be cut off,
venerable families will never be severed from propriety.

956

Those committed to their family's flawless fame
dare not commit deceitful, dishonorable deeds.

957

In high-born men, blemishes are clearly seen,
just as the moon's elevation makes it more visible.

958

When a man with good background lacks loving affection,
doubts arise whether he arose from that family.

959

The nature of a soil is known by the seedlings it sprouts.
The nature of a man's family is known by the words he speaks.

960

Those desiring greatness must desire modesty. Those seeking
their family's honor must seek to be respectful to all.

குடிமை

951. இற்பிறந்தார் கண்அல்லது இல்லை இயல்பாகச்
     செப்பமும் நாணும் ஒருங்கு.

952. ஒழுக்கமும் வாய்மையும் நாணும் இம் மூன்றும்
     இழுக்கார் குடிப்பிறந் தார்.

953. நகைஈகை இன்சொல் இகழாமை நான்கும்
     வகையென்ப வாய்மைக் குடிக்கு.

954. அடுக்கிய கோடி பெறினும் குடிப்பிறந்தார்
     குன்றுவ செய்தல் இலர்.

955. வழங்குவ துள்வீழ்ந்தக் கண்ணும் பழங்குடி
     பண்பில் தலைப்பிரிதல் இன்று.

956. சலம்பற்றிச் சால்பில செய்யார்மா சற்ற
     குலம்பற்றி வாழ்தும்என் பார்.

957. குடிப்பிறந்தார் கண்விளங்கும் குற்றம் விசும்பின்
     மதிக்கண் மறுப்போல் உயர்ந்து.

958. நலத்தின்கண் நாரின்மை தோன்றின் அவனைக்
     குலத்தின்கண் ஐயப் படும்.

959. நிலத்தில் கிடந்தமை கால்காட்டும் காட்டும்
     குலத்தில் பிறந்தார்வாய்ச் சொல்.

960. நலம்வேண்டின் நாணுடைமை வேண்டும் குலம் வேண்டின்
     வேண்டுக யார்க்கும் பணிவு.

குடிமை

951. நேர்மை பிசகாத மனம் தீயதை ஒதுக்கும் குணம் என்ற இரண்டும் உயர் குடியில் பிறந்தவரிடமே சேர்ந்து இருக்கும்.

952. உயர் குடிப்பிறந்தவர் நல்லொழுக்கம், வாய்மை, தன்னடக்கம் எனும் இம் மூன்றிலிருந்தும் தவறமாட்டார்.

953. புன்னகை, தாராள மனப்பான்மை, நன்னடத்தை, இன் சொல் எனும் இந்நான்கும் உண்மையான பெருமகனின் நற்பண்புகளாகும்.

954. கோடி கோடியாகச் செல்வம் பெறினும் உயர் குடிப் பிறந்தோர் இழிந்த செயல் எதுவும் புரியார்.

955. தாராளமாக வழங்க முடியாமல் செல்வம் குறைந்த போதிலும் உயர்ந்த குடிமக்கள் தம் பண்பிலிருந்து தவறுவதில்லை.

956. மாசு இல்லாத பழங்குடிப் பண்பைப் பேணி வாழும் மனவுறுதி உள்ளவர் வஞ்சகமுள்ள இழி செயல்களைப் புரியத் துணியவே மாட்டார்.

957. உயர் குடிப் பிறந்த மக்களின் குற்றங்கள் உயர் வானத்தில் நிலாவின் களங்கம் போல் தெள்ளத் தெளிவாக தெரியும்.

958. நல்ல குடும்பத்தைச் சேர்ந்தவனிடம் அன்பான மனப்பான்மை இல்லாது போனால் அவன் குடிப்பிறப்புப் பற்றியே ஐயம் உண்டாகும்.

959. மண்ணின் இயல்பை அதில் முளைக்கும் செடியின் தன்மையில் தெரிவது போல மனிதனின் வாய்ச் சொல் அவன் பிறந்த குலத்தைக் காட்டும்.

960. நன்மதிப்பைப் பெற விரும்புவோருக்குத் தன்னடக்கம் வேண்டும். தம் குலத்தின் பெருமையை விரும்புவோர் எல்லோரிடமும் பணிவுடன் நடந்து கொள்ள வேண்டும்.

Honor

961

Shun any actions that will diminish honor,
even if they are vital for the preservation of life.

962

Those who honorably pursue glory never act ingloriously,
even if glorious fame is to be gained.

963

Cultivate modesty in the midst of good fortune,
but in times of adversity preserve your dignity.

964

Honorable men fallen from high status
are like useless hair fallen from the head.

965

Unworthy acts, though mustard-seed small, will bring down
a man, though he towers like a mountain.

966

It offers neither Earth's renown nor Heaven's refuge,
so why do men run after and stand by those who revile them?

967

Better to die right where you stand, the saying goes,
than to live running after those who despise you.

968

Will any medicine preserve the body of the high-born man
whose honor has already perished?

969

Shorn of its hair, the yak will refuse to live.
Such men do exist who prefer death to the loss of honor.

970

The world will extol and exalt honorable men
who exult in death rather than endure dishonor.

மானம்

961. இன்றி அமையாச் சிறப்பின ஆயினும்
    குன்ற வரூப விடல்.

962. சீரினும் சீரல்ல செய்யாரே சீரொடு
    பேராண்மை வேண்டு பவர்.

963. பெருக்கத்து வேண்டும் பணிதல் சிறிய
    சுருக்கத்து வேண்டும் உயர்வு.

964. தலையின் இழிந்த மயிரினையர் மாந்தர்
    நிலயின் இழிந்தக் கடை.

965. குன்றின் அனையாரும் குன்றுவர் குன்றுவ
    குன்றி அனைய செயின்.

966. புகழ்இன்றால் புத்தேள்நாட்டு உய்யாதால் என்மற்று
    இகழ்வார்பின் சென்று நிலை.

967. ஒட்டார்பின் சென்றொருவன் வாழ்தலின் அந்நிலையே
    கெட்டான் எனப்படுதல் நன்று.

968. மருந்தோமற்று ஊன்ஓம்பும் வாழ்க்கை பெருந்தகைமை
    பீடழிய வந்த இடத்து.

969. மயிர்நீப்பின் வாழாக் கவரிமா அன்னார்
    உயிர்நீப்பர் மானம் வரின்.

970. இளிவரின் வாழாத மானம் உடையார்
    ஒளிதொழுது ஏத்தும் உலகு.

மானம்

961. வாழ்விற்கு மிக அவசியமான செயல்களாயினும் அவற்றால் மானக்
    கேடு வருமானால் அவற்றைச் செய்யாது விடுக.

962. பெருமையோடு மானத்தைப் பேண விரும்புபவர், பெரும் புகழ்
    பெறுவதற்குக் கூட தம் குடும்பப் பெருமைக்குப் பொருந்தாத
    செயல்களைச் செய்ய மாட்டார்.

963. செல்வம் பெருகிய காலத்தில் பணிவுடைமை வேண்டும். அது
    குறைந்த போதும் தாழாத பெருமித மனப்பான்மை வேண்டும்.

964. தம் உயர்ந்த நிலைக்குப் பொருந்தாத இழிவான செயல் புரியும்
    மக்கள் தலையிலிருந்து உதிரும் மயிரைப் போல் தாழ்வு அடைவர்.

965. மலை போல் உயர்ந்த சிறப்புப் பெற்றவரும் சிறிய குன்றிமணி
    அளவே ஆன இழிவான செயல் செய்தாலும் மிகத் தாழ்வாகவே
    மதிக்கப் படுவார்.

966. மானத்தை இழந்து தன்னை அவமதிப்பாரைப் பணிந்து நடப்பவனுக்கு
    இவ்வுலகில் புகழும் கிட்டாது தேவருலகில் அடைக்கலமும்
    கிட்டாது. பின் என்ன தான் பயன் கருதி அவ்வாறு செய்கிறான்.

967. தன்னை மதியாதோர் உடன் வாழ்வதை விட ஒருவன் மானம்
    விடாது அழிந்தான் எனச் சொல்லப்படுவது நன்று.

968. உயர் குடிப் பிறந்து தன்மானம் இழந்து விட்டவன் உடலில் உயிர்
    நீங்காது இருக்க மருந்து ஏதாவது உண்டோ?

969. தன் உடலிலிருந்த மயிரை இழந்தாலும் தன் உயிரை விடுகின்ற
    கவரி மான் போலத் தன்மானம் உடையவர் அதற்குக் கேடுவரின்
    தம் உயிரையே விட்டு விடுவர்.

970. தமக்கு மானக்கேடு வரும் போது உயிரையே விட்டு விடுபவரின்
    பெருந் தகைமையை உலகமே போற்றி நிற்கும்.

Greatness

971

The aspiration for glorious achievement is the light of life.
Disgrace is the dark thought that says, "I can live without it."

972

All men who live are alike at birth.
Diverse actions define their distinction and distinctiveness.

973

Lowly men are never high, even when elevated.
High souls are never low, even when downtrodden.

974

Like chastity in a woman, greatness is guarded
by being true to one's own self.

975

A man possessing greatness possesses the power
to effectively perform uncommonly difficult deeds.

976

"We will befriend great men and become like them."
Such thoughts seldom intrude upon small minds.

977

When small-minded men do achieve some distinction,
it only serves to augment their arrogance.

978

Greatness is always humbly self-effacing,
while pettiness adorns itself with words of praise.

979

Greatness abides in the absence of arrogance.
Smallness proudly parades its fulsome haughtiness.

980

Greatness conceals by silence the weaknesses of others.
Pettiness promptly proclaims such things to all.

பெருமை

971. ஒளிஒருவற்கு உள்ள வெறுக்கை இளிஒருவற்கு
அஃதிறந்து வாழ்தும் எனல்.

972. பிறப்பொக்கும் எல்லா உயிர்க்கும் சிறப்பொவ்வா
செய்தொழில் வேற்றுமை யான்.

973. மேலிருந்தும் மேலல்லார் மேலல்லர் கீழிருந்தும்
கீழல்லார் கீழல் லவர்.

974. ஒருமை மகளிரே போலப் பெருமையும்
தன்னைத்தான் கொண்டொழிகின் உண்டு.

975. பெருமை யுடையவர் ஆற்றுவார் ஆற்றின்
அருமை உடைய செயல்.

976. சிறியார் உணர்ச்சியுள் இல்லை பெரியாரைப்
பேணிக்கொள் வேம்என்னும் நோக்கு.

977. இறப்பே புரிந்த தொழிற்றாம் சிறப்புந்தான்
சீரல் லவர்கண் படின்.

978. பணியுமாம் என்றும் பெருமை சிறுமை
அணியுமாம் தன்னை வியந்து.

979. பெருமை பெருமிதம் இன்மை சிறுமை
பெருமிதம் ஊர்ந்து விடல்.

980. அற்றம் மறைக்கும் பெருமை சிறுமைதான்
குற்றமே கூறி விடும்.

பெருமை

971. வாழ்வுக்கு ஒளி தருவது புகழ் பெறத் தூண்டும் ஊக்கமாகும். அது போல இழிவு தருவது எமக்கு அது வேண்டாம் எனும் பிழையான எண்ணமாகும்.

972. உலகில் வாழும் யாவரும் பிறக்கும் போது சமமே. அதன் பின் அவருடைய மாறுபட்ட செயல்களே அவர்களிடம் காணும் வேற்றுமையையும் சிறப்பையும் சுட்டிக் காட்டும்.

973. அற்பர் மேல் நிலையில் இருப்பினும் உயர்ந்தவர் ஆகார். பெருமைக்குரியோர் கீழ் நிலையில் இருந்தாலும் இழிந்தவர் ஆக மாட்டார்.

974. கற்பு நெறி வழுவாத கன்னிகை போல, பண்புடைய ஒழுக்கத்தில் இருந்து தவறாது வாழ்ந்தே பெருமையைக் காக்க முடியும்.

975. செயற்கரிய செயல்களைச் செயல் திறனோடு செய்யும் ஆற்றலைப் பெருமை உடையோர் பெற்றிருப்பர்.

976. பெரியோரைச் சேர்ந்து அவர் போல் பெரியவர் ஆவோம் என்பது போன்ற நல்ல எண்ணங்கள் சிறியோர் மனதில் படுதல் அரிது.

977. பெருமை தரும் உயர் நிலையை சிறுமை மனம் படைத்தோர் அடைந்தால் அது அவர் ஆணவத்தையே அதிகமாக்கும்.

978. பெருமை மனம் படைத்தோர் பணிவுடன் நடந்து கொள்வர். சிறுமைக் குணம் உடையோர் தம்மைத் தாமே புகழ்ந்து கொள்வர்.

979. செருக்கு இல்லா இடத்தில் பெருமை அமைந்திருக்கும், சிறுமை தன் செருக்கை யாவருக்கும் வீண் பெருமையுடன் எடுத்துக் கூறும்.

980. பிறரிடம் காணும் குறைகளைப் பண்பு உடையவர் எடுத்துக் கூறுவது இல்லை. சிறுமை கொண்டவர் அவை யாவற்றையும் உடனே எல்லோருக்கும் எடுத்துச் சொல்லுவர்.

Perfect Goodness

981

It is said that all good things are natural to those
who know their duty and walk the path of perfect goodness.

982

Perfect men hold as good their own good character.
They count no other goodness so genuinely good.

983

Love, modesty, propriety, a kindly eye and truthfulness—
these are the five pillars on which perfect goodness rests.

984

Penance is the goodness that refrains utterly from killing.
Perfection is the goodness that refuses to utter others' faults.

985

Humility is the strength of the strong
and the instrument the wise use to reform their foes.

986

The touchstone of perfect character is
accepting with dignity defeat from one's inferiors.

987

Of what gain is perfect goodness if it does not do good to all,
even to those who have done painful things to others?

988

Deprived of all else, one remains undisgraced
if still endowed with strength of character.

989

Destiny's last days may surge with oceanic change,
yet perfectly good men remain, like the shore, unchanged.

990

Should the perfect virtue of perfect men ever diminish,
this mighty Earth would bear our burdensome weight no more.

சான்றாண்மை

981. கடன்என்ப நல்லவை எல்லாம் கடன்அறிந்து
சான்றாண்மை மேற்கொள் பவர்க்கு.

982. குணநலம் சான்றோர் நலனே பிறநலம்
எஞ்ஞலத்து உள்ளதூஉம் அன்று.

983. அன்புநாண் ஒப்புரவு கண்ணோட்டம் வாய்மையொடு
ஐந்துசால்பு ஊன்றிய தூண்.

984. கொல்லா நலத்தது நோன்மை பிறர்தீமை
சொல்லா நலத்தது சால்பு.

985. ஆற்றுவார் ஆற்றல் பணிதல் அதுசான்றோர்
மாற்றாரை மாற்றும் படை.

986. சால்பிற்குக் கட்டளை யாதெனில் தோல்வி
துஃலயல்லார் கண்ணும் கொளல்.

987. இன்னாசெய் தார்க்கும் இனியவே செய்யாக்கால்
என்ன பயத்ததோ சால்பு.

988. இன்மை ஒருவற்கு இளிவன்று சால்பென்னும்
திண்மை உண்டாகப் பெறின்.

989. ஊழி பெயரினும் தாம்பெயரார் சான்றாண்மைக்கு
ஆழி எனப்படு வார்.

990. சான்றவர் சான்றாண்மை குன்றின் இருநிலந்தான்
தாங்காது மன்னோ பொறை.

சான்றாண்மை

981. தம் கடைமையை உணர்ந்து நேர்மை தவறாத நன்னெறியில்
ஒழுகுபவருக்கு நல்லன யாவும் இயற்கையாகவே பொருந்தும் என்பர்.

982. சான்றோர் தமது நற்குணமே தம் நலம் என்று கொள்ளுவர்.
வேறு எந்த நலனும் அதுபோல் நலம் என்று அவர் எண்ணுவதில்லை.

983. அன்பு, நாணம், உலகாசாரம், கருணை, உண்மை எனும் ஐந்தும்
நற்குணம் எனும் மண்டபத்தை தாங்கி நிற்கும் தூண்களாகும்.

984. கொல்லாமையைக் கடைப்பிடிக்கச் செய்யும் சங்கற்பம் தவம்
எனப்படும். பிறர் குறைகளை வெளிப்படக் கூற மறுத்தல் அதி
சிறந்த நற்குணமாகும்.

985. பணிவான ஒழுக்கமே வலியவரின் வல்லமையாகும். அதுவே
அறிவாளிகள் தம் பகைவரின் பகையை மாற்ற உதவும் கருவியாகும்.

986. தம்மில் இளிந்தவர் இடத்தும் தோல்வியை ஒப்புக் கொள்ளுதல்
ஒப்பிலா நற்குணத்துக்கு உரைகல் ஆகும்.

987. துன்பம் விவைத்தவருக்கும் நன்மை செய்யாவிடின்
ஒப்பிலா நற்குணத்தால் வரும் பயன் யாது?

988. யாவற்றையும் அறவே இழந்த வேளையும் தம் நற்குணம்
உறுதியாகக் கொண்டவர் சிறிதும் மதிப்பை இழக்கமாட்டார்.

989. ஊழிக்கால முடிவில் கடல்கள் கொந்தளித்துப் பெருக்கு
எடுத்தாலும் ஒப்பிலா நற்குணம் உடையோர் மாறாது ஒழுக்க
நெறியைக் கைப் பிடிப்பர்.

990. சான்றோரின் ஒப்பிலா நற்குணம் குறைபடுமானால் இப் பேருலகமே
தன் பாரத்தைத் தாங்க முடியாது.

Possession of Courtesy

991

They say if a man is easily accessible to everyone,
the virtue of courtesy will be easily accessible to him.

992

Loving kindness and birth in a good family—
these two are said to confer on one a gracious manner.

993

Resemblance among humans is not that their bodies look alike.
Real similarities come from similar traits of courtesy.

994

The world commends the civility of those
who combine fruitful effort and kindly benevolence.

995

Disparaging words are painful even when uttered in jest.
Hence, knowers of human nature are courteous even to enemies.

996

The world exists because civilized men exist.
Without them, it would collapse into mere dust.

997

Though their minds are as sharp as a wood rasp,
men without human decency are as wooden as a tree.

998

It is disgraceful to be discourteous towards others,
even to unfriendly fellows who treat you unjustly.

999

To those who cannot smile in joy, this wide world
lies engulfed in darkness, even in broad daylight.

1000

Great wealth amassed by men who lack sweet courtesy
is like good milk turned sour in an unclean vessel.

பண்பு உடைமை

991. எண்பதத்தால் எய்தல் எளிதென்ப யார்மாட்டும்
     பண்புடைமை என்னும் வழக்கு.

992. அன்புடைமை ஆன்ற குடிப்பிறத்தல் இவ்விரண்டும்
     பண்புடைமை என்னும் வழக்கு.

993. உறுப்பொத்தல் மக்களொப்பு அன்றால் வெறுத்தக்க
     பண்பொத்தல் ஒப்பதாம் ஒப்பு.

994. நயனொடு நன்றி புரிந்த பயனுடையார்
     பண்புபா ராட்டும் உலகு.

995. நகையுள்ளும் இன்னா திகழ்ச்சி பகையுள்ளும்
     பண்புள பாடறிவார் மாட்டு.

996. பண்புடையார்ப் பட்டுண்டு உலகம் அதுஇன்றேல்
     மண்புக்கு மாய்வது மன்.

997. அரம்போலும் கூர்மைய ரேனும் மரம்போல்வர்
     மக்கட்பண்பு இல்லா தவர்.

998. நண்பாற்றார் ஆகி நயமில செய்வார்க்கும்
     பண்பாற்றார் ஆதல் கடை.

999. நகல்வல்லர் அல்லார்க்கு மாயிரு ஞாலம்
     பகலும்பாற் பட்டன்று இருள்.

1000. பண்பிலான் பெற்ற பெருஞ்செல்வம் நன்பால்
     கலந்தீமை யால்திரிந் தற்று.

பண்பு உடைமை

991. எல்லோரிடமும் எளிமையும் கனிவும் தோன்ற வாழ்பவன்,
பண்புடைமை எனும் பெருங் குணத்தை மிக எளிதில் பெறுவான்.

992. அன்புடன் இணைந்த கருணை, உயர் குலத்தில் பிறத்தல் எனும்
இவ்விரண்டும் நற்பண்பை எவருக்கும் நல்கும் என்பர்.

993. மக்களிடம் காணப்படும் ஒப்புமை உடல்கள் ஒன்று போல் ஒன்று
இருத்தலால் வருவதன்று. உள்ளத்தில் பண்புடைமையால் ஒத்து
இருப்பதே உண்மையான ஒப்புமை ஆகும்.

994. இரக்க சிந்தனையுடன் பிறருக்குப் பயன்பட வாழும் மாந்தரின்
தனிப் பெரும் பண்பை உலகம் போற்றி நிற்கும்.

995. விளையாட்டாகவே இகழ்ந்து பேசினாலும் அது மற்றவருக்குத்
துன்பம் விளைவிக்கும். எனவே மனித சுபாவம் அறிந்தோர்
பகைவரோடும் பண்போடு பழகுவார்.

996. நற்பண்புடையோர் வாழ்வதால் உலகம் நிலை பெறுகின்றது. அவர்கள்
இல்லாவிடின் உலகம் வெறும் பொடிப் பொடியாக அழிந்து விடும்.

997. மக்கள்பால் பண்பு காட்டாதோர் கூர்மையான மதி நுட்பம்
பெற்றிருப்பினும் மரம் போலவே மனம் அற்றவராவார்.

998. நட்பு இல்லாமல் தீமை செய்யும் மக்களிடத்திலும் பண்புடன்
பழகாது இருத்தல் இழிவான செயலாகும்.

999. சிரித்து மகிழ்ந்து உறவாடத் தெரியாதவருக்கு உலகம் முழுதுமே
பட்டப் பகலிலும் இருள் சூழ்ந்து இருப்பது போலிருக்கும்.

1000. அன்பு செறிந்த பண்பாடில்லாதவரிடம் சேர்த்த பெருஞ் செல்வம்
அழுக்கான பாத்திரத்தில் புளித்துப் போன பாலுக்கு ஒப்பாகும்.

CHAPTER 101

Wealth That Benefits No One

1001

He who has amassed great wealth but does not enjoy it
is reckoned as dead, like his unused heap.

1002

Believing wealth is everything, yet giving away nothing,
the miser himself will be possessed by a miserable birth.

1003

The mere sight of men who lust after wealth,
caring nothing for renown, is a burden to the Earth.

1004

What could a man, unloved by even a single soul,
imagine he might leave to posterity?

1005

Amid millions heaped high, a man remains poor
if he neither gives away his wealth nor enjoys it himself.

1006

Vast wealth can be a wretched curse to one who
neither gladdens himself in its worth nor gives to the worthy.

1007

The wealth of a greedy man who gives nothing to the needy
is like the beauty of a maiden growing old unwed.

1008

The wealth of a man whom no heart loves
is like fruits on a poisonous tree in the heart of a village.

1009

He who casts out love and dharma and chooses self-denial
so wealth can pile high will see it seized by strangers.

1010

The short-lived poverty of a benevolent rich man
is like the temporary dryness of a bountiful rain cloud.

நன்றி இல் செல்வம்

1001. வைத்தான்வாய் சான்ற பெரும்பொருள் அஃதுண்ணான்
      செத்தான் செயக்கிடந்தது இல்.

1002. பொருளானாம் எல்லாமென்று ஈயாது இவறும்
      மருளானாம் மாணாப் பிறப்பு.

1003. ஈட்டம் இவறி இசைவேண்டா ஆடவர்
      தோற்றம் நிலக்குப் பொறை.

1004. எச்சமென்று என்எண்ணுங் கொல்லோ ஒருவரால்
      நச்சப் படாஅ தவன்.

1005. கொடுப்பதூஉம் துய்ப்பதூஉம் இல்லார்க்கு அடுக்கிய
      கோடியுண் டாயினும் இல்.

1006. ஏதம் பெருஞ்செல்வம் தான்துவ்வான் தக்கார்க்கொன்று
      ஈதல் இயல்பிலா தான்.

1007. அற்றார்க்கொன்று ஆற்றாதான் செல்வம் மிகநலம்
      பெற்றாள் தமியள்மூத் தற்று.

1008. நச்சப் படாதவன் செல்வம் நடுவூருள்
      நச்சு மரம்பழுத் தற்று.

1009. அன்பொரீஇத் தற்செற்று அறநோக்காது ஈட்டிய
      ஒண்பொருள் கொள்வார் பிறர்.

1010. சீருடைச் செல்வர் சிறுதுனி மாரி
      வறங்கூர்ந் தீனயது உடைத்து.

பயன்படாச் செல்வம்

1001. பெருஞ் செல்வத்தைத் தேடி வைத்து அனுபவியாது இருப்பவன்
பயன் இல்லாத அவன் செல்வக் குவியல் போலவே செத்தவனாகக்
கணிக்கப்படுவான்.

1002. செல்வமே எல்லாம் தரும் என எண்ணிச் சிறிதும் பிறர்க்குக்
கொடாத உலோபிக்கு இழிவான பிறவி வந்து சேரும்.

1003. புகழை விரும்பாது செல்வம் சேர்த்து வைப்பதில் மட்டும்
பேராசை கொண்டவர் நிலத்திற்குப் பெரும் பாரமாவார்.

1004. எவரும் நேசியாத தனி ஒருவன் தன் வருங்காலச் சந்ததிக்கு
விட்டுச் செல்லலாம் என எண்ண என்ன தான் உண்டு.

1005. வேண்டியவருக்கும் உதவாமல் தாழும் அனுபவியாமல் உள்ள
ஒருவன் கோடி கோடியாகக் குவித்து வைத்திருந்தாலும் ஒன்றுமே
இல்லாத வறியவனாவான்.

1006. செல்வத்தின் பயனைத் தானும் அனுபவியாது வேண்டியவருக்கும்
உதவாது விடுபவனுக்கு அது ஒரு சாபக் கேடாகவே இருக்க
முடியும்.

1007. பேராசை பிடித்த ஒருவன் வேண்டியவருக்கு வழங்காத செல்வம்
அழகி ஒருத்தி கன்னியாகவே இருந்து முதுமை அடைதல் போல்
ஆகும்.

1008. எவரும் விரும்பாதவன் செல்வம் ஊரின் நடுவில் நிற்கும்
நச்சு மரத்தின் பழம் போன்றது.

1009. செல்வப் பெருக்கையே நினைத்து அன்பும் தரும நெறியும்
கைவிட்டுத் தானும் அனுபவியாது விடுபவன் பொருளை முடிவில்
அன்னியரே அனுபவிப்பர்.

1010. வாரி வழங்கும் செல்வன் சிலகாலம் வறியவனாகுதல் மழை பெய்யும்
கருமேகம் சில போது நீர் குறைந்து வெண்மேகம் ஆவது
போன்றதே.

Possession of Modesty

1011

For fair-faced maidens, modesty means bashfulness,
but the deeper modesty shies away from shameful karmas.

1012

Food, clothing and such do not differ much among people;
what distinguishes good men from others is modesty.

1013

All life clings to a body;
perfect goodness clings to all that is modest.

1014

Is not modesty a jewel adorning perfect men?
Without it, is not their strut an awful blemish to behold?

1015

The world decrees that men who are as ashamed
by others' disgrace as by their own are modesty's fondest home.

1016

The great would rather hold themselves behind
modesty's barricade than breach it to acquire the vast world.

1017

Those who prize unpretentiousness will forsake life to preserve it.
But they never forsake modesty for the sake of life.

1018

If a man does not feel ashamed of what makes others feel ashamed,
virtue itself will be ashamed of him.

1019

Failing to observe good conduct, one sets his family on fire.
Living in shamelessness, he incinerates everything good.

1020

The movements of men devoid of modesty mock life,
like wooden puppets suspended on a string.

நாண் உடைமை

1011. கருமத்தால் நாணுதல் நாணுந் திருநுதல்
நல்லவர் நாணுப் பிற.

1012. ஊணுடை எச்சம் உயர்க்கெல்லாம் வேறல்ல
நாணுடைமை மாந்தர் சிறப்பு.

1013. ஊனைக் குறித்த உயிரெல்லாம் நாண்என்னும்
நன்மை குறித்தது சால்பு.

1014. அணிஅன்றோ நாணுடைமை சான்றோர்க்கு அஃதின்றேல்
பிணிஅன்றோ பீடு நடை.

1015. பிறர்பழியும் தம்பழியும் நாணுவார் நாணுக்கு
உறைபதி என்னும் உலகு.

1016. நாண்வேலி கொள்ளாது மன்னோ வியன்ஞாலம்
பேணலர் மேலா யவர்.

1017. நாணால் உயிரைத் துறப்பார் உயிர்ப்பொருட்டால்
நாண்துறவார் நாணாள் பவர்.

1018. பிறர்நாணத் தக்கது தான்நாணா னாயின்
அறம்நாணத் தக்கது உடைத்து.

1019. குலஞ்சுடும் கொள்கை பிழைப்பின் நலஞ்சுடும்
நாணின்மை நின்றக் கடை.

1020. நாண்அகத் தில்லார் இயக்கம் மரப்பாவை
நாணால் உயிர்மருட்டி அற்று.

வெட்கம் உடைமை

1011. அழகிய கன்னியருக்கு இயல்பான நாணம் தவிர அதனிலும்
மேலாகத் தன்னடக்கம் கொண்டு தகாத செயலுக்குநாணுவதே
நாணமாகும்.

1012. உணவு, உடை இன்னும் மற்றவை எல்லா மக்களுக்கும்
பொதுவானவை. நல்லவரை ஏனையோரில் இருந்து சிறப்பாக
வேறுபடுத்துவது அவருடைய நாணமாகும்.

1013. உயிர்கள் யாவும் உடலோடு ஒட்டி நிற்கும். குற்றம் இல்லாத
செம்மை என்பது நாணத்தோடு சேர்ந்து விளங்கும்.

1014. நற்குணம் உடையோருக்கு நாணம் ஓர் அணிகலன் அது
இல்லாவிட்டால் பார்ப்பவருக்கு அவருடைய பெருமித நடை ஒரு
பிணி போலவே தோன்றும்.

1015. பிறருக்கு வரும் பழியையும் தமக்கு விளையும் பழியையும்
அஞ்சுபவர் நாணத்தின் இருப்பிடம் என்று உலகம் கூறும்.

1016. உயர்ந்தவர் தம்மைக் காக்கும் வேலியாக நாணத்தைக் கொள்வரே
அன்றி உலகையே தம் உடைமை ஆக்கவும் நாணத்தைக்
கைவிடமாட்டார்.

1017. நாணம் மிகுந்தவர் அதனைப் பேணத் தம் உயிரையே விடுவர்,
ஆனால் உயிரைக் காக்க நாணத்தைக் கைவிட மாட்டார்.

1018. பிறர் கண்டு நாணுவதை ஒருவன் தான் கண்டு நாணாமல்
இருந்தால், அறம் அவனைக் கண்டு நாணி விலகும்.

1019. நல்லெலழுக்கத்தில் தவறுபவனின் குடும்பமே கெட்டொழியும்.
நாணம் இல்லாது வாழ்பவன் நல்லன எல்லாம் அழித்திடுவான்.

1020. நாணம் அற்றார் உலகில் நடமாடுவது கயிறு கட்டி ஆட்டப்படும்
மரப்பாவைகளின் போலிக் கூத்துப் போலாகும்.

Advancing the Community

1021

No greater dignity exists than when a man resolutely declares,
"I will never cease in laboring to fulfill my karmas."

1022

One prolongs his clan by prolonged exertion in
both perseverance and sound understanding.

1023

When a man vows to advance his community,
God Himself will wrap His robes and lead the way.

1024

When a man's effort to raise his community high is unremitting,
his work will prosper on its own, even if he makes no plans.

1025

The world will surround and befriend him
who, without fault, lives to advance his community.

1026

It is said that true manliness consists in becoming
head and provider of the clan one was born into.

1027

As on a battlefield the burden falls upon the brave,
in the community weight is carried by the most competent.

1028

Those seeking to improve their clan await no season,
for delays and undue regard for dignity will destroy it.

1029

When a man shields his family from every suffering,
doesn't his body become a vessel filled with their afflictions?

1030

Without good men to hold it up, the family home will fall
the moment misfortune's axe comes down.

குடிசெயல் வகை

1021. கருமம் செயஒருவன் கைதூவேன் என்னும்
பெருமையின் பீடுடையது இல்.

1022. ஆள்வினையும் ஆன்ற அறிவும் எனஇரண்டின்
நீள்வினையால் நீளும் குடி.

1023. குடிசெய்வல் என்னும் ஒருவற்குத் தெய்வம்
மடிதற்றுத் தான்முந் துறும்.

1024. சூழாமல் தானே முடிவெய்தும் தம்குடியைத்
தாழாது உஞற்று பவர்க்கு.

1025. குற்றம் இலனாய்க் குடிசெய்து வாழ்வானைச்
சுற்றமாச் சுற்றும் உலகு.

1026. நல்லாண்மை என்பது ஒருவற்குத் தான்பிறந்த
இல்லாண்மை ஆக்கிக் கொளல்.

1027. அமரகத்து வன்கண்ணர் போலத் தமரகத்தும்
ஆற்றுவார் மேற்றே பொறை.

1028. குடிசெய்வார்க் கில்லை பருவம் மடிசெய்து
மானங் கருதக் கெடும்.

1029. இடும்பைக்கே கொள்கலம் கொல்லோ குடும்பத்தைக்
குற்ற மறைப்பான் உடம்பு.

1030. இடுக்கண்கால் கொன்றிட வீழும் அடுத்தூன்றும்
நல்லாள் இலாத குடி.

குடிமக்கள் நலம் உயரச் செய்தல்

1021. எடுத்த கருமங்களை நிறைவேற்ற இடையறாது உழைப்பேன் என
உறுதியோடு கூறி அவ்வாறு நடப்பதைப் போல் பெருமை
கொடுப்பது வேறெதுவும் இல்லை.

1022. விடா முயற்சியும் ஆழ்ந்த அறிவும் கொண்டு சலியாது உழைப்பவன்
குடி உயர்ந்து சிறப்படையும்.

1023. தன் குலம் தழைத்தோங்க ஒருவன் உறுதி கொண்டால் தெய்வம்
தானே வரிந்து கட்டிக் கொண்டு வந்து நின்று உதவி செய்யும்.

1024. தன்குலம் மேலும் உயர ஓயாது உழைப்பவனின் முயற்சி அவனே
திட்டம் ஏதும் வகுத்திராவிடினும் தானே நிறைவு பெறும்.

1025. குற்றம் செய்யாது தன் குலம் உயர வாழ்பவனை உலகில் வாழ்வோர்
தம் சுற்றமாகத் தேர்ந்து கொண்டாடுவர்.

1026. தான் பிறந்த குலத்திற்கு வழிகாட்டித் தலைமை ஏற்று
வாழ்தலே உண்மையான ஆண்மையுடைமை ஆகும்.

1027. போர்க்களத்தில் நடப்பது போலவே மக்கள்
குலத்திலும் ஆற்றல் மிக்காரே பொறுப்பு எடுத்துச் செயல் புரிவர்.

1028. தம் குலத்தின் உயர்வுக்கு உழைப்பவர் நேர காலம் வரக்
காத்திருப்பது இல்லை. தம் மதிப்பைப் பெரிதாகக் கருதி காலம்
தாழ்த்துவதால் குலத்தின் பெருமை அழியும் என்று அவர் அறிவர்.

1029. தன்குடும்பத்துக்கு வரும் துன்பங்களைத் தடுத்துக் காப்பவன்
உடல் துன்பத்துக்கே இருப்பிடம் ஆகிறது அல்லவோ?

1030. ஒர குடும்பத்தைக் காக்க வல்ல நல்லவர் இல்லாமல் போனால்
துன்பம் வந்து சாடும் போது அக் குடும்பமே மாழ்கி மடிந்து விடும்.

Farming

1031

Wherever it may wander, the world follows the farmer's plow.
Thus despite all its hardships, farming is the foremost occupation.

1032

Farmers are the linchpin of the world, for they support all
who take up other work, not having the strength to plow.

1033

Those who live by the plow live in self-sufficiency.
All others lean on them to simply subsist.

1034

Those whose fields lie shaded by abundant sheaves of grain
will see many nations overshadowed by their own.

1035

Those who eat food harvested with their own hands
will never beg and never refuse a beggar's outstretched palm.

1036

When plowers of the fields stand idly with folded arms,
even desireless ascetics will not last long.

1037

If soil is dried so that one ounce shrinks to one-quarter ounce,
fruitful yields will not require a single handful of fertilizer.

1038

It is better to fertilize than to furrow a field. After weeding,
it is more important to watch over a field than even to water it.

1039

If the lord of the land fails to visit his fields,
they will sulk as surely as a neglected wife.

1040

Mother Earth laughs when she sees
lazy men crying, "We are so poor."

உழவு

1031. சுழன்றும்ஏர்ப் பின்னது உலகம் அதனால்
உழந்தும் உழவே தஃலை.

1032. உழுவார் உலகத்தார்க்கு ஆணிஅஃ தாற்றாது
எழுவாரை எல்லாம் பொறுத்து.

1033. உழுதுண்டு வாழ்வாரே வாழ்வார்மற் றெல்லாம்
தொழுதுண்டு பின்செல் பவர்.

1034. பலகுடை நீழலும் தங்குடைக்கீழ்க் காண்பர்
அலகுடை நீழ லவர்.

1035. இரவார் இரப்பார்க்கொன்று ஈவர் கரவாது
கைசெய்தூண் மாஃல யவர்.

1036. உழவினார் கைம்மடங்கின் இல்ஃல விழைவதூஉம்
விட்டேம்என் பார்க்கும் நிஃல.

1037. தொடிப்புழுதி கஃசா உணக்கின் பிடித்தெருவும்
வேண்டாது சாலப் படும்.

1038. ஏரினும் நன்றால் எருவிடுதல் கட்டபின்
நீரினும் நன்றதன் காப்பு.

1039. செல்லான் கிழவன் இருப்பின் நிலம்புலந்து
இல்லாளின் ஊடி விடும்.

1040. இலமென்று அசைஇ இருப்பாரைக் காணின்
நிலமென்னும் நல்லாள் நகும்.

உழவு

1031. உலக மக்கள் எத்தனையோ தொழில்கள் செய்தாலும் உலகம் உழவர் தரும் பயிரைச் சார்ந்தே இருக்கின்றது. எனவே பயிரிடுதல் கடினமானதாய் இருப்பினும் அதுவே தலையாய தொழிலாகும்.

1032. உழவை மேற்கொள்ள முடியாது பிற தொழில்களைச் செய்வாருக்கு அது ஆதரவாய் இருப்பதால் உழவர் உலகத்தாருக்கு அச்சாணி போல்வர்.

1033. பயிர் விளைத்து வாழும் மக்கள் தாமே சுதந்திரமாய் வாழ்வார். ஏனையோர் உயிர் வாழ்வதற்கு உழவரைச் சார்ந்தே இருப்பர்.

1034. தானியம் மிக விளையும் வயல்களை உடையோர் தம் நாடு பிற தேசங்களிலும் மேலானதாக இருக்கக் காண்பர்.

1035. தாமே பயிர் செய்து உண்டு வாழ்வோர் பிறரிடம் இரந்து கேட்கவும் மாட்டார், கை நீட்டி இரப்பார்க்கு மறுக்கவும் மாட்டார்.

1036. பயிர் செய்வோர் தம் தொழில் செய்யாது கை மடக்கி சும்மா நின்றால் விருப்பு வெறுப்பு அற்ற துறவிகளும் தொடர்ந்து வாழ முடியாது.

1037. பயிர் செய்யும் மண் நான்கில் ஒன்றாகப் பொடிந்து சுருங்கும்படி நன்றாக உழுது காயவிட்டால் ஒரு பிடி எருவும் தேவைப்படாமல் விளைச்சல் செழிப்பாக இருக்கும்.

1038. வயலை உழுதபின் எரு இடுவதும், களை பிடுங்கி நீர் பாய்ச்சிய பின் பயிரைக் காவல் செய்து வருவதும் மிக நல்ல பயன் தரும்.

1039. வயலின் சொந்தக்காரன் தன் வயல்களைச் சென்று பார்த்துக் கவனித்து வரா விட்டால் அவை புறக்கணித்த மனைவி முகஞ் சுளித்து இருப்பது போல் தரிசாகி விடும்.

1040. நாம் வறியவர் என்று சொல்லி சோர்ந்து இருக்கும் சோம்பேறிகளின் மடைமை கண்டு நிலமகள் சிரித்துக் கொள்வாள்.

Poverty

1041

Ask what is more miserable than being poor,
and the answer comes—only poverty pains like poverty.

1042

Poverty, the cruelest of demons, deprives a man
of every joy in this life, then takes them from the next life.

1043

Craving, another name for poverty, will obliterate at once
ancestral honor and dignity of speech.

1044

Privation produces unmindfulness, which gives birth
to improper words, even in men of proper birth.

1045

Poverty is that single sorrow which
gives rise to a multitude of miseries.

1046

Even when the poor perceive profoundly and speak skillfully,
their most meaningful words are always forgotten.

1047

He who is impoverished and estranged from virtue will be
regarded as a stranger even by his own mother.

1048

Will the wretched poverty that nearly
killed me yesterday come again today?

1049

Men may slumber even in the midst of fire,
but none can find repose in the midst of poverty.

1050

Lacking a morsel of food, a man may either
slay every desire or kill off his neighbor's salt and rice broth.

நல்குரவு

1041. இன்மையின் இன்னாதது யாதெனின் இன்மையின்
இன்மையே இன்னா தது.

1042. இன்மை எனவொரு பாவி மறுமையும்
இம்மையும் இன்றி வரும்.

1043. தொல்வரவும் தோலும் கெடுக்கும் தொகையாக
நல்குரவு என்னும் நசை.

1044. இற்பிறந்தார் கண்ணேயும் இன்மை இளிவந்த
சொற்பிறக்கும் சோர்வு தரும்.

1045. நல்குரவு என்னும் இடும்பையுள் பல்குரைத்
துன்பங்கள் சென்று படும்.

1046. நற்பொருள் நன்குணர்ந்து சொல்லினும் நல்கூர்ந்தார்
சொற்பொருள் சோர்வு படும்.

1047. அறஞ்சாரா நல்குரவு ஈன்றதா யானும்
பிறன்போல நோக்கப் படும்.

1048. இன்றும் வருவது கொல்லோ நெருநலும்
கொன்றது போலும் நிரப்பு.

1049. நெருப்பினுள் துஞ்சலும் ஆகும் நிரப்பினுள்
யாதொன்றும் கண்பாடு அரிது.

1050. துப்புர வில்லார் துவரத் துறவாமை
உப்பிற்கும் காடிக்கும் கூற்று.

வறுமை

1041. ஒருவனுக்கு வறுமை போல் கொடியது என்ன என்று கேட்டால்
வறுமை போல் கொடியது வறுமையே வேறு ஒன்றுமில்லை.

1042. வறுமை எனும் கொடும்பாவி ஒருவன் இப்பிறவியிலும் மறு
பிறவியிலும் ஒரு இன்பமும் பெறாமல் தடுத்துவிடும்.

1043. வறுமை எனும் தீராத ஆசை தொன்று தொட்டு வந்த குலப்
பெருமையையும் பேச்சின் பெருமதிப்பையும் ஒருங்கே கெடுத்து
விடும்.

1044. பெருங் குடியிற் பிறந்தவரிடத்தும் வறுமை எனும் நோய் இழிவான
பேச்சையும் சோம்பலையும் கொடுக்கும்.

1045. வறுமை என்னும் ஒரு துன்பமே பலவிதக் கொடுமைகளையும்
கொண்டு வந்து சேர்த்து விடும்.

1046. சிறந்த கருத்துக்களை உணர்ந்து சீராக எடுத்துரைத்தாலும்
வறியவர் கூறும் விளக்கம் பயனில்லாது முடியும்.

1047. வறுமையில் அகப்பட்டு அறநெறியில் தவறுபவனைப் பெற்று எடுத்த
தாயும் அங்கியனாகக் கருதுவாள்.

1048. நேற்று என்னைக் கொல்லும் அளவுக்கு வந்த வறுமை இன்றும்
வந்திடுமோ? என் செய்வேன்.

1049. சுட்டெரிக்கும் நெருப்பிலும் நித்திரை செய்யலாம். ஆனால்
வறுமையின் கொடுமையில் எவரும் கண்ணயர முடியாது.

1050. ஒரு கவளம் சோறும் இல்லாதார் ஆசைகளை அறவே துறக்க
வேண்டும். அல்லது அயலார் கஞ்சியையும் உப்பையும் குடிக்க
வேண்டும்.

Begging

1051

If you meet a man of means, by all means beg his help.
If he refuses, the fault is his, not yours.

1052

Even begging can prove pleasurable
when what is begged for comes with no sense of burden.

1053

Begging has its own beauty when one supplicates
before dutiful men whose hearts never say no.

1054

There are men who never deny a request, even in their dreams.
Begging from them is the same as giving.

1055

Because men do exist on Earth who never begrudge giving,
others dare to plead their needs before men's gaze.

1056

The miseries of begging will flee at the mere sight
of those who are free from refusal's miserable manners.

1057

A jubilant heart rejoices upon seeing
those who give without scoffing or scorning.

1058

Deprived of beggars, this vast and verdant Earth would
become uncharitable, a ball for the play of wooden puppets.

1059

What glory would generous men enjoy
if there were none to beg for and receive their gifts?

1060

One who begs and is refused should not be angry,
for his own poverty is sufficient proof of giving's limits.

இரவு

1051. இரக்க இரத்தக்கார்க் காணின் கரப்பின்
      அவர்பழி தம்பழி அன்று.

1052. இன்பம் ஒருவற்கு இரத்தல் இரந்தவை
      துன்பம் உறாஅ வரின்.

1053. கரப்பிலா நெஞ்சின் கடனறிவார் முன்நின்று
      இரப்புமோ ரேர் உடைத்து.

1054. இரத்தலும் ஈதலே போலும் கரத்தல்
      கனவிலும் தேற்றாதார் மாட்டு.

1055. கரப்பிலார் வையகத்து உண்மையால் கண்ணின்று
      இரப்பவர் மேற்கொள் வது.

1056. கரப்பிடும்பை யில்லாரைக் காணின் நிரப்பிடும்பை
      எல்லாம் ஒருங்கு கெடும்.

1057. இகழ்ந்தெள்ளாது ஈவாரைக் காணின் மகிழ்ந்துள்ளம்
      உள்ளுள் உவப்பது உடைத்து.

1058. இரப்பாரை இல்லாயின் ஈர்ங்கண்மா ஞாலம்
      மரப்பாவை சென்றுவந் தற்று.

1059. ஈவார்கண் என்னுண்டாம் தோற்றம் இரந்துகோள்
      மேவார் இலாஅக் கடை.

1060. இரப்பான் வெகுளாமை வேண்டும் நிரப்பிடும்பை
      தானேயும் சாலும் கரி.

இரவு

1051. பிச்சை கேட்க வேண்டுமானால் பொருள் உள்ளவரைக் கேட்க.
அவர் இல்லை என்று மறுத்தால் பழி அவரையே சாரும்.
கேட்பவரை அன்று.

1052. இரந்து கேட்ட பொருள், கொடுப்பவர் மனம் கோணாது
கொடுத்தால் பிச்சை கேட்பதுமே இன்பம் தர வாய்ப்பு உண்டு.

1053. கடமை அறிந்து இல்லை என்று சொல்லாதாரிடம்
பிச்சை கேட்பதும் வறியோர்க்கு அழகாகும்.

1054. இரந்தவர் வேண்டுவதை கனவில் கூட மறுக்காதவர்
இருக்கின்றனர். அவரிடம் பிச்சை கேட்பது பிறருக்குக்
கொடுப்பதற்குச் சமமாகும்.

1055. தம்மிடம் உள்ளதை இல்லை என மறுக்காதவர் இவ்வுலகில்
இருப்பதாலே அவர் முன் நின்று இரத்தல் சாத்தியமாகின்றது.

1056. உள்ளதை இல்லை என்று மறுக்கும் இழிவான பழக்கம்
இல்லாதவரைக் கண்டதுமே இரப்பதால் வரும் துன்பம் அகன்று
விடும்.

1057. ஒதுக்கி இழிவாகப் பேசாமல் கொடுப்போரைக் கண்டால்
பிச்சை கேட்பவர் மனது மகிழ்ச்சி அடையும்.

1058. பிச்சை கேட்பார் இல்லையானால் பசுமை நிறைந்த இந்த உலகம்
மரப்பாவைகள் இயங்கும் மேடை ஆகி விடும்.

1059. பிச்சை கேட்டு நன் கொடைகள் பெறுவதற்கு எவருமில்லை எனில்
கொடை வள்ளல்கள் எவ்வாறு புகழ் பெறுவர்?

1060. ஒருவனது வறுமையே கொடை அளிப்பதற்குத் தக்க சான்றாக
இருப்பதால் பிச்சை எடுப்பவன் கேட்பது தனக்குக் கிடைக்காத
போதும் கோபங் கொள்ளல் ஆகாது.

Dread of Begging

1061

It is ten million times better not to beg, even from those
precious men whose joy is giving and who thus never refuse.

1062

Were it the World-Creator's wish for men to live by begging,
men might wish that He, too, die a wandering beggar.

1063

There is no greater foolhardiness than to say,
"I shall end the pains of poverty by begging."

1064

This entire world is too small to contain the dignity of men
who will not stoop to beg, even in the direst destitution.

1065

Though it is only gruel, thin as water, nothing is more savory
than food that is earned by the labor of one's own hands.

1066

The tongue finds nothing more distasteful than begging,
even just to beg drinking water for a cow.

1067

This I beg of all beggars:
"If you must beg, beg not from misers."

1068

The unsturdy ship called begging will break apart
the moment it crashes against the rock of refusal.

1069

Thoughts of a beggar's plight melt the heart.
Thoughts of refusals he receives crush it completely.

1070

Having said "no" to a beggar, knowing it might kill the poor man,
where is a miser going to hide from his word?

இரவு அச்சம்

1061. கரவாது உவந்தீயும் கண்ணன்னார் கண்ணும்
      இரவாமை கோடி உறும்.

1062. இரந்தும் உயிர்வாழ்தல் வேண்டின் பரந்து
      கெடுக உலகியற்றி யான்.

1063. இன்மை இடும்பை இரந்துதீர் வாமென்னும்
      வன்மையின் வன்பாட்ட தில்.

1064. இடமெல்லாம் கொள்ளாத் தகைத்தே இடமில்லாக்
      காலும் இரவொல்லாச் சால்பு.

1065. தெண்ணீர் அடுபுற்கை ஆயினும் தாள்தந்தது
      உண்ணிலின் ஊங்கினிய தில்.

1066. ஆவிற்கு நீரென்று இரப்பினும் நாவிற்கு
      இரவின் இளிவந்த தில்.

1067. இரப்பன் இரப்பாரை எல்லாம் இரப்பின்
      கரப்பார் இரவன்மின் என்று.

1068. இரவென்னும் ஏமாப்பில் தோணி கரவென்னும்
      பார்தாக்கப் பக்கு விடும்.

1069. இரவுள்ள உள்ளம் உருகும் கரவுள்ள
      உள்ளதூஉம் இன்றிக் கெடும்.

1070. கரப்பவர்க்கு யாங்கொளிக்கும் கொல்லோ இரப்பவர்
      சொல்லாடப் போஉம் உயிர்.

இரவு அச்சம்

1061. ஒருபோதும் மறுக்காது களிப்புடன் கொடுக்கும் உயர்
குணமுடையாரிடத்தும் பிச்சை கேட்பதை விடக் கேட்காமல்
விடுதல் கோடி மடங்கு நல்லது.

1062. மக்கள் பிச்சை எடுத்தே வாழ வேண்டும் என்பது இவ்வுலகைப்
படைத்தவன் விருப்பமாய் இருந்தால், அவனும் இரப்பாரைப்போல்
அலைந்து கெட வேண்டும் என்று மனிதர் நினைக்க இடமுண்டு.

1063. வறுமையால் வந்தத் துன்பத்தைப் பிச்சை எடுத்துத் தீர்ப்போம்
என்று எண்ணி முயற்சி செய்யாது இருத்தலிலும் அறியாமை
வேறில்லை.

1064. வறுமை வந்து உறுத்தும் வேளையும் பிச்சை கேட்காத நல்ல
மக்களின் பண்பு, உலகினுள் அடங்க முடியாத சிறப்பு
உடையதாகும்.

1065. தன் உழைப்பால் கிடைத்தது கஞ்சிதான் எனினும் அதைவிட
இனியது வேறு எதுவும் இல்லை.

1066. கேட்பது பசுவிற்கு நீர் ஆனாலும் அவ்வாறு இரந்து கேட்டுப்
பெறுவதை விடப் பெரிய மானக் கேடு வேறு எதுவுமில்லை.

1067. பிச்சை கேட்க வேண்டிய நிலைமை ஏற்படின், உலோபிகளிடம்
பிச்சை கேட்க வேண்டாம் என்பதே எனது வேண்டுகோள்.

1068. பிச்சை என்னும் வலிமையற்ற தோணி மறுத்தல் எனும்
கற்பாறையில் மோத உடைந்து விடும்.

1069. பிச்சை வேண்டுவோரைக் கண்டால் நல்லவர் மனம் உருகும்.
இருப்பதை இல்லை என்பாரைக் கண்டால் நெஞ்ச கல்லாகி விடும்.

1070. இல்லை என்றதும் இரந்து நிற்பவர் உயிர் நீங்கி விடும் என்பது
அறிந்தும் இருப்பதை இல்லை என்பார் உயிர் எங்கு தான் ஒளிந்து
நிற்குமோ?

Baseness

1071

Outwardly, vile men resemble human beings.
We have never witnessed such a remarkable likeness.

1072

The low-minded are happier than men who know goodness,
for they are never troubled by the pangs of conscience.

1073

Wicked rogues resemble the Gods,
for they, too, live doing whatever they want.

1074

When a vile man meets a wicked one, he will outdo him
in his vices and pride himself on the achievement.

1075

Fear is the primary force motivating base men.
Besides that, the desire for gain may motivate them—a little.

1076

Base men are like a bass drum, sounding off
to others every secret they happen to hear.

1077

Some men are too crude to even shake the water off their just-washed
hands, except for those who could break their jaw with a fist.

1078

Worthy men yield their gifts when told of a need, but like sugarcane,
base men give only when crushed and squeezed.

1079

Let a base man behold others dressing and dining well,
and instantly their faults are all that he can see.

1080

Is there anything for which lowly men are suited? Well,
when crises come, they are the first to offer themselves for sale!

கயமை

1071. மக்களே போல்வர் கயவர் அவரன்ன
ஒப்பாரி யாங்கண்ட தில்.

1072. நன்றறி வாரிற் கயவர் திருவுடையர்
நெஞ்சத்து அவலம் இலர்.

1073. தேவர் அனையர் கயவர் அவருந்தாம்
மேவன செய்தொழுக லான்.

1074. அகப்பட்டி ஆவாரைக் காணின் அவரின்
மிகப்பட்டுச் செம்மாக்கும் கீழ்.

1075. அச்சமே கீழ்களது ஆசாரம் எச்சம்
அவாவுண்டேல் உண்டாம் சிறிது.

1076. அறைபறை அன்னர் கயவர்தாம் கேட்ட
மறைபிறர்க்கு உய்த்துரைக்க லான்.

1077. ஈர்ங்கை விதிரார் கயவர் கொடிறுடைக்கும்
கூன்கையர் அல்லா தவர்க்கு.

1078. சொல்லப் பயன்படுவர் சான்றோர் கரும்புபோல்
கொல்லப் பயன்படும் கீழ்.

1079. உடுப்பதூஉம் உண்பதூஉம் காணின் பிறர்மேல்
வடுக்காண வற்றாகும் கீழ்.

1080. எற்றிற் குரியர் கயவரொன்று உற்றக்கால்
விற்றற்கு உரியர் விரைந்து.

கயமை

1071. இழிவான இயல்புடையோர் புறத் தோற்றத்தில் மக்களைப் போல் இருப்பர். இது போன்ற ஒப்புமையை யாம் எங்கும் கண்டதில்லை.

1072. நன்மையைச் செய்பவரை விட இழிவுள்ளம் உடையோர் மகிழ்வுடன் வாழ்வர். மனச்சாட்சி என்பது அவர் உள்ளத்தை என்றுமே உறுத்துவது இல்லை.

1073. கொடிய கயவரும் தாம் விரும்பிய வாறே எதனையும் செய்து நெடுங்காலம் வாழ்தலால் அவரும் தேவரைப் போன்றவர்.

1074. கீழ் மகன் தன்னிலும் கொடியவனைச் சந்தித்தால், அவனிலும் கொடுரச் செயல்களைப் புரிந்து தானே பெருமிதம் கொள்வான்.

1075. கீழ் மக்களைத் தூண்டுவது அவர் கொண்டுள்ள பயமே. அது தவிர இலாபம் வருவதில் ஆசை கொள்வதும் அவருக்குத் தூண்டு கோலாகும்.

1076. கீழ் மக்கள் தாம் அறிந்த இரகசியங்களைப் பிறருக்குச் சொல்லித் திரிவதால் அவர்கள் பறை முரசைப் போன்றவர்.

1077. கன்னத்தில் அறைந்து பல்லை உடைப்பவருக்குப் பயந்தாலன்றி கயவர் வேறெவருக்கும் எச்சிற்கையைக் கூட உதற மாட்டார்.

1078. மேல் மக்கள் பிறர் குறையைக் கேட்ட உடனே உதவி செய்வர். கீழ் மக்களின் உதவி கரும்புச் சாற்றைப் போல் பிழிந்து எடுத்தால் தான் கிடைக்கும்.

1079. கீழ் மக்கள் பிறர் நன்றாக உடுப்பதும் உண்பதும் கண்டால் பொறாமை கொண்டு அவர்களிடம் உள்ள குறைகளை மட்டுமே காண்பர்.

1080. கீழ் மக்கள் எவ்வகையில் பயன்படுவார் எனின், தமக்கு நெருக்கடியான நிலைமை வரும்போது தம்மையே பிறருக்கு விற்கத் தயங்க மாட்டார்.

Conclusion

Mutivurai

முடிவுரை

W E HAVE TAKEN GREAT PLEASURE IN PRESENTING THIS EDITION TO THE WORLD OF SEEKERS FOR A BETTER LIFE. HEEDING THE WISDOM HEREIN IS A dharma that has been tried and tested century after century. after century. Decision-making in planning the future and understanding the past while living in the present is made easy through these 1,080 verses. All who look to India as the land of spirituality will find here the best of the East augmenting the best of the West, making a wholesome whole in claiming the weaver's wisdom as their own lifestyle. There is a new age ahead, and we are certain that the Tamil people, and those who have chosen to live as they once lived, will take a needed and welcome lead. We here at our Hawaiian ashram base our decisions, which are many and made daily, upon the weaver's precepts. By doing so, a concise and precise governing body, otherwise imperceptible, gives consistent advice to followers worldwide. As the hereditary guru of the Jaffna Tamil community of Sri Lanka—now in diaspora as refugees flee because of war—my decisions for community welfare and future development made on the *Tirukural's* understanding of dharma keep decision-making consistent with priests and elders in over twenty nations where we have established temples and encouraged traditional ways of worship and culture. For a new age to really be a new age, two things must happen: first, spiritual leaders must be strong enough to influence community leaders by example and unfailing advice; and second, corporal punishment must end and harmony must exist in every school and home.

Glossary

Sollakaraati

சொல்லகராதி

𝕬 *adheenam*: ஆதீனம் "Ownership, possession, dependence; endowment, foundation, institution;" Saiva monastery. A Saivite Hindu monastery-temple complex in the South Indian, Saiva Siddhanta tradition. The *aadheenam* head, or pontiff, is called the *Guru Mahasannidhanam* or *aadheenakartar,* who traditionally consecrates the scepter of the *maharaja* through sacred ceremony. See: *Hinduism, Śaiva Siddhanta, sannidhanam.*

abide: To live or remain in a place; to endure or dwell.

abound: To exist in great numbers or quantity. —**to abound in:** to have in great numbers or quantity.

Abrahamic religions: The three religions: Judaism, Christianity and Islam, which descend from the lineage of Abraham, originating in the Middle East. They are all based in the Biblical tradition, which holds that God and man are eternally separate.

accessible: Easy to approach.

accumulate: To amass, cause to accrue, or gather.

accursed: Under a curse; doomed and ill-fated.

achieve: To accomplish or attain. —**achievement:** accomplishment or attainment.

acknowledge: Give recognition to; admit the truth or worth of.

acre: An area of land measuring 43,560 square feet (approx. 4047 square meters).

adage: A concisely stated truth. Proverb, maxim.

addiction: Enslavement to a habit. A medical condition in which one's body or mind has become dependent on the continually escalating use of or participation in a particular substance or activity.

addictive: Prone to be compulsively and physiologically dependent on a habit-forming substance, mental affliction, or a habitual life pattern, such as gambling, TV, pornography or other attraction, usually harmful in nature.

Adi Granth: "First book." The central Sikh scripture. Its eloquent teachings are in harmony with Hinduism, but for the rejection of the Vedas and disavowal of image worship and caste.

adjudicate: To hear and give judgment in a dispute or problem.

administrate: To manage, conduct or direct.

admonition: Advice or warning.

adorning: Decorating or beautifying through ornamentation.

adultery: Engaging in sexual relations with someone other than one's spouse.

adversary: An enemy, foe or opponent.

adversity: Misfortune, disaster, affliction, hardship, distress.

affection: Fondness; a gentle, tender, loving feeling.

affliction: Pain or suffering; distress, grief, adversity. The state of being afflicted or beset with troubles.

affluent: Wealthy, well-to-do.

agenda: List of things to be dealt with or accomplished.

aggrieve: To offend; cause injury or grief.

ahimsa: "Noninjury," nonviolence or nonhurtfulness. Refraining from causing harm to others, physically, mentally or emotionally. Ahimsa is the first and most important of the Hindu religious restraints *(yamas).* It is the cardinal virtue upon which all others depend.

akin: Like, related to, or similar.

alcohol: An intoxicating and addictive substance, ingredient in distilled and fermented liquors.

Alexander the Great: King of ancient Macedonia who invaded (but failed to conquer) North-West India ca 326 BCE. His soldiers mutinied; many stayed and intermarried with Indians. Cultural interchanges influenced both civilizations.

alien: Foreign.

allay: To lessen or alleviate.

altar: A raised surface or other place used for presenting offerings in worship.

amass: To gather, collect, accumulate or hoard.

amaze: To astonish; to produce feelings of awe and wonderment.

amid: Surrounded by; among, in the middle of.

anava: God's veiling power that provides individualness, or separate ego, to each soul, making the soul seem apart and distinct from God and the universe.

anguish: Distress, pain, suffering—often mental.

anicham: அனிச்சம் A small, delicate flower which wilts upon being smelled.

animosity: Strong dislike, enmity, hatred.

annihilate: To destroy or demolish completely.

antagonism: Hostility, opposition.

antagonist: He who opposes one's efforts or plans; an adversary.

antipathy: Strong dislike or hatred, aversion.

antiquated: Obsolete; no longer in current use.

apt: Appropriate, fitting.

archeology: The study of ancient peoples and how they lived, based on excavation of material relics, buried cities, etc.

ardent: Eager, fervent, intense.

ardor: Eagerness, intense feeling or enthusiasm, passion.

aristocrat: A nobleman or member of the privileged hereditary upper class.

arrogance: Unjustified pride in oneself; haughtiness; a domineering manner.

artha: Wealth.

ascend: To move upward, as toward the Source.

ascendant: In or approaching a position of superiority or greatest influence.

ascertaining: Determining; making certain, as by careful examination.

ascetic: A person who leads a life of contemplation and rigorous self-denial, shunning comforts and pleasures for religious purposes. See: *austerity, renunciate, monk.*

asceticism: A religious way of life that stresses self-denial and self-discipline as a means toward spiritual progress. See: *ascetic, austerity.*

aspiration: A strongly felt wish, or working toward a goal.

assuage: To lessen, pacify or calm.

assumption: A hypothesis or belief which is based on incomplete evidence.

astral: Of the subtle, nonphysical sphere (astral plane) which exists between the physical and causal planes.

astute: Shrewd, keen, penetrating, subtle, sagacious.

atman: "The soul; the breath; the principle of life and sensation." The soul in its entirety—as the soul body *(anandamaya kosa)* and its essence (Parashakti and Parasiva). One of Hinduism's most fundamental tenets is that we are the *atman,* not the physical body, emotions, external mind or personality. In Hindu scriptures, *atman* sometimes refers to the ego-personality, and its meaning must be determined according to context.

attitude: Disposition. State of mind. Manner of carrying oneself. Manner of acting, thinking or feeling which reveals one's disposition, opinions and beliefs.

augment: To enlarge or increase; to add to.

Aum: or ஓம்Often spelled *Om.* The mystic syllable of Hinduism, placed at the beginning of most sacred writings. As a *mantra,* it is pronounced *aw* (as in *law*), *oo* (as in *zoo*), *mm. Aum* is explained in the *Upanishads* as standing for the whole world and its parts, including past, present and future. It is from this primal vibration that all manifestation issues forth. *Aum* is the primary, or *mula mantra,* and often precedes other *mantras.* It may be safely used for chanting and *japa* by anyone of any religion. Its three letters represent the three worlds and the powers of creation, preservation and destruction. In common usage in several Indian languages, *aum* means "yes, verily" or "hail."

auspicious: Favorable, of good omen, foreboding well. One of the central concepts in Hindu life.

austere: Very simple, yogic; strict in self-discipline and self-denial. See: *ascetic.*

austerities: Spiritual disciplines; self-denials.

austerity: Self-denial and discipline, physical or mental, performed for various reasons including acquiring powers, attaining grace, conquering the instinctive nature and burning the seeds of past *karmas.* Ranging from simple deprivations, such as foregoing a meal, to severe disciplines, called *tapas,* such as always standing, never sitting or lying down, even for sleep. See: *ascetic.*

Auvaiyar: ஒளவையார் A saint of Tamil Nadu (ca 200 BCE), a contemporary (some say the sister) of Saint Tiruvalluvar, devotee of Lord Ganesha and Karttikeya and one of the greatest literary figures in ancient India. As a young girl, she prayed to have her beauty removed so as not to be forced into marriage and thus be able to devote her full life to God. She was a great *bhakta* who wrote exquisite ethical works, some in aphoristic style and some in four-line verse. Her Tamil primer is studied by children to this day. A second Saint Auvaiyar may have lived in the ninth century.

avail (oneself of): To make effective use of.

avarice: Greed, covetousness; inordinate desire to obtain and hoard wealth.

avert: To turn aside, ward off or prevent.

awesome: Inspiring feelings of reverence and wonder; splendid or full of awe.

anish: To drive away, exile or expel.

barrage: A heavy and prolonged attack.

barren: Unproductive of results or gains; unprofitable.

base: Low-minded, mean, ignoble. Also, to do or decide on the basis of.

BCE: Abbreviation (equivalent to BC, "before Christ") for "before common era," referring to dating prior to the year one in the Western, or Gregorian calendar, now in universal secular use. See also *CE*.

bedrock: The solid underlying foundation.

befit: To be suitable to.

begrudge: To give reluctantly or unwillingly.

beholden: Obliged to feel grateful; owing thanks; indebted.

belie: To demonstrate the untruth of.

benevolence: The quality of being benevolent.

benevolent: Benign, beneficent, generous, kind-hearted, philanthropic.

bereft: Deprived of, or lacking.

besotting: Stupefying, intoxicating, inebriating.

betrothed: The person whom one has a mutual pledge to marry.

bhakta: (Tamil: *Bhaktar.*) "Devotee." A worshiper. One who is surrendered to the Divine.

bias: Mental inclination or partiality.

bija: "The seed." Semen is the essence of life, the purest form of the sacrificial-elixir (soma). —***bija mantra:*** "Seed syllable." A Sanskrit sound associated with a specific Deity used for invocation during mystic rites.

billowing: Large and swelling in mass.

bounty: Rewards; riches; goodness.

Brahma Sutra(s): Also known as the *Vedanta Sutras*, composed by Badarayana (perhaps as early as ca 400 BCE) as the first known systematic exposition of Upanishadic thought. Its 550 aphorisms are so brief as to be virtually unintelligible without commentary.

Brahmaloka: See: *Sivaloka*.

brahmin (brahmana): "Mature or evolved soul." The class of pious souls of exceptional learning. From *Brahman*, "growth, expansion, evolution, development, swelling of the spirit or soul." The mature soul is the exemplar of wisdom, tolerance, forbearance and humility.

brevity: Shortness, conciseness, succinctness.

bribe: Something, such as money or a favor, offered or given to a person in a position of trust to influence that person's views or conduct.

bridled: Restrained, governed, controlled. In context, to control one's expression of his otherwise voluminous unexpressed thoughts. (From "bridle," a head-harness used to guide and control a horse.)

Buddha: "The enlightened." Usually refers to Siddhartha Gautama (ca 624–544 BCE), a prince born of a Saivite Hindu tribe of eastern India on the Nepalese border. He renounced the world and became a monk. After his enlightenment he preached the doctrines upon which followers later founded Buddhism.

alamitous: Disastrous; causing wretchedness and misery.

calamity: Disaster or terrible misfortune.

campaign: An operation or series of operations energetically pursued to accomplish a purpose.

candle: A quantity of wax or other flammable solid, usually cylindrical in shape, which contains a wick; used as a source of light. —**hold a candle:** To compare; to even approach in worthiness or quality. (This expression is used in the negative sense: "This doesn't hold a candle to that.")

Canterbury Tales: See: *Chaucer.*

carcass: Dead body, or empty, lifeless form.

caress: A gentle touch or gesture of fondness, tenderness, or love.

caste: A hierarchical system, called varna dharma (or jati dharma), established in India in ancient times, which determined the privileges, status, rights and duties of the many occupational groups, wherein status is determined by heredity. There are four main classes (varnas)—brahmin, kshatriya, vaishya and shudra—and innumerable castes, called jati.

Caucasian: One of the five races of man. See: *race.*

Caucasoid: Caucasian.

CE: Abbreviation for "common era." Equivalent to AD (*anno Domini*, "in the Lord's [i.e. Christ's] year"). Following a date, it indicates that the year in question comes after the year one in the Western, or Gregorian (originally Christian) calendar. E.g., 300 CE is 300 years after the (inexactly calculated) birth of Jesus of Nazareth. Cf: BCE.

celestials: Literally, "denizens of heaven." Divine inner-world beings; gods or *devas.*

censure: To blame, find fault with, criticize.

CEO: Chief Executive Officer of a corporation or firm.

chaff: Threshed or winnowed husks of grain. That which is worthless.

chastity: Remaining celibate or faithful to ones spouse, including being virtuous and modest.

Chaucer: Noted English poet, ca 1340(?)-1400 CE; author of *Canterbury Tales.*

cherish: To hold precious; to value highly.

chivalry: The demonstration of noble qualities such as courage, honor or readiness to help.

Chola: Great South Indian dynasty of kings, lasting from 846 CE until 1130 CE.

Christian era: The period beginning with the birth of Jesus Christ. Abbreviated "CE."

civility: Politeness; courtesy.

civilized: Advanced in personal and social refinements; cultured.

classic: A literary work, widely acknowledged as of the highest quality.

classical: Traditional and formal; in conformance with traditional standards of excellence.

cleave: To cling, be united or strongly attached, be faithful.

CNN: Cable News Network, referring to a popular television news channel.

code: A system of accepted behavior, rules, etc. Also, a secret method of communication in which symbols, words, etc. are given other than their usual meanings.

cogent: Convincing, powerful, compelling.

collyrium: A medicated preparation for the eyes.

comic: Amusing, ludicrous, laughable.

commend: To praise or approve. Recommend.

commit: To perpetrate. **—to commit to memory:** To memorize. **—to commit oneself to:** To pledge or bind oneself to a course of action.

compose: To put together; to form by assembling parts. Also, to write an original work. **—to compose oneself:** To quiet the mind and put one's thoughts & emotions in order.

comprehension: Understanding, or the ability to understand.

conceit: Vanity; an overly flattering self-image.

confer: To give, impart or bestow.

confinement: Imprisonment, seclusion; restraint.

confusion: A state of disorder. Also, perplexity, or difficulty in ordering one's thoughts or emotions.

congenial: Compatible, agreeable.

conscience: The inner sense of right and wrong, sometimes called "the knowing voice of the soul."

consequence: A result; also, importance. **—consequent:** Resulting. **—consequently:** As a result.

contain: To hold within. Also, to comprise.

consign: To hand over or assign to an undesirable place.

constituent: Serving as part of a whole; component.

contemporary: Modern; also, existing at the same time period as.

contemptible: Worthless; despicable, deserving scorn.

contention: Strife, argument, quarreling. Asserted belief.

contentious: Antagonistic, argumentative.

continuum: A continuous extent, succession, or whole, no part of which can be distinguished from neighboring parts except by arbitrary division.

contrive: To devise, plan, scheme or plot.

corporal punishment: Physical punishment, as in spanking, inflicted on a child by an adult in authority.

corporate: Having to do with large businesses.

corporate ladder: The hierarchical order of position, title, or rank, as in a large corporation. "To work one's way up the corporate ladder."

corrupt: Morally unsound. Given to involvement with bribery. Also, to cause to become corrupt.

council: A group of people chosen as an administrative or advisory assembly.

countenance: Facial expression, appearance.

counterpart: Someone or something which corresponds to another.

counterweight: Something that is equal in weight to something else, used to provide a counterbalancing action.

couplet: A verse of two lines.

covetousness: Envy; desiring or attempting to get that which others possess.

coyness: A pretended shyness, with the intention of appearing more alluring.

cradle: Environment in which earliest growth or development is made. Originally a baby's small bed.

crafty: Deceitful, fraudulent, sly.

crave: To desire intensely.

cremate: To dispose of a dead body by burning to ashes, thus releasing the soul from attachment to the physical plane.

crooked: Dishonest, deceitful; not straightforward.

crucial: Of supreme importance; decisive; critical.

cumbersome: Difficult to deal with; awkward.

curtail: To cut short, abbreviate; to lessen.

Damnation: To condemn as harmful, illegal, or immoral.

damsel: A young unmarried woman.

dawning: A beginning.

dearth: A scarcity, deficiency or lack.

debilitate: To weaken or enfeeble.

decency: Thoughtfulness, courtesy, propriety, seemliness and consideration for others.

deforestation: To cut down and clear away the trees or forests from significant water-shed regions.

deft: Skillfull, sure, precise.

defy: To resist; to refuse to obey.

deliberate: Premeditated; carefully planned beforehand. Slow and careful. Also, to think carefully before acting or deciding.

deliberateness: Calm, careful consideration; caution.

delineate: To mark or trace out the boundaries of a thing, concept, etc.

delineation: A representation or depiction.

deluged: Flooded, overwhelmed, inundated.

depict: To portray or describe.

depraved: Corrupt; morally bad.

deprivation: The loss of something which one has considered important, perhaps something as basic as adequate food, clothing or shelter.

deprived: Dispossessed; having taken something away from; having kept from possessing or enjoying; denied.

desert: To abandon or forsake. Also, a region of little or no rainfall, usually sandy and largely devoid of life.

desertion: The forsaking or leaving of one's military duties or post without permission; especially, running away from the army with no intention of returning.

deserve: To merit or be worthy of; to have earned a particular bit of karma, either pleasant or unpleasant.

desist: To cease, discontinue or permanently abstain from.

destiny: The seemingly inevitable or predetermined course of events. See: *karma.*

destitute: Devoid of; lacking.

destitution: Poverty of the lowest degree.

detached: Impartial, aloof; not emotionally involved.

deva: "Shining one." A Second World being inhabiting the higher astral plane in a subtle, nonphysical body. See: *guardian deva.*

device: A tool or implement. Also, a plan or scheme.

devise: To plan, scheme or contrive.

devoid: Totally without; empty.

Dhammapada: The holy book of Buddhism.

dharma: From *dhri,* "to sustain; carry, hold." Hence *dharma* is "that which contains or upholds the cosmos." *Dharma* is a complex and all-inclusive term with many meanings, including: divine law, law of being, way of righteousness, religion, duty, responsibility, virtue, justice, goodness and truth. Essentially, *dharma* is the orderly fulfillment of an inherent nature or destiny. Relating to the soul, it is the mode of conduct most conducive to spiritual advancement, the right and righteous path.

diaspora: Any religious group living as a minority among people of the prevailing religion.

dictate: To decree, "from the position of strength;" to command or order with authority.

diligent: Painstaking, steady in effort, marked by perseverance.

diminish: To make or become smaller. To degrade.

dire: Dreadful, dismal, disastrous.

discern: To perceive; distinguish subtle differences.

discernment: The ability to distinguish, discriminate and make balanced judgments.

discourteous: Uncivil, rude.

disparage: To discredit, slight or belittle.

dissension: Disharmony, discord, quarreling or strife.

dissertation: An elaborate scholarly treatise.

distinction: Superior quality, and/or the resulting special recognition.

distinctiveness: Individuality; difference from anything or anyone else.

divination: Act or practice of predicting the future or surmising the best course of action.

divisive: Causing disagreements, divisions.

divulge: To make public, reveal or disclose information previously kept private or secret.

dogmatic: Asserting opinions or doctrines in a positive, possibly arrogant manner; unwillingness to consider any differing evidence, argument, ideas, or insights.

doom: A decision or judgment, especially an official condemnation to a severe penalty.

Doordarshan: A socio-cultural television media program in India.

double-dealing: Deceitful.

downtrodden: Oppressed or subjugated. A state of negative mindedness, where one sees the world around him and his place in it in disarray.

Dravidian: The term used in this text to name the monastic communities of the Dvapara and Kali Yugas. In modern times it refers to the various Caucasoid peoples of southern India and northern Sri Lanka.

dried soil: Soil that has been plowed into friable form, loose, open and well-drained, free of moisture.

dumfounded: Made speechless with astonishment.

dynamic: Vigorous, energetic, active.

echo: A repetition.

eclipse: To outshine, surpass.

ecology: The science of the relationships between organisms and their environments. Also called bionomics.

ecumenical: Universal. —ecumenism: the principles or practices of promoting cooperation and better understanding among differing faiths.

edition: A changed, or revised reissue of a book. Loosely, any reprinting.

efface: To erase.

effeminate: Displaying feminine qualities or behavior such as weakness or undue delicacy; unmanly.

eight infinite powers: Eight attributes of Siva: being self-dependent; being immaculate in body; having intuitive wisdom; being omniscient; being free by nature from all dross or other impurities that fetter souls; being of boundless grace; being omnipotent; and being in enjoyment of boundless bliss.

elaborate: Very detailed and complicated; created with great care, diligence, and attention to detail.

eloquence: Fluency, expressiveness, beauty, and persuasiveness (even compelling) of speech.

elucidate: Explain, clarify or make clear.

embody: To incarnate or give form to.

eminent: High; above others in stature, rank or achievement. Renowned or distinguished; prominent, conspicuous. Not to be confused with: 1) imminent, about to happen; 2) emanate, to issue from; 3) immanent, inherent or indwelling.

emissary: "Sent one." An agent (not necessarily secret) sent on a task or to obtain information.

enchant: To charm, fascinate, or entrance.

encircle: To surround on all sides.

endeavor: A serious attempt. To attempt seriously.

endure: To bear or undergo.

engender: To bring about, or to birth; cause, create or produce.

engulf: To swallow up and submerge.

enjoin: To urge or command.

enliven: To give vitality to.

enmity: Hostility or antagonism.

ensnared: Caught, entangled, trapped.

ensue: To come after, as a result or consequence.

envious: To feel discontented because of others' possessions or advantages.

envoy: A messenger or diplomatic agent.

ephemeral: Evanescent, transitory, fleeting.

epigrammatic: Concise and witty. Literally "inscribed." From such verses often inscribed in stone or metal.

equable: Serene, tranquil, steady.

era: A long period of time, distinguished by particular events or trends. Also a fixed point from which a time-reckoning begins, e.g. Vikramaditya era, Christian era, Muslim era (Hijrah), etc.

erudite: Learned; well researched; scholarly.

erudition: Scholarship; learning obtained through study.

esoteric: Secret, hidden, hard to understand. Teaching intended for a chosen few, as an inner group of initiates. Abstruse or private.

espionage: As used here, information obtained by spying. See: *spy.*

espy: To spy. See: *spy.*

estate: A station in life or possessed valuable property.

estrange: To alienate; turn from a friendly attitude to one of indifference or hostility.

etch: To engrave.

ethical: In conformance with the accepted standards of virtuous conduct; righteous; dharmic.

exalt: To promote or elevate in status; to praise.

execute: To fulfill, administer, or bring into completion; also, to put to death.

exemplar: One regarded as worthy of imitation; a model. An ideal pattern to be followed by others. —**exemplary:** Worthy of being held up as an example; praiseworthy. An ideal that serves as a pattern; an archetype.

exhilaration: A very high, intense, joyful energy. Elation

expend: To use up. Speed up.

expound: To explain, put forth.

expunge: To erase or obliterate; to destroy all trace of.

extol: To praise highly; exalt, as in to extol the virtues of *sadhana* and *seva.*

atalism: The doctrine that all events are predetermined by fate and are therefore unalterable.

fate: The supposed force, principle, or power that predetermines events.

fathom: To measure the extent of; to comprehend fully.

faultlessness: The state of not being at fault or to blame for something.

Feet: Here, refers to the holy feet of God. The feet of God are considered especially precious as the source of man's liberation.

feign: To pretend or simulate.

ferret: To investigate and bring out with great diligence and thoroughness; search, find.

fervor: Intense, emotional enthusiasm; zeal.

fetter: Something that serves to restrict; a restraint.

feudal kingdom: Of or relating to a kingdom whose lands are held in fief, or to the holding of such lands.

fickle: Variable, changeable, inconstant; capricious.

fierce: As used here, angrily or violently threatening.

five elements: Earth, air, fire, water and ether *(akasha)*, which make up the physical body as well as the rest of the physical universe.

fledgling: A young bird which has grown enough feathers to learn to fly.

fluctuate: To vacillate or vary (in degree, intensity, quality, etc.).

foible: A minor weakness or character flaw.

folded: Hands pressed together, as in the Hindu manner of greeting known as *anjali mudra* or *namaskaram.*

foolhardiness: Rashness, recklessness.

forebode: To augur, portend, foreshadow, usually an undesirable outcome.

foreordain: To determine or appoint beforehand; predestine.

formless: Philosophically, *atattva*, beyond the realm of form or substance. Used in attempting to describe the wondersome, indescribable Absolute, which is "timeless, formless and spaceless." See: Si*v*a.

foundational knowledge: The basis on which a knowledge stands, is founded, or is supported.

fraternity: Brotherhood, company, fellowship, association.

fraud: Deceit; treachery; cheating.

frugal: Thrifty; taking care not to be wasteful or unnecessarily lavish.

furrow: To cut narrow, shallow grooves side by side in the earth, often with a plow, piling the dirt into ridges between these furrows.

andhi: Mohandas Karamchand Gandhi (1869-1948), the Hindu nationalist leader whose strategy of nonviolent resistance won India's freedom from British colonial rule. Often honored as Mahatma ("great soul") Gandhi.

Ganesha: "Lord of Categories." (From *gan*, "to count or reckon," and *Isha*, "lord.") Or: "Lord of attendants (*gana*)," synonymous with Ganapati. Ganesha is a Mahadeva, the beloved elephant-faced Deity honored by Hindus of every sect. He is the Lord of Obstacles (Vighneshvara), revered for His great wisdom and invoked first before any undertaking, for He knows all intricacies of each soul's *karma* and the perfect path of *dharma* that makes action successful. See: *Mahadeva.*

garland: A wreath or festoon, especially one of plaited flowers or leaves, worn on the body or draped as a decoration.

garner: To amass; acquire, as in to gather and store in or as if in a granary.

gender: Sexual identity, especially in relation to society or culture.

genesis: Origin, source, cause.

glade: An open space in a forest. An everglade.

glutton: One who habitually and greedily eats excessive amounts of food.

God: Supernal being. Either the Supreme God Siva or one of the Mahadevas, great souls, who are among His creation. See: *Gods, Mahadeva, Siva.*

God Primordial: God, Who is not derived from another and Who existed first as the Source of all.

Gods: Mahadevas, "great beings of light." Extremely advanced beings existing in their self-effulgent soul bodies in the causal plane. The meaning of Gods is best seen in the phrase, "God and the Gods," referring to the Supreme God—Siva—and the Mahadevas who are His creation. See: *Mahadeva.*

gorge: To eat greedily; to glut.

grievous: Causing suffering; hard to bear.

guardian *deva*: At the birth of a child, *devas* of the inner worlds are assigned to guard and protect him throughout his life. See: *deva.*

guru mahasannidhanam: Spiritual head of a traditional aadheenam.

Guru Purnima: Occurring on the full moon of July, Guru Purnima is for devotees a day of rededication to all that the guru represents. It is occasioned by *padapuja*—ceremonial worship of the guru's sandals, which represent his holy feet.

guru: "Weighty one," indicating a being of great knowledge or skill. A term used to describe a teacher or guide in any subject, such as music, dance, sculpture, but especially religion.

Sallmark: An indicator or evidence of high quality or authenticity. Originally a mark on silver and gold articles stamped at Goldsmiths' Hall in London as a symbol of approved standards.

harbor: To house or shelter; to hold and protect.

harlot: A prostitute. A mercenary, promiscuous and seductive woman.

heir: One who inherits, or is expected to inherit, property from another.

hell: *Naraka.* An unhappy, mentally and emotionally congested, distressful area of consciousness. Hell is a state of mind that can be experienced on the physical plane or in the sub-astral plane *(Naraka)* after death of the physical body. It is accompanied by the tormented emotions of hatred, remorse, resentment, fear, jealousy and self-condemnation. However, in the Hindu view, the hellish experience is not permanent, but a temporary condition of one's own making.

henpeck: To dominate or harass (one's husband) with persistent nagging.

herald: To proclaim, announce.

heritage: A tradition passed down from preceding generations as an inheritance.

heron: A large bird which wades stealthily through shallow water, then stands motionless until its prey swims or crawls within striking distance.

Hinduism *(Hindu Dharma):*India's indigenous religious and cultural system, followed today by nearly one billion adherents, mostly in India, but with large populations in many other countries. Also called Sanatana Dharma, "eternal religion" and Vaidika Dharma, "religion of the *Vedas*." Hinduism is the world's most ancient religion and encompasses a broad spectrum of philosophies ranging from pluralistic theism to absolute monism. It is a family of myriad faiths with four primary denominations: Saivism, Vaishnavism, Shaktism and Smartism. These four hold such divergent beliefs that each is a complete and independent religion. Yet, they share a vast heritage of culture and belief—karma, dharma, reincarnation, all-pervasive Divinity, temple worship, sacraments, manifold Deities, the *guru-shishya* tradition and a reliance on the *Vedas* as scriptural authority.

hinge: A pivotal device, used for attaching a door to a wall, etc.

hoard: To hide; store away; keep in reserve.

homage: Special honor or respect shown or expressed publicly.

hospitality: Cordial and generous reception of or disposition toward guests.

householder: *Grihastha.* Family man or woman; pertaining to family life. One who follows the path of family life (as opposed to that of the renunciate). In Hinduism, family life is one of serving, learning and striving within a close-knit community of many relatives, under the guidance of a spiritual guru.

hub: Center of a wheel. Center of interest, importance or activity.

humility: Awareness of one's shortcomings; modesty.

ce age: Extended period of time when glaciers expand to cover much of the earth's surface.

icon: An image; a representation. A simile or symbol.

imbed: To set firmly in place.

immanent: Indwelling; inherent and operating within. Relating to God, the term immanent means present in all things and throughout the universe, not aloof or distant. Not to be confused with imminent (about to happen), emanate (to issue from), or eminent (high in rank).

immense: Vast, immeasurable.

immutable: Unchangeable.

impartiality: Freedom from bias or favoritism; the condition of being unprejudiced and equitable.

impeccable: Faultless; flawless; without error.

impel: To urge to action through moral pressure.

imperceptible: Impossible or difficult to perceive by the mind or senses.

imperturbable: Calm, serene, mentally unshakable; not subject to being disturbed or disconcerted.

implementation: The putting into effect or carrying out of a plan.

imply: To indicate indirectly; to hint or suggest.

impose: To inflict upon, uninvited and unrightfully.

impoverished: Very poor; deprived of strength.

inane: Empty; void of meaning; foolish.

incessant: Unceasing; continuing without pause or interruption.

incinerate: To burn to ashes.

incomparable: Unequaled, without a match, beyond comparison.

inconceivable: That cannot be imagined or believed.

inconsequential: Of no consequence; trivial; insignificant.

indifference: Lack of concern, apathy; unaffectedness.

indispensable: Essential; absolutely necessary.

indolence: Habitual idleness; laziness.

indolent: Disinclined to exert oneself; habitually lazy.

Indra: Ruler. Vedic God of rain and thunder, warrior king of the *devas.*

indulgence: Leniency or special favors.

indulgent: Lenient; excessively permissive; maintaining little or no restraint or control.

inescapably: Unavoidably; inevitably.

infatuation: Folly; irrational attraction or passion.

infidel: An unbeliever with respect to a particular religion, especially Christianity or Islam.

infiltrate: To pass into, through openings or weak spots; often with hostile intent.

Infinity: God as the infinite, endless, unlimited with respect to space and time.

inflammatory: Characterized by or tending to rouse anger or violence.

inflamed: Aroused with passion, violence or anger.

influence: To modify; to have an effect on; also, the ability to affect the thoughts or actions of others.

information spy: One who observes and reports to interested parties the activities of others.

iniquity: Lack of righteousness or virtue.

initiation: A bringing into, or admitting as a member. In Hinduism, initiation from a qualified preceptor is considered invaluable for spiritual progress.

innate: Inborn, inherent.

inner worlds: The second and third worlds, in the Hindu view of the cosmos. See: *three worlds.*

instinctive: "Natural or innate." From the Latin *instinctus*, "impelling, instigating." The drives and impulses that rule the animal world and the physical and lower astral aspects of humans—for example, self-preservation, procreation, hunger, and the emotions of greed, hatred, anger, fear, lust and jealousy.

intention: A purpose or plan.

interactions: Reciprocal actions; dealings.

interminable: Endless or seemingly endless.

Internet: Worldwide network of computers facilitating the transmission and exchange of information among people all over the world. Conceived in 1969 as ARPANET, a US Department of Defense research test, the Internet grew from 1994 to the present as the benefits of hypertext (the concept that made the World Wide Web possible) and the multimedia capabilities of the technology became popular among mainstream culture. The Internet has become the global key unifying communications technology.

intrepidity: Fearlessness.

intrinsic: Inward; essential; inherent. Of the real nature of a being or thing.

intuition (to **intuit**): Direct understanding or cognition, which bypasses the process of reason but does not contradict reason.

intuitive: Having to do with intuition.

invigorating: Imparting vigor, strength, or vitality to; animating.

irreparable: Damaged, and unable to be restored to its former state.

Islam: Religion and Nation of Islam founded by Mohammed, formally in 622 CE. The latest of the Abrahamic religions, which include Christianity and Judaism.

Islamic era: The Islamic age and time-reckoning beginning from Mohammed's flight from Meccda to Medina (hegira, hejira, Arabid hijrah) in 622 CE.

Itihasa:"So it was." Epic history, particularly the *Ramayana* and *Mahabharata* (of which the famed *Bhagavad Gita* is a part).

Jackal: A nocturnal wild dog native to Asia and northern Africa which hunts in packs.

Jagadacharya: "World teacher." In 1986 the World Religious Parliament of New Delhi named five world leaders who were most active in spreading Sanatana Dharma outside India.

Jain: Of or having to do with Jainism; a member of that religion.

Jainism: A religion founded about 2,500 years ago in India. Its supreme ideal is *ahimsa*, nonviolence, stressing equal kindness and reverence for all life.

japa: "Recitation." Practice of concentrated repeating of a mantra, often while counting the repetitions on a *mala* or strand of beads. It may be done silently or aloud. Sometimes known as mantra yoga. See: *mala.*

jequirity: The poisonous seed of the Indian licorice plant (Abrus precatorius), so striking in appearance that it is used for beads.

Jesus: The most famous person of this name is Jesus of Nazareth, a Jewish carpenter and itinerant religious teacher, whose followers later founded the Christian religion. They consider him an incarnation of the Supreme God (Son of God), and revere him as Jesus Christ, the surname translating the Hebrew Messiah.

journeyman: One who has fully served an apprenticeship in a trade or craft and is a qualified worker in another's employ.

jubilant: Joyful, exultant.

jyotisha shastri: "Astrologer." A person well versed in the science of *jyotisha.*

jyotisha: From *jyoti,* "light." "The science of the lights (or stars)." Hindu astrology, the knowledge and practice of analyzing events and circumstances, delineating character and determining auspicious moments, according to the positions and movements of heavenly bodies. In calculating horoscopes, *jyotisha* uses the sidereal (fixed-star) system, whereas Western astrology uses the tropical (fixed-date) method.

Kadavul: கடவுள் "Beyond and within." An ancient Tamil name for Lord Siva meaning, "He who is both immanent and transcendent, within and beyond."

Kailasa Parampara: A spiritual lineage of 162 siddhas, a major stream of the Nandinatha Sampradaya, proponents of the ancient philosophy of monistic Saiva Siddhanta.

kama: Pleasure, love, desire. Cultural, intellectual and sexual fulfillment.

karma: The law of action and reaction, cause and effect, by which our thoughts, words and deeds create our future. One's karma must be in a state of quiescent balance, or fulfillment, in order for liberation to be attained. It is this state of resolution that all Hindus seek through making amends and settling differences.

Kauai Aadheenam: Monastery-temple complex founded by Sivaya Subramuniyaswami in 1970; international headquarters of Saiva Siddhanta Church.

keen: Sharp; vivid; strong; eager, enthusiastic.

Koran: The Islamic religion's sacred book, God's word transmitted through the angel Gabriel to Mohammed, the prophet of Islam. Its official version appeared around 650, 18 years after Mohammed's death. See: *Mohammed.*

Kumbha Mela: A periodic gathering of a large number of Hindu devotees at the river Ganga, celebrating the tradition that drops of *amrita,* the divine nectar of immortality, fell at four holy places in India: Haridwar, Allahabad, Nasik and Ujjain.

L ady-in-waiting: A close female attendant to a lady.

Lakshmi:"Mark or sign," often of success or prosperity. Shakti, the Universal Mother, as Goddess of wealth. The mythological consort of Vishnu, usually depicted on a lotus flower. Prayers are offered to Lakshmi for wealth, beauty and peace.

lament: A feeling or an expression of grief; a lamentation.

lamp black: The black, carbonized substance which forms on a burning lamp.

lance: A thrusting weapon with a long shaft; a spear.

languid: Adjective of *languor.* See: *languor.*

languor: Lack of vigor or vitality; listlessness; lethargy; lassitude.

lattice: An open, net-like structure, usually made of thin boards.

lewd: Lustful, licentious, immodest, shameless; preoccupied with sex and sexual desire.

liberation: Moksha, release from the bonds of *pasam,* after which the soul is liberated from *samsara* (the round of births and deaths). In Saiva Siddhanta, *pasam* is the three-fold bondage of *anava, karma* and maya, which limit and confine the soul to the reincarnational cycle so that it may evolve. Moksha is freedom from the fettering power of these bonds, which do not cease to exist, but no longer have the power to fetter or bind the soul. See: *anava, karma, maya, pasam.*

licentious: Morally unrestrained, especially in sexual behavior. Also, tending to arouse sexual impulses.

linchpin: The small pin which secures a wheel to its axle. A central cohesive element or functionality.

liquor: Strong alcoholic drink produced by distillation, such as whisky or rum.

localized: Existing within a specific area.

lofty: Very high, exalted, noble.

loom: A simple machine on which cloth is woven.

lotus: A flowering aquatic plant, *Nelumbo nucifera,* and especially its flower, which is used as a symbol of spiritual development and the *chakras.* Because it grows out of mud and rises to perfect purity and glory, it is an apt representation of spiritual unfoldment.

love-sickness: An incapacitating distraction, or pining, caused by overwhelming emotions of love, yearning, etc.

lunatic: An insane person. Originally a lunatic's condition was supposed to be intensified with the phases of the moon (Latin *luna*).

luster: A bright, glossy, or shining quality.

lustful: Filled with desire, usually sexual.

magnificent: Splendid, imposing, glorious.

Mahabharata: "Great Epic of India." The world's longest epic poem. It revolves around the conflict between two kingdoms, the Pandavas and Kauravas, and their great battle of Kurukshetra near modern Delhi in approximately 1424 BCE. Woven through the plot are countless discourses on philosophy, religion, astronomy, cosmology, polity, economics and many stories illustrative of simple truths and ethical principles. The *Bhagavad Gita* is one section of the work. The *Mahabharata* is revered as scripture by Vaishnavites and Smartas. See: *Bhagavad Gita, Itihasa.*

Mahadeva: "Great shining one; God." Referring either to God Siva or any of the highly evolved beings who live in the Sivaloka in their natural, effulgent soul bodies. God Siva in His perfection as Primal Soul is one of the Mahadevas, yet He is unique and incomparable in that He alone is uncreated, the Father-Mother and Destiny of all other Mahadevas. He is called Parameshvara, "Supreme God." He is the Primal Soul, whereas the other Gods are individual souls.

mahatma: Great soul. Also used as a title of honor.

mala: "Garland." A strand of beads for holy recitation, *japa,* usually made of *rudraksha, tulasi,* sandalwood or crystal. See: *japa.*

malady: Sickness, affliction.

malicious: Full of enmity; spiteful, malevolent.

manifest: To come (or coming) into existence.

marital: Of or relating to marriage.

marvel: A wonderful, perhaps even miraculous, thing.

marvelous: Strange and wonderful; extraordinary.

maya: "Artfulness," "illusion," "phantom" or "mirific energy." The substance emanated from Siva through which the world of form is manifested. Hence all creation is also termed *maya.* It is the cosmic creative force, the principle of manifestation, ever in the process of creation, preservation and dissolution.

meagerly: Deficient in quantity, fullness or extent; scanty. Deficient in richness, fertility or vigor; feeble.

meditate: To sustain the state of concentration, achieving a quiet, alert, powerfully concentrated state whezrein new knowledge and insights are awakened from within as awareness focuses one-pointedly on an object or specific line of thought. —**meditation:** The result of successful concentration; uninterrupted thought on a subject, leading to intuitive discovery.

medium: A means, as of communication. The plural, **media,** refers to the public communication industry as a whole, including books, magazines, newspapers, television, etc.

mercenary: Performing services for monetary payment.

merit: A worthy quality; also, to be worthy of.

messenger: One who carries a message.

migrate: To move from one place to another.

millennium: A period of 1,000 years. **—millennia:** Plural of millennium.

minister: An official charged with a specific function on behalf of a political authority. In religious context, a clergyman authorized to conduct worship and serve the spiritual needs of the congregation.

minute: Tiny, precise.

miraculous: Marvelous, and inexplicable.

mire: An area of wet, soggy, muddy ground; a bog. Deep, slimy soil or mud to describe a disadvantageous or difficult condition or situation.

miser: Someone who avariciously gathers and hoards wealth, usually driven by fear of poverty.

miserliness: Greediness, stinginess.

misery: A great unhappiness, calamity, pain or ache.

missionary: One who is engaged in spreading the teachings of his religion.

mock: To treat scornfully or contemptuously; deride.

Mohammed: Founder of the Islamic religion. See: *Islam.*

moksha: See: *liberation.*

monarch: The ruler of a monarchy: a king, queen, or emperor.

monk: A celibate man wholly dedicated to religious life; a monastic. See: *sannyasa, swami.*

morsel: A small, bite-sized portion of food.

motivate: To impel or give impetus to.

mountainous: Like a mountain, especially in size or height. Full of mountains.

multitude: A great number; a crowd or swarm.

murky: Dark, devoid of light, gloomy, dismal.

Muslim: A follower of Islam.

mystic: One who understands religious mysteries or occult rites and practices. Inspiring a sense of mystery and wonder.

andinatha Sampradaya: See: *Natha Sampradaya.*

Nataraja: "King of Dance," or "King of Dancers." God as the Cosmic Dancer. Perhaps Hinduism's richest and most eloquent symbol, Nataraja represents Siva, the Primal Soul, Parameshvara, as the power, energy and life of all that exists.

Narakaloka: See: *Hell.*

Natha Sampradaya: "Traditional doctrine of the masters." Sampradaya means a living stream of tradition or theology. Natha Sampradaya, the oldest of Saivite *sampradayas* existing today, consists of two major streams: the Nandinatha and the Adinatha.

nation: A people of a country as a political entity.

nature: The character, disposition, or essence of a thing. Also, the physical universe, especially its laws and life processes.

negligence: Carelessness, neglectfulness; habitual failure to do what needs to be done.

Newsweek: A popular weekly news magazine published in the United States.

nobility: The quality of having noble characteristics.

nobleman: A person of heredity rank or title, such as the English peer, duke, earl, etc.

noninvolvement: Detachment; state of being uninvolved or unentangled.

nonviolence: See: *ahimsa.*

novice: A person new to a field or activity; a beginner.

numerology: The study of the hidden meanings of numbers and how they influence human life.

nymph: A super-human or astral seductress.

Objective: A target, goal or anything sought for or aimed at.

obliterate: To wipe out; to destroy all trace of.

oblivious: Unmindful, unaware; forgetful.

obscure: Not clearly understood or explained; dark, vague.

oceanic: Of or pertaining to the ocean; huge.

odd: Unusual; strange.

odious: Hateful; abhorrent.

office: A position which carries authority, or the functions or duties of such a position.

official: Authorized or authoritative agent.

ogre: A man-eating giant of folklore.

ogress: A female ogre.

olai: ஓலை One of various species of palm, the long-lasting leaves of which have been used in India and Sri Lanka since ancient times for recording scriptures and other literature, by scratching the words into the leaf's surface.

olden: Of long-ago.

operative: Herein, working as a detective or spy. See: *spy.*

opposition: Anyone who tries to obstruct one's plans or interests; also, the obstacles or challenges put forth as part of such effort.

oppression: Imposititing excessive taxes or other burdens; harsh government.

opulent: Profuse, abundant, very rich.

ostensibly: Claimed or believed by some to be.

outflank: To move alongside or beyond (an enemy's troops) in order to gain a more advantageous position.

outstretch: To extend, to stretch out, as one's arms or a large cloth.

overflow: To spread past the edges or beyond the limits.

agan: Literally, a rustic or peasant. A term coined by Christians to name a non-Christian; parallel to the Jewish term *gentile* or the Muslim *infidel*. A person who is not a Christian, Muslim or Jew; a heathen. Paganism is also a living spiritual way of life with roots in ancient traditions of worshiping the divine energy within nature. It identifies with the indigenous religions of Europe and regions to the east, such as parts of Ukraine. Pagans celebrate the sanctity of nature, recognize the Divine in all things and are accepting and tolerant of all religious expression. Broadly, Hindus could be classified as Pagan because of their affirmation of God in all things, karma, reincarnation and invoking many Gods, four beliefs which diverge dramatically from Abrahamic doctrine.

pal: A familiar friend.

palanquin: A couch carried by poles on the shoulders of two or more men.

*pandit:*A Hindu religious scholar or theologian, a man well versed in philosophy, liturgy, religious law and sacred science.

Pandya: A great South Indian kingdom, 300 BCE-1700 CE.

panegyric: High praise.

pang: A sharp pain; a spasm of distress; agony.

parallel: To correspond closely alongside, as in purpose or essential parts.

parentheses: Curved written symbols (such as those containing this example) which enclose a sentence or idea which is additional, and tangential or explanatory to, a sentence or paragraph which is already complete without it.

parliamentarian: An expert in parliamentary procedures, rules, or debate.

particular: Specific. —**particularly:** Especially.

Parvati: "Mountain's daughter." One of many names for the Universal Mother. Prayers are offered to Her for strength, health and eradication of impurities. Mythologically, Parvati is wedded to Siva.

*pasam:*or பாசம் "Tether; noose." The whole of existence, manifest and unmanifest. That which binds or limits the soul and keeps it (for a time) from manifesting its full potential. *Pasam* refers to the soul's three-fold bondage of *anava, karma* and *maya*. See: *anava, karma, maya, mala, liberation, pasu, Pati-pasu-pasam.*

passion: Any extreme, overpowering emotion, including strong sexual desire, or lust; also, an overwhelming drive to do something.

pasu: or பசு "Cow, cattle, kine; fettered individual." Refers to animals or beasts, including man. In philosophy, the soul. See: *pasam, Pati-pasu-pasam.*

Patanjali: A Saivite Natha *siddha* (ca 200 BCE) who codified the ancient yoga philosophy which outlines the path to enlightenment through purification, control and transcendence of the mind. See: *Yoga Sutras.*

Pati: or பதி "Master; lord; owner." An appellation of God Siva indicating His commanding relationship with souls as caring ruler and helpful guide. See: *Pati-pasu-pasam, Siva.*

Pati-pasu-pasam: or பதி பசு பாசம் Literally: "master, cow and tether." These are the three primary elements of Saiva Siddhanta philosophy: God, soul and world—Divinity, man and cosmos—seen as a mystically and intricately interrelated unity. *Pati* is God, envisioned as a cowherd. *Pasu* is the soul, envisioned as a cow. *Pasam* is the all-important force or fetter by which God brings souls along the path to Truth.

peerless: Without equal; matchless.

penance: *Prayashchitta.* Atonement, expiation. An act of devotion *(bhakti)*, austerity *(tapas)* or discipline *(sukritya)* undertaken to soften or nullify the anticipated reaction to a past action.

penitents: Those who repent their misdeeds, especially those who perform penance to atone for their wrongful actions.

perceive: To understand or comprehend. To become aware of directly through any of the senses, especially sight or hearing, and the third eye, a*jna chakra.*

perception: Awareness (either sensory or intuitive).

perilous: Dangerous; hazardous.

perpetuate: To preserve; to cause to endure.

perplex: To confuse or bewilder.

persistence: Constancy, resoluteness. Continuous effort.

pervade: To permeate or be present throughout.

perverse: Distorted or deviating from dharma; acting on adharmic priorities.

philanthropist: One who practices charity in a desire to help others. Literally (from Greek) "loving people." **—philanthropy:** The desire to benefit humanity, especially through charitable gifts, etc.

pierced: Stabbed, perforated.

pilgrimage: *Tirthayatra*, one of the five sacred duties *(pancha nitya karmas)* of the Hindu is to journey periodically to one of the innumerable holy spots in India or other countries. Preceded by fasting and continence, it is a time of austerity and purification, when all worldly concerns are set aside and God becomes one's singular focus.

pinnacle: The culminating or highest point; apex.

pious: Having or exhibiting religious reverence; earnestly compliant in the observance of religion; devout.

pity: A feeling of sympathy for the sadness, pain, or troubles of another.

plot: A story line; also, to make harmful or dishonest plans.

plummet: To fall precipitously downward.

ply: To work at; steadily attend to.

ponder: To think carefully and deliberately about; to consider deeply.

Pongal: Tai Pongal, தைப்பொங்கல் A four-day home festival held in the Tamil month of Tai (January-February), celebrating the season's first harvest.

portray: To depict or represent.

posterity: Succeeding generations; offspring; the future.

postulate: In debates, to propose or assume as given or self-evident.

posture: A position of the body.

potentate: One who possesses great power, as a ruler or monarch.

praise: To express high approval of; to laud or extol. Also, laudation, approbation.

prattle: To chatter.

prayashchitta: See: *Penance.*

precede: To come before in time, importance, influence or rank.

predetermined: To determine, decide, or establish in advance. See: *Fatalism, Fate.*

predicate: In grammar, that which is said about the subject of a sentence or clause.

predominate: To be in the majority, or to have dominance over others.

premonition: A feeling that something is about to happen.

presence: The condition of being at that place and time; immediate proximity.

prestige: exalted reputation, distinction, high status.

prevail: To be strong and victorious; overcome all obstacles. To exist widely.

prevalent: Prevailing; commonly occuring, accepted.

primordial: See: *God Primordial.*

principle: An essential truth, law or rule upon which others are based.

privation: The lack of customary necessities and comforts.

prodigious: Extraordinary, enormous; powerful.

proffer: To offer, usually something intangible.

proficient: Having or marked by an advanced degree of ability, as in an art, craft, profession or knowledge. —**proficiency:** The condition of being proficient; skillfulness, expertise.

profuse: "Free flowing." Abundantly generous.

proliferate: To increase in numbers rapidly.

propensity: Inclination, disposition, or tendency.

prophetic: Predicting or foreshadowing the future.

proportionate: Existing in a fixed ratio.

propriety: Adherence to accepted standards of conduct; appropriateness, seemliness, decency.

prose: Any literature or speech which is not poetry; ordinary, everyday language, unrhymed and unmetered.

prospective: Anticipated, expected.

protocol: Customs of proper etiquette, form and ceremony, especially in relation to religious or political dignitaries.

providence: Care, guardianship and control exercised by God; divine direction.

prowess: Superior ability or accomplishment.

puja: "Worship, adoration." A Hindu rite of worship performed in the home, temple or shrine. Its inner purpose is to purify the atmosphere around the object worshiped, establish a connection with the inner worlds and invoke the presence of God, Gods or one's guru.

punarjanma: Reincarnation. From *punah,* "again and again," and *janma,* "taking birth."

puppet: One whose behavior is determined by the will of others; like a marionette, a figure having jointed parts animated from above by strings or wires.

purnima: "Full." Full moon. See: *Guru Purnima.*

Quell: To quiet, allay or pacify.
query: A question.
quintessence: The ultimate, pure essence of something; its most pure and complete manifestation.

Race: Technically, each of the five races of man (Caucasoid, Mongoloid, Australoid, Congoid and Capoid) is a *Homo sapiens* subspecies. A subspecies is a branch showing slight but significant differences from another branch living in a different area. More generally: any geographical, national or tribal ethnic group, or to mankind as a whole, as "the human race."

radical: Basic, fundamental. Also, drastic, extreme.

raiments: Garments, clothing, attire.

Rajaraja Chola: Greatest of the Chola kings, reigning from 985-1014.

Ramayana: "Life of Rama." One of India's two grand epics (Itihasa) along with the *Mahabharata.* It is Valmiki's tragic love story of Rama and Sita, whose exemplary lives have helped set high standards of dignity and nobility as an integral part of Hindu dharma.

rancor: Bitter hatred, spite or malice; ill will; enmity.

random: Haphazard; without conscious choice.

range: Extent or scope, indicating the amount of possible variation.

raptly: With absorbed attention and great interest.

rapture: Great joy; ecstasy; bliss.

rasp: A coarse file with sharp points on its surface. To utter in a grating voice. To grate on (nerves or feelings).

ratify: To confirm; to officially approve for implementation.

ratio: The relation of one quantity to another; proportion.

ravage: To violently destroy.

realize: To become cognizant of; to grasp mentally; to comprehend.

reap: To obtain a return or reward as in to harvest (a crop).

recitation: A recital, especially in public. —**recite:** To repeat aloud from memory.

reel: To stagger, attempting to regain one's balance.

refine: To purify. —**refined:** Purified. Also, elegant or subtle.

reflect: To shine back the likeness of; to mirror. Also, to consider carefully.

refrain: To hold oneself back; to forbear; to control the impulse to do something.

refugee: One who flees in search of refuge, as in times of war, political oppression, or religious persecution.

reincarnation: *Punarjanma.* Rebirth of the soul in another body. A rebirth in another form; a new embodiment.

relatively: In relation to something else.

relevant: Meaningful in relation to the current situation or topic; pertinent.

relinquish: To give up or abandon; renounce.

renouncer: See: *Renunciate.*

renown: Fame; excellent reputation deriving from accomplishment. —**renowned:** Famous.

renunciate: One who has renounced all attachment to the world, its pleasures and goals, in his one-pointed striving for liberation; a sannyasin.

replica: A copy.

repose: Rest, calm, tranquility, freedom from worry; peace of mind.

reproach: Blame, accusation; disgrace.

reprove: To rebuke, chide or reprehend; to express disapproval.

request: To ask for; an asking for something; something asked for.

resilient: Having the ability to spring back to its natural form after being subjected to stress; able to quickly recover in vigor, enthusiasm, etc. Elasticity.

resistance: Opposition.

resolutely: Determinedly, firmly, with confidence. —**resoluteness:** Determination, perseverance.

resolve: To explain, clarify; to settle or set to rest; to dissolve.

responsiveness: Quickness to respond or comply.

restrain: To control; hold back.

resurgence: A reviving, resurrection or re-strengthening.

retaliation: Returning a wrong for a wrong received. Vengeance

retribution: Punishment, retaliation.

revelation: A vision or sudden understanding.

revelry: Loud, disorderly merrymaking; boisterousness.

revere: To respect with love and devotion. —**reverence:** A feeling of great love, respect and devotion; veneration.

revolve: To circle around; to be centered around.

rhyme: A uniform rhythm containing repetitive, similar sounds, especially at the end of lines. (A quality of some verse forms).

rishi: "Seer." A term for an enlightened being, emphasizing psychic perception and visionary wisdom.

rival: To equal or surpass, as in a competition.

rogue: An unprincipled, deceitful, and unreliable person; a rascal or scoundrel. See: *scoundrel.*

role model: Someone whose behavior others attempt to emulate as their ideal.

sadhana: "Effective means of attainment." Religious or spiritual disciplines, such as *puja,* yoga, meditation, *japa,* fasting and austerity. The effect of *sadhana* is the building of willpower, faith and confidence in oneself and in God, Gods and guru.

sadhu: "Virtuous one; straight, unerring." A holy person dedicated to the search for God.

sage: A person respected for his spiritual wisdom and judgement.

saint: A holy man or woman, devoid of ego, whose devout life reflects his or her inner peace, humility, and purity.

Saiva Siddhanta: "Final conclusions of Saivism." The most widespread and influential Saivite school today, predominant especially among the Tamil people in Sri Lanka and South India. It is the formalized theology of the divine revelations contained in the twenty-eight *Saiva Agamas.* Other sacred scriptures include the *Tirumantiram* and the voluminous collection of devotional hymns, the *Tirumurai,* and the masterpiece on ethics and statecraft, the *Tirukural.* See: *Hinduism, Saivism.*

Saivism *(Saiva):* The religion followed by those who worship Siva as supreme God. Oldest of the four sects of Hinduism. See: *Hinduism, Saiva Siddhanta.*

salvation: The realization of our unity with God, followed by liberation from rebirth. See: *liberation, Pati-pasu-pasam.*

Sanatana Dharma: "Eternal religion" or "everlasting path." It is a traditional name for the Hindu religion.

sanctify: To make holy; to purify or consecrate.

sannyasa (-in): "Renunciation." "Throwing down" or "abandoning." Sannyasa is the repudiation of the *dharma,* including the obligations and duties, of the householder and the assumption of the even more demanding dharma of the renunciate. —**sannyasin:** "Renouncer." One who has taken *sannyasa diksha,* the vows of *sannyasa.* A Hindu monk.

sap: To drain the vital force of; to weaken; to undermine.

satguru: "True weighty one." A spiritual preceptor of the highest attainment—one who has realized the ultimate Truth, Parasiva, through *nirvikalpa samadhi*—a *jivanmukta* able to lead others securely along the spiritual path. He is always a *sannyasin,* an unmarried renunciate.

savor: To appreciate, enjoy tasting, or relish.

savory: Enticing in taste or smell; deliciously salty, piquant, pungent or spicy.

scepter: The staff and insigne of royal or imperial authority and power held by a spiritual monarch or king.

scoff: To deride, mock or ridicule. An expression of derision or scorn.

scorn: To treat with disdain or contempt.

scoundrel: A mean, base, unscrupulous person; a stranger to dharma.

scourge: Whip, flog severely. Metaphorically suffering, affliction.

scribe: To write. Also, a person who writes things down, especially as dictated by another or copied.

sectarian: Characteristic of a sect. A narrow adherent to the beliefs of a specific sect, especially in the conviction that all other sects are incorrect or incomplete.

Self: Self-God. God Siva's Perfection of Absolute Reality, Parasiva, that which abides at the core of every soul.

self-oblivion: Complete forgetfulness or unmindfulness of problems, priorities, or dharma; mental vacancy, usually produced by alcohol or drugs. See: *stupor.*

self-reflective: Characterized by or given to meditation or contemplation; thoughtful of one's self.

Sermon on the Mount: A teaching of Jesus of Nazareth, part of the Christian Bible. See: *Jesus.*

servitude: The state of involuntary subjection to another; slavery; bondage.

shamelessness: The lack of shame, modesty or decency.

shloka: A verse, phrase, proverb or hymn of praise, usually composed in a specified meter. Especially a verse of two lines, each of sixteen syllables.

shrewd: Keen-witted, astute.

shuttle: An instrument that carries a spool of thread in the weaving of cloth.

Sikh: Of or having to do with Sikhism; a member of that religion. —**Sikhism:** A religion founded about 500 years ago in India, in opposition to the caste system and the use of images for worship.

sin: Intentional transgression of divine law. Hinduism does not view sin as a crime against God, but as an act against dharma—moral order—and one's own self. It is thought natural, if unfortunate, that young souls act wrongly, for they are living in ignorance. In Hinduism, there are no such concepts as original, inherent or mortal sin. See: *dharma, anava.*

siren: In Greek and Roman mythology, sirens were a kind of sea nymph whose seductive singing lured sailors to their death.

Siva: The "Auspicious," "Gracious," or "Kindly one." Supreme Being of the Saivite religion. God Siva is All and in all, simultaneously the creator and the creation, both immanent and transcendent. As personal Deity, He is Creator, Preserver and Destroyer. He is a one Being, perhaps best understood in three perfections: Parameshvara (Primal Soul), Parashakti (Pure Consciousness) and Parasiva (Absolute Reality).

Sivaloka: "World of Siva," and of the Gods and highly evolved souls. The causal plane, also called Karanaloka, existing deep within the Antarloka at a higher level of vibration, it is a world of superconsciousness and extremely refined energy. It is the plane of creativity and intuition, the quantum level of the universe, where souls exists in self-effulgent bodies made of actinic particles of light. It is here that God and Gods move and lovingly guide the evolution of all the worlds and shed their ever-flowing grace.

slab: A large flat piece, usually of stone.

sloth: Sluggishness, indolence, idleness, laziness.

slumber: Sleep (both as a noun and as a verb).

smear: To apply with a rubbing or stroking motion.

soap opera: A type of drama, usually broadcast on radio or television, in which the emphasis is mostly on emotional turmoil.

sordid: Low-minded, vile, mean. Morally "dirty."

sorely: Painfully.

soul: The real being of man, as distinguished from body, mind and emotions. The soul—known as atman or *purusha*—is the sum of its two aspects, the form or body of the soul and the essence of the soul (though many texts use the word soul to refer to the essence only). **—essence or nucleus of the soul:** Man's innermost and unchanging being—Pure Consciousness (Parashakti or Satchidananda) and Absolute Reality (Parasiva). This essence was never created, does not change or evolve and is eternally identical with God Siva's perfections of Parashakti and Parasiva.

sovereign: The ruler of a country; the holder of the highest political authority.

sow: To scatter (seed) over the ground for growing.

spaceless: Unbounded by spatial considerations; unlimited; not circumscribed by dimensions.

spark: A small piece of burning matter, especially thrown off by fire. To set afire; to ignite, kindle, or activate.

spiritual: Having to do with the spirit (soul, inner being) of man.

spy: To clandestinely investigate or observe in order to obtain secret information; also, a person employed in spying.

squander: To expend recklessly and extravagantly.

stalwart: Strong, sturdy; brave.

stanza: A group of lines of a verse forming a recurrent pattern.

stature: Extent of development—whether referring to physical height or such aspects as political, scholarly or spiritual achievement.

stoic: Indifferent to emotion or passion. The ideal of Stoic philosophy of ancient Greeks and Romans.

stratum: A section or layer of something. Plural: strata.

strut: A haughty, swaggering walk; to display in order to impress others.

stun: To daze or make unconscious (by a blow). Also, to astonish.

stupor: Dullness of mind or senses, as from alcohol or narcotics; a daze.

stylus: A sharp, hand-held implement used for scratching marks onto leaves or other surfaces.

subconscious: The subconscious mind: the storehouse of past impressions, reactions and desires and the seat of involuntary physiological processes.

subdued: Conquered, overcome; reduced.

subsist: To remain alive.

subtle: Keen, acute, penetrating; also, elusive, delicate, not obvious.

success: Accomplishment of a goal, often the goal of obtaining wealth.

succinct: Brief, concise, and clearly stated.

succumb: To submit to an overpowering force or yield to an overwhelming desire; give up or give in.

sulk: To behave in a resentful, sullen manner, rejecting friendly or courteous overtures. —**the sulks:** Sulky behavior.

sundry: Various; diverse.

superconscious: Having to do with The mind of light, the all-knowing intelligence of the soul. At its deepest level, the superconscious is Parashakti, or Satchidananda, the Divine Mind of God Siva. Shining through the purified subconscious, it brings forth intuition, clarity and insight.

superfluous: Unnecessary, irrelevant.

supplicate: To beseech, implore or beg.

surge: To billow violently, as waves on a stormy sea.

surpass: To excel; to be superior to.

suspend: To hang from something.

sustain: To uphold, maintain or provide for; also, to experience.

swami: "Lord; owner." He who knows or is master of himself. A respectful title for a Hindu monk, usually a sannyasin, an initiated, orange-robed renunciate, dedicated wholly to religious life. As a sign of respect, the term swami is sometimes applied more broadly to include nonmonastics dedicated to spiritual work. See: *monk, renunciate, sannyasa.*

sweat: Perspiration. —**sweat of the brow:** Hard physical labor.

swindle: To obtain, by fraudulent means, something which belongs to another.

syllabus: An outline or general plan for a course of study.

Tamil: தமிழ் The ancient Dravidian language of the Tamils, a Caucasoid people of South India and Northern Sri Lanka, now living throughout the world. The official language of the state of Tamil Nadu, India.

tangle: A disorderly mass, as of hair, from which it is difficult to create order.

tantrum: A fit of uncontrolled anger, temper or rage.

tapestry: Something felt to resemble a richly and complexly designed cloth.

taut: Pulled or drawn tight; not slack.

tawdry: Gaudy and cheap; in poor taste.

teeming: Abounding; swarming; existing in great numbers.

temple: An edifice in a consecrated place dedicated to the worship of God or Gods. Hindus revere their temples as sacred, magical places in which the three worlds most consciously commune—structures especially built and consecrated to channel the subtle spiritual energies of inner-world beings.

tenacity: Persistence, resoluteness.

tenet: A principle, doctrine, or belief held as a truth, as by a group.

terse: Brief, succinct, concise.

testimony: A statement or other evidence in support of certain facts.

tether: A rope or chain to keep an animal restrained within certain bounds.

theologian: A scholar of religious doctrine.

thicket: A dense growth of shrubs or underbrush.

three worlds: The three worlds of existence, *triloka,* are the primary hierarchical divisions of the cosmos. 1) *Bhuloka:* "Earth world," the physical plane. 2) *Antarloka:* "Inner or in-between world," the subtle or astral plane. 3) *Sivaloka:* "World of Siva," and of the Gods and highly evolved souls; the causal plane, also called Karanaloka. See: *Sivaloka.*

thuravi: துறவி Tamil name for sannyasin. See: *sannyasa.*

timeless: Outside the condition of time, or not measurable in terms of time.

Tirumantiram: திருமந்திரம் "Holy incantation." The Nandinatha Sampradaya's oldest Tamil scripture; written ca 200 BCE by Rishi Tirumular. It is the earliest of the *Tirumurai* texts, and a vast storehouse of esoteric yogic and tantric knowledge. It contains the mystical essence of *raja yoga* and *siddha yoga,* and the fundamental doctrines of the 28 *Saiva Siddhanta Agamas.*

Tirumular: திருமூலர் An illustrious *siddha yogi* and *rishi* of the Nandinatha Sampradaya's Kailasa Parampara who came from the Himalayas (ca 200 BCE) to Tamil Nadu to compose the *Tirumantiram.* Tirumular was a disciple of Maharishi Nandinatha. See: *Tirumantiram, Kailasa Parampara.*

touchstone: A criterion by which genuineness or worth in a particular matter can be ascertained. Originally a kind of black stone formerly used to determine the purity of gold and silver.

tramp: A vagabond. A prostitute. A person regarded as promiscuous..

transcendent: Surpassing the limits of experience or manifest form. In Saiva Siddhanta, a quality of God Siva as Absolute Reality, the Self. Distinguished from immanent.

transgress: To overstep or break a law or ethical principle.

transition: That which leads from one thing to another; a linking, as between topics of a book, stages of life, etc.

tread: To walk upon or along.

trepidation: Shaking with fear; alarm; agitation.

trifling: Frivolous, insignificant.

trigger: To activate.

triumphant: Exulting, celebrating, rejoicing over a success or victory.

trivial: Insignificant.

Trojan War: Legendary reminiscences of a war waged by the Greeks against the city of Troy, probably around 1200 BCE.

True Being: In Saivite Hinduism, the true being of man (indeed, of all of existence) is seen as none other than God.

Truth: When capitalized, ultimate knowing which is unchanging. Lower case (truth): honesty, integrity, virtue.

typical: Representative, characteristic.

Unbaked clay pot: A pot prior to firing in a kiln, which would dissolve if water were poured into it.

uncharitable: Harsh, severe, ungenerous.

unchaste: Indulging in sexual intercourse with other than one's spouse.

unequivocally: Plainly, clearly, with no ambiguity.

unextinguished: Not extinguished; allowed to remain burning.

unfold: To open gradually, especially in stages.

uninquisitive: Disinclined to seek knowledge; disinterested in learning.

universal: Having to do with the universe; also, pertaining to everything in the universe, or to everything or everyone within a specified sphere.

universe: The sum total of physical manifestation, comprising all the galaxies, space between the galaxies, living beings, and all the forces that affect matter.

unleash: To release or set free; to remove restraints from.

unmindful: Careless, inattentive, heedless.

unpretentiousness: Lack of pretension or affectation; modesty.

unprovoked: Without provocation; uncalled-for; preceded by no apparent incitement; usually referring to a hostile act.

unremitting: Not stopping or slackening; persistent.

unrivaled: Matchless, peerless, unequalled.

unsavory: Unpleasant, offensive, immoral.

unscrupulous: Unprincipled, dishonest; unrestrained by the concept of dharma.

unswerving: Holding a straight course; never deviating from dharma.

untutored: Untaught.

Upanishad: "Sitting near devotedly." The fourth and final portion of the *Vedas,* expounding the secret, philosophical meaning of the Vedic hymns. The *Upanishads* are a collection of profound texts which are the source of Vedanta and have dominated Indian thought for thousands of years. They are philosophical chronicles of *rishis* expounding the nature of God, soul and cosmos, exquisite renderings of the deepest Hindu thought.

uplift: To elevate or raise the level of (often used in a spiritual sense).

upright: Honest, honorable, pure in thought and conduct.

Vacant: Without an incumbent or occupant; unfilled.

valiance: Bravery, courage, strength, heroism.

vast: Huge; immense; great in extent; boundless.

Veda: Wisdom. Sagely revelations comprising Hinduism's most authoritative scripture. They, along with the *Agamas,* are *shruti,* that which is "heard." The *Vedas* are a body of dozens of holy texts known collectively as the *Veda,* or as the four *Vedas: Rig, Yajur, Sama* and *Atharva.* In all they include over 100,000 verses, as well as additional prose. The oldest portions of the *Vedas* are thought to date back as far as 6,000 BCE. Written down in Sanskrit in the last few millennia, they are the worlds most ancient scriptures.

vegetarian: *Shakahara.* Of a diet which excludes meat, fish, fowl and eggs. Vegetarianism is a principle of health and environmental ethics that has been a keystone of Indian life for thousands of years.

venerate: To love or consider with respect and admiration; to revere.

verbiage: An excess of words; wordiness.

verdant: Green with growing things.

vernacular: Common, everyday manner of speaking; local dialect.

version: A specific presentation, interpretation, or translation of a particular work.

vestige: Trace or evidence of a thing's ever existing.

vibrant: Energetic, vital; full of life force.

vigilance: Watchfulness; being alert for any danger.

vigor: Vibrant physical and/or mental energy, strength & health.

vile: Morally bad; wicked; offensive.

vitality: Energy and vigor.

Vivekananda, Swami: (1863-1902) Disciple of Sri Ramakrishna, known for his missionary zeal and brilliant lectures around the world.

vying: Competing.

Wanton: Undisciplined, reckless, immoral. Lascivious, lustful; having no regard for chastity.

warp: The threads that run lengthwise in a woven fabric, crossed at right angles to the weft. *Warp and weft.*

weft: The threads (also called the *woof*) that run crosswise in a woven fabric, crossed at right angles to the warp.

well-winnowed: Carefully sifted (as with grain, in the wind) so as to eliminate the unnecessary elements, leaving only that which is valuable.

whip: To punish or chastise by repeated striking with a strap or rod; flog.

wile: Stratagems; sly, deceitful ways of accomplishing one's desires.

will-o'-the-wisp: Anything that deludes or misleads by luring on.

wither: To lose vigor; weaken, languish.

witness: One who can give a firsthand account of something seen, heard, or experienced.

womankind: Women spoken of collectively.

womb: In general, the environment in which something begins its growth and development.

wonder: A marvelous thing; a feeling of amazement. Also, to marvel or wish to know.

wondrous: Wonderful, marvellous; Inspiring awe, extraordinary, mirific.

worldly: Of, relating to, or devoted to the temporal world.

worshipful: Worthy of worship.

wrath: Violent anger; fury. Or, an action carried out with great anger or rage.

wreak: To inflict.

wretched: Miserable, abject, dismal.

ak: A wild, shaggy-haired ox *(Bos grunniens)* of the mountains of central Asia. A domesticated yak is used as a work animal or raised for meat and milk.

Yoga Sutras: Patanjali's most famous work, comprising 200 aphorisms delineating *ashtanga* (eight-limbed), *raja* (kingly) or *siddha* (perfection) yoga. Still today it is the foremost text on meditative yoga. See: *Patanjali.*

yoga: "Union." From *yuj,* "to yoke, harness, unite." The philosophy, process, disciplines and practices whose purpose is the yoking of individual consciousness with transcendent or divine consciousness.

Yogaswami: யோகசுவாமி "Master of *yoga.*" Sri Lanka's most renowned contemporary spiritual master (1872–1964), a *siddhar* revered by both Hindus and Buddhists. He was trained in and practiced *kundalini* yoga under the guidance of Satguru Chellappaswami, from whom he received *guru diksha.* Sage Yogaswami was in turn the *satguru* of Sivaya Subramuniyaswami, current preceptor of the Natha Sampradaya's Kailasa Parampara. Yogaswami conveyed his teachings in hundreds of songs, called *Natchintanai,* "good thoughts," urging seekers to follow dharma and realize God within. Four great sayings capsulize his message: *Thanai ari,* "Know thy Self by thyself;" *Sarvam Sivam Ceyal,* "Siva is doing it all;" *Sarvam Sivamaya,* "All is Śiva;" and Summa Iru, "Be still."

yogi: One who practices yoga, especially *kundalini* or *raja* yoga.

yogini: Feminine counterpart of yogi.

yuga: "Period, age." One of four ages which chart the duration of the world according to Hindu thought. They are: Satya (or Krita), Treta, Dvapara and Kali. In the first period, dharma reigns supreme, but as the ages revolve, virtue diminishes and ignorance and injustice increases. At the end of the Kali Yuga, in which we are now, the cycle begins again with a new Satya Yuga.

ealously: With great zeal; ardently, eagerly, enthusiastically, fervently.

Index

Attavanai

அட்டவணை

123
Estranged: friends, 679; kinsmen, 529;
  misers, 88
Eternal: flame, family's, 601
Evil: anger's, 302; fraternity, 460; is to
  be feared, 202; untouched by, 62
Example: hope from, xxviii
Excellence: moral, 97
Excellent action: men of, 750
Excessive: eating, 946-947
Excuse: for not giving, 223
Excusing: lowly behavior, 699
Executing: plans, 664
Execution: criminals, 550; decisions, 671
Exertion: men lacking, 607; tireless, 620
Exhilaration: generosity and, 598
Expenditures: income and, 478
Experiences: yet-to-be, 378
Experts: consulting, 677
Exploits: of the strong-willed, 665
Expounding: to unfit men, 720
Extended families: ways of, p. 24
Eye(s): beholding intentions, 705; com-
  passionate, 575; drooping, 927; kindly,
  577, 983; king's—spies and laws, 581;
  language of, 709; mind's, 710; minis-
  ters are like, 445; numbers and
  words, 392; opening blind, 849; piti-
  less, 576; speaking, 709; the learned's
  see, 393; unkindly, 574; without sym-
  pathy, 573

F

Fabric: of destiny, p. 166-93; of life, p.
  416
Face: beggar's, 224; expresses all, 707;
  host's, 84; like a mirror, 706; wise
  man's, 708
Facing: audience, 727; troubles, 621-625
Factions: lands free of, 735
Facts: spies ferrets out, 587
Failings: fools' four, 833; guarding
  against, 435

Failure: destiny and, 375; draws near
  haters, 856; noble thoughts and, 596;
  small income and, 478; undiscour-
  aged by, 662
Fairness: knowledge of, p. 177; when
  forsaken, 116
Faithfulness: friends', 449
Fall: rain's, 11
Fallen: men, like useless hair, 964
Falling: blundering before the erudite,
  716; from prosperity, 170
False friendship: 821-830
Falsehood: as truth, 292
Fame: drunkenness and, 921; failing to
  beget, 238; family's, 956; fleeing, 870;
  garnering, 652; glory and, 962; not
  sought by renunciates, p. 109
Familiarity: old, liberties of, 801-810
Family: a fool's, 837; anger engulfs, 306;
  background, friends', 793; birth in
  good, 992; dealing with conflicts, p.
  416; disgrace of, 609; doubts of one's,
  958; duties, 43; eternal flame of, 601;
  faithful, 526; fame of, 956; frictions
  erode, 888; friends, renounced, p. 62;
  good, 502; honor of, 960; if not up-
  held, 1030; laziness and, 602; nature,
  959; ruined by laziness, 603; setting
  on fire, 1019; shielding, 1029; venera-
  ble, propriety, 955; See also *Clan,
  Community, Householder*
Family life: 41-50; duty to serve God,
  guests, etc., 43; perfection of and lib-
  eration, 47; strength of, p. 24; with
  love and virtue, 45; See also *House-
  holder*
Famine: country free of, 734
Farmers: cease pulling plows, 14; if
  idle, 1036; world's linchpin, 1032
Farming: foremost occupation, 1031-
  1040
Fasting: few practice, 270; hardships,
  160
Fate: meaning of, p. 166; work over-

nate men facing, 727; facing far-off, 639; facing two, 875; friendship secures against, 781; hiding a dagger, 828; humility and, 985; ignorant and afraid, 869; land free of, 734; multitude, 450; new, during distress, 876; one's own envy, 165; posing as friends, 830; rendered ineffective, 446; servitude to, 608
Folded hands: dagger in, 828
Folly: 831-840; acting without thought, 467; holding onto harm, 831; infatuation with the transient, 331; mental adultery, 141; not fearing the dreadful, 428; of all follies, 832; rebirth's, 358
Food: agreeable, 944; crow shares, 527; disagreeable, 945; rain nourishes, 12; renunciate and, p. 63; self-earned, 1065; self-grown, 1035; taking neighbor's, 1050; virtue of sharing, 322; well digested, 942
Foolhardiness: of begging, 1063
Foolishness: hiring know-nothings, 507
Fool(s): adulterer, 142; avoiding, 797; earning bad births, 835; four failings, 833; friendship with, 797, 816; gambling, 936; gift from, 842; in a saintly council, 840; patience with, 153; preaching by, 834; shunning guests, 89; with a fortune, 837-838
Forbearance: for wrongs, 158; fostering, 154; glory of, 156; possession of, 151-160; toward enemies, 151
Forbidden deeds: 466, 658, 832
Forest: renunciate hermitage, p. 109
Forfeiting: faultlessness, 171
Forgetting: injuries, 108, 152; offenses, 303; penance, 263
Forgetfulness: destroys prestige, 532; men ruined by, 539; no precautions, 535; ruin and, 605
Forsaking: virtue, 246
Fortress(es): 741-750; a fine country's, 737; avails victory, 749; men needed,

750; men still needed, 746; qualities of, 742; 744-745; strategic asset, 741; ways of capturing, 747; wisdom as, 421
Fortune(s): by fraud, 283; cookies, xlvi-xlvii; drawing near, 179; forsaken by, 920; found by a fool, 837; Goddess of, 167; lingers in hard work, 617; perishing of, 435; unfailing energy and, 594; with kindred's support, 522; See also *Good fortune*
Fraternity: evil, affliction, 460
Fraud: absence of, 287; avoidance of, 281-290; fruits yield suffering, 284; guarding against, 281; wealth perishes, 283
Free will: karma and, p. 167
Freedom: contemporary life's, p. 25; from afflictions, 206; from birth, 362; from desire, 364; from greed, 513; renunciation brings, 341; See also *Liberation*
Frictions: erosiveness, 888
Friendliness, with workers, 519
Friends: anger engulfs, 306; choosing, p. 416; cultivating, p. 324; deliberating with, 462; distressed, 788; estranged, 679; false, 822, 824, 830; harm from, 805; justice toward, 111; lacking faithful, 449; liberties of, 801-803; loyalty measurer, 796; needs of, 908; never forsaking, 807-810; new, during distress, 876; rebuking and, 784; refusing tasks, 818; remembering, 107; unfit, 800, 813, 819-820; value of virtuous, 441; who left you, 799; See also *Allies*
Friendship: 781-790; among fools, 839; boasting belittles, 790; brings fortune, 651, 860; essentials of, p. 324; faithful aides, 447; false, 821-830; feigned, 829; fit and unfit, 800; giving up unfit, 818; harmful, 811-820; her court, 789; indulging, 700; like bound books, 783; love affords, 74; not for-

Resources

Thunai Noolkal

துணை நூல்கள்

Scripture and Sacred Literature

Rajagopalachari, C. (translator), *Kural, The Great Book of Thiruvalluvar.* Mumbai: Bharatiya Vidya Bhavan, 1965.

Natarajan, Dr. B. (translator), *Tirumantiram, A Tamil Scriptural Classic by Tirumular.* Mylapore, Madras: Sri Ramakrishna Math, 1991.

Panikkar, Raimond, *The Vedic Experience.* Delhi: Motilal Banarsidass, 1989.

Pope, G.U. and Drew, W.H., (translators) *Tirukkural.* Madras: The South India Saiva Siddhanta Works Publishing Society, 1981.

Sundaram, P.S., (translator) *Tiruvalluvar-The Kural.* New Delhi: Penguin Books (India) Limited, 1989.

Vanmikanathan, G. (translator), *The Thirukkural.* Thanjavoor, Thirupanandal: Sri Kasi Mutt, 1984.

Philosophy

Radhakrishnan, Dr. S., *Indian Philosophy* (two volumes). Oxford: Oxford University Press, 1923.

Subramuniyaswami, Sivaya, *Dancing with Siva: Hinduism's Contemporary Catechism.* Hawaii: Himalayan Academy, 1997.

Internet Resources

http://www.hindu.org/weaver/ Himalayan Academy Publications' online edition of *Tirukural;* subscription to daily e-mail of verses from this translation.

http://www.himalayanacademy.com /books/ *Himalayan Academy Publications,* Modern Hindu texts by Satguru Sivaya Subramuniyaswami, as well as *Tirumantiram,* Siva Yogaswami's *Natchintanai* and *Words of our Master* and other Tamil resources.

http://www.gurudeva.org/today/ *A Daily Chronicle of Kauai's Hindu Monastery,* Satguru Sivaya Subramuniyaswami's daily inspiration.

http://members.xoom.com/thamhiz/ *Thamhiz Thendril:* Original Tamil verses of *Tirukural* and others.

http://magna.com.au/~prfbrown/ *Mountain Man Graphics:* This American English translation of *Tirukural* and other classic Tamil texts.

http://www.tamil.net/projectmadurai/ *Thamizh Inaiyam's Project Madurai:* Classic Tamil literature such as *Tirukural, Tirumantiram, Tiruvasagam,* and works by Auvaiyar.

http://www.tamilnation.org/literature.htm *Tamil National Foundation's Tamil Nation:* Resources on Tamil language.

http://www.geocities.com/Athens/5180 /index.html *Tamil Electronic Library:* A vast collection of links to Tamil websites, electronic texts, language, literature and culture.

Colophon

Patippurai
பதிப்புரை

TIRUKURAL, *ETHICAL MASTERPIECE OF THE TAMIL PEOPLE,* WAS RENDERED INTO AMERICAN ENGLISH OVER A PERIOD OF TWENTY-FOUR YEARS BY TWO OF Gurudeva's designated successors. It was then translated back into modern Tamil by Tiru Mylvaganam of Jaffna, Sri Lanka, Tiru S. Kumarakulasingam of Surrey, England, and Dr. R.V. Subramanian of Pullman, Washington. It was designed and produced by the *sannyasins* of the Saiva Siddhanta Yoga Order at Kauai Aadheenam in Hawaii. This book was edited and assembled using QuarkXPress and Adobe InDesign on a network of PowerMac G3s. The text is set in Dominante 10 on 14 and Mylai-Sri 11 on 13. The Tamil font is by K. Srinivasan. Text pages were output by Himalayan Academy in Hawaii, USA, and color art pages were output to film by Brisk Process in New Delhi, India. The book was printed on Lumi art paper by D.K. Fine Arts Press Pvt. Ltd., Delhi. Assistance with the glossary and proofreading was provided by R.V. Subramanian, Chamundi Sabanathan and Rajadeva Alahan, all three of California. The 108 pictures illustrating each chapter, along with the painting on page xx, are the work of Tiru A. Manivelu of Chennai. The cover art and the image of Lord Murugan opposite the title page are by Tiru S. Rajam of Chennai. The spiritual likeness of Saint Tiruvalluvar on the half title page is the unique work of Tirumati Saroja Nagarathnam of Chennai. The oil portraits of Gurudeva on the back cover and Yogaswami on page iv are by India's renowned artist Sri Indra Sharma. The cloth-like pattern graphics were created based on actual patterns used by weavers in India for thousands of years.

About Gurudeva

ONCE IN A WHILE ON THIS EARTH THERE ARISES A SOUL WHO, BY LIVING HIS TRADITION RIGHTLY AND WHOLLY, PERFECTS HIS PATH AND BECOMES A light to the world. Satguru Sivaya Subramuniyaswami is such a being, a living example of awakening and wisdom, a leader recognized worldwide as one of Hinduism's foremost ministers. In 1947, as a young man of 20, he journeyed to India and Sri Lanka and two years later was initiated into *sannyasa* by the renowned siddha yogi and worshiper of Siva, Jnanaguru Yogaswami of Sri Lanka, regarded as one of the 20th century's most remarkable mystics. For over five decades Subramuniyaswami, affectionately known as Gurudeva, has taught Hinduism to Hindus and seekers from all faiths. In the line of successorship, he is the 162nd Jagadacharya of the Nandinatha Sampradaya's Kailasa Parampara and Guru Mahasannidhanam of Kauai Aadheenam, a 51-acre temple-monastery complex on Hawaii's Garden Island. ⁋From this verdant Polynesian ashram on a river bank near the foot of an extinct volcano, he and his monastics live their cherished vision, following a contemplative and joyous existence, building a jewel-like white granite Siva temple, meditating together in the hours before dawn, then working, while rainbows fill the sky, to promote the Sanatana Dharma together through four areas of service: Saiva Siddhanta Church (and its Theological Seminary), Himalayan Academy, Hindu Heritage Endowment and HINDUISM TODAY international monthly magazine. Gurudeva is lauded as one of the strictest and most traditional gurus in the world. His Hindu Church nurtures its membership and local missions on five continents. The Academy serves, personally and through its magazine, books, courses and travel/study programs, serious seekers and Hindus of all denominations. Gurudeva's mission, received from his *satguru*, is to protect, preserve and promote the Saivite Hindu religion as expressed through its three pillars: temples, *satgurus* and scripture. The congregation of Saiva Siddhanta Church is a disciplined, global fellowship of family initiates, monastics and students who follow the *sadhana marga*, the path of inner effort, yogic striving and personal transformation. ⊄Gurudeva is the hereditary guru of 2.5 million Sri Lankan Hindus. His is a Jaffna-Tamil-based organization which has branched out from his Sri Subramuniya Ashram in Alaveddy to meet the needs of the growing Hindu diaspora of this century. He has established a seven-acre monastery in Mauritius, which includes a public Spiritual Park. Gurudeva gently oversees more than 50 temples worldwide. Missionaries and teachers within the family membership provide counseling and classes in Saivism for children, youth and adults. ⊄HINDUISM TODAY is the influential, award-winning, international monthly magazine founded by Gurudeva in 1979. It is a public service of his monastic order, created to strengthen all Hindu traditions. Gurudeva is author of more than 30 books unfolding unique and practical insights on Hindu metaphysics, mysticism and yoga. His Master Course lessons on Saivism, taught in many schools, are preserving the teachings among thousands of youths. Hindu Heritage Endowment is a public service trust founded by Gurudeva in 1995. It seeks to establish and maintain permanent sources of income for Hindu institutions worldwide. In 1986, New Delhi's World Religious Parliament named Gurudeva one of five modern-day Jagadacharyas, world teachers, for his international efforts in promoting and chronicling a Hindu renaissance. Then in 1995 it bestowed on him the title of Dharmachakra for his remarkable publications. ⊄The Global Forum of Spiritual and Parliamentary Leaders for Human Survival chose Subramuniyaswami as a Hindu representative at its unique conferences. Thus, at Oxford, England, in 1988, Moscow in 1990 and Rio de

Janeiro in 1992, he joined hundreds of religious, political and scientific leaders from all countries to discuss privately, for the first time, the future of human life on this planet. At Chicago's historic centenary Parliament of the World's Religions in September, 1993, Gurudeva was elected one of three presidents, along with Swami Chidananda Saraswati of the Rishikesh-based Divine Life Society and Kerala's Ammachi, Mata Amritanandamayi Ma, to represent Hinduism at the prestigious Presidents' Assembly, a core group of 25 men and women voicing the needs of world faiths. In 1996 Gurudeva upgraded the newspaper HINDUISM TODAY to a magazine, a quantum leap that placed it on newsstands everywhere, alongside *Newsweek, Time* and *India Today*. In 1997 he responded to the US President's call for religious opinions on the ethics of cloning from the Hindu point of view. Later that year, he spearheaded the 125th anniversary of Satguru Yogaswami and his golden icon's diaspora pilgrimage through many of the over 75 Sri Lanka temples and societies around the globe. In 1998, the Vishva Hindu Parishad of Kerala sent an envoy to Kauai Aadheenam to honor Gurudeva as the "Hindu Voice of the Century." ℂ.Recently, Gurudeva has been a key member of Vision Kauai 2020, a small group of community leaders that includes the Mayor, former Mayor and County Council members. They meet monthly to fashion the island's future for twenty years ahead, based on moral and spiritual values. If you ask people who know Gurudeva what is so special about him, they may point to his great peace, presence and centeredness, to his incredible power to inspire others toward their highest Self, to change their lives in ways that are otherwise impossible, to be an unfailing light on their path, to be a voice of Indian spiritual life, to bring the best of the East and the best of the West together, to be a father and mother to all who draw near, a living example of the pure path taught by his guru and followed by his devoted *shishyas*.

You can visit Gurudeva's home page on the Web: www.gurudeva.org/today/ to hear his voice message and see current happenings at his ashram.

There are a few unusual men who have had enough of the world and choose to dance, live and merge with Siva as Hindu monks.

These rare souls follow the path of the traditional Hindu monastic, vowed to poverty, humility, obedience, purity and confidence. They pursue the disciplines of *charya, kriya, yoga* and *jnana* that lead to Self Realization. Knowing God is their only goal in life. They live with others like themselves in monasteries apart from the world to worship, meditate, serve and realize the truth of the *Vedas* and *Agamas*. Guided by Satguru Sivaya Subramuniyaswami and headquartered at Kauai Aadheenam in Hawaii, USA, the Saiva Siddhanta Yoga Order is among the world's foremost traditional Hindu monastic orders, accepting candidates from every nation on Earth. Young men considering life's renunciate path who strongly believe they have found their spiritual master in Gurudeva are encouraged to write to him, sharing their personal history, spiritual aspirations, thoughts and experiences. Holy orders of *sannyasa* may be conferred in Gurudeva's order after ten to twelve years of training.

Satguru Sivaya Subramuniyaswami
Guru Mahasannidhānam, Kauai Aadheenam
107 Kaholalele Road, Kapaa, Hawaii 96746-9304 USA

Hail, O sannyasin, love's embodiment! Does any power
exist apart from love? Diffuse thyself throughout the
happy world. Let painful māyā cease and never return.
Day and night give praise unto the Lord. Pour forth a
stream of songs to melt the very stones. Attain the sight
where night is not, nor day. See Śiva everywhere and rest
in bliss. Live without interest in worldly gain.
Here, as thou hast ever been, remain.

YOGASWAMI'S NATCHINTANAI 228

The Mini-Mela Giftshop

For all our books, visit www.hindu.org/books/

Dancing with Śiva

Hinduism's Contemporary Catechism

This remarkable 1,008-page sourcebook covers every subject, answers every question and quenches the thirst of the soul for knowledge of God and the Self. Clearly written and lavishly illustrated, expertly woven with 600 verses from the *Vedas*, *Agamas* and other holy texts, 165 South Indian paintings, 40 original graphics, a 40-page timeline of India's history and a 190-page lexicon of English, Sanskrit and Tamil. A spiritual gem and great value at twice the price. *"The most comprehensive and sensitive introduction to the living spiritual tradition of Hinduism ...a feast for the heart and the mind (Georg Feuerstein)."* Fifth edition, 1997, 8.5" x 5.5", softcover (ISBN 0-945497-97-0), $29.85.

Living with Śiva

Hinduism's Contemporary Culture

Hindu culture is nowhere illumined better than in this collection of Satguru Sivaya Subramuniyaswami's honest, unflinching thoughts on every aspect of human life. These are given in the form of 365 sutras—spiritual rules for the lion-hearted, verses on how Hindus approach God, family life, sex, relationships, money, food, health, social protocol, worship and more. This book proclaims and clearly explains the ancient wisdom of how followers of Sanatana Dharma lived and interrelated with one another in the days when love and peace, respect and wisdom prevailed, and it shows how that spiritual life can and should be lived today. First edition, 1991, 8.5" x 5.5", 228 pages, illustrated, softcover (ISBN 0-945497-44-x), $8.95.

Merging with Śiva

Hinduism's Contemporary Metaphysics

Here is the ultimate text for the really serious seeker. It may well go down in history as the richest and most inspired statement of meditation and God Realization ever, in any language. Yet, it's user-friendly, easy to follow, sensible and nonacademic! *Merging with Śiva* is 365 daily lessons, one for each day of the year, about the core of your own being. It's about God, about the mystical realm of the fourteen chakras, the human aura, karma, force fields, thought and the states of mind, the two paths, *samadhi* and so much more. For the first time we include in this book the cream of Gurudeva's mystical inspired talk booklets, such as "The Self God," "The Clear White Light," "The River of Life" and many surprises for old-timers. Illustrated with fifty original South Indian paintings. First edition, 1999, 8.5" x 5.5," 1,408 pages, softcover (ISBN 0-945497-74-1), $39.75.

Loving Gaṇeśa

Hinduism's Endearing Elephant-Faced God

It began September 21, 1995, when an image of Ganesha in a New Delhi temple began sipping milk, a modern miracle soon witnessed by millions, in temples, shrines and homes worldwide. How timely that, just days before, Satguru Sivaya Subramuniyaswami had finished the 800-page sourcebook *Loving Gaṇeśa*. The book is simple, deep and practical, teaching how Ganesha's grace can be attained by devotion, song, prayer and meditation. "Lord Ganesha comes to life through the pages of this inspired masterpiece. *Loving Gaṇeśa* makes approaching Ganesha easy and inspiring (The Mystic Trader)." First Edition, 1996, 8.5" x 5.5", 794 pages, beautifully illustrated with classical Rajput paintings, softcover (ISBN 0-945497-64-4), $24.85.

The Master Course

Śaivite Hindu Religion

What every Hindu parent needs: intelligent, nonviolent, traditional texts for their kids—an illustrated, seven-book series called *The Master Course*, teaching philosophy, culture and family life. Based on the holy *Vedas*, this course is the loving work of Sivaya Subramuniyaswami, based on the *Saiva Neri* course from the Sri Lankan school system. An excellent resource for educators and parents, it explains the "why" of each belief and practice in simple terms in three languages. "A commendable, systematically conceived course useful to one and all with special significance to fortunate children who shall be led on the right path (Sri Sri Sri Tiruchi Mahaswamigal, Bangalore, India)." Book One (5- to 7-year-old level) is available in a Hindi-Tamil-English edition. Softcover, 8.5" x 5.5", 170 pages, $12.95. Book Two (6- to 8-year-old level), English-Tamil-Malay, 196 pages, $12.95.

The Vedic Experience

Back when we were gathering Vedic verses for *Dancing with Śiva*, we could hardly believe our eyes when we came upon this brilliant anthology from the Vedic *Samhitas*, *Brahmanas*, *Aranyakas* and *Upanishads* and other scriptures. This Vedic epiphany tells the story of the universal rhythms of nature, history and humanity. The translation and abundant commentary are the work of renaissance thinker Raimon Panikkar—the fruit of twelve years of daily *sadhana* in Varanasi between 1964 and 1976 while he lived above a Siva temple on the Holy Ganga. He considers it perhaps his most significant literary contribution. This classic makes the *Vedas* available to all. Motilal Banarsidass, Delhi, 1977, smythe-sewn and case bound, cloth cover, 8.5" x 5.5", 1,000 pages, $41.

Hinduism Today

The International Monthly Magazine

Since 1979 Hinduism Today has been the fore-
most news magazine on Sanatana Dharma
worldwide. For Hindus and non-Hindus alike,
it covers the life, experience and ways of a
faith in renaissance in communities from
New Delhi to New York, from Moscow to
Durban. Coverage includes religion, contro-
versy, *yoga*, vegetarianism, meditation, non-
violence, environmental ethics, pilgrimage,
interfaith harmony, family life, and more. Re-
porting from the spectrum of Hindu lineages,
leaders and personalities, it is clear, articulate and stunning in full-color
photos and art. Bring classical culture and contemporary wisdom to your
fingertips each month. US$3.95; CAN$4.95 • ISSN 0896-0801; UPC: 0-74470-
12134-3. See order form for subscription rates.

Lemurian Scrolls

Angelic Prophecies Revealing Human Origins

Enliven your spiritual quest with this clairvoyant rev-
elation of mankind's journey to Earth millions of
years ago from the Pleiades and other planets to fur-
ther the soul's unfoldment. Learn about the ensuing
challenges and experiences faced in evolving from
spiritual bodies of light into human form and the
profound practices followed in ancient Lemuria.
These angelic prophecies, read by Sivaya Subramu-
niyaswami from *akashic* records written two million years ago, will over-
whelm you with a sense of your divine origin, purpose and destiny and mo-
tivate a profound rededication to your spiritual quest. An extraordinary
metaphysical book which answers the great questions: Who am I? Where
did I come from? Where am I going? First Edition, 1998, 7" x 10", 400 pages,
beautifully illustrated with original drawings, smythe-sewn and case bound
with printed color cover (ISBN 0-945497-70-9), $29.85.

Monks' Cookbook—*Vegetarian Recipes from Kauai's Hindu Monastery*

South Indian ashrams serve the finest cruelty-free meals enjoyed anywhere, and Kauai's Hindu Monastery carries on the 6,000-year-old tradition. Now the monks have shared their secret collection of recipes, gathered over the years and perfected in the Islands made famous by, wouldn't you know, Captain Cook! Enhance all your meals with this cornucopia of Jaffna-style and Indian dishes from around the world for daily meals and elaborate festivals. Also included is a 30-page ready reference on the unique *ayurvedic* qualities of a vast variety of spices, grains, fruits and vegetables. First Edition, 1997, 8.5" x 11", 104 pages, lightly illustrated, durable paper, maroon spiral binding, softcover (ISBN 0-945497-71-7), $16.95.

Hawaiian-Grown Rudraksha Beads

Here is a 36-bead strand, packed with Hawaii's sublime life-energy. The beads, gathered fresh each year from the Rudraksha forest floor at Kauai's Hindu Monastery, lovingly cleaned an strung, are five-faced and roughly 3/4-inch in diameter, with small gold beads in between. $54.

"Aum Namasivaya" Bracelet

With this handsome piece of Indian jewelry for men or women, you can wear the most sacred Saiva mantra, "Aum Namasivaya," all day as a reminder of God's grace at work in your life. Best quality, made in India

from silver, copper and brass, with the mantra in Sanskrit. Band is five-eighths inches wide. Excellent for gifts. $30. Gold plated: $59.85.

Mini-Mela Giftshop Order Form

☐ Please send me a free literature packet.
☐ I consider myself a devotee of Satguru Sivaya Subramuniyaswami.
☐ I wish to subscribe to HINDUISM TODAY.
  ☐ 1 year, $39 ☐ 2 years, $74 ☐ Lifetime, $800

I would like to order: ☐ *Dancing with Śiva*, $29.85 ☐ *Living with Śiva*, $8.95
☐ *Merging with Śiva*, $39.75 ☐ *Loving Gaṇeśa*, $24.95 ☐ *Vedic Experience*, $41
☐ *Lemurian Scrolls*, $29.85 ☐ *Monks' Cookbook*, $16.95
☐ *Śaivite Hindu Religion*, $12.95 ea: ☐ Book 1; ☐ Book 2 ☐ Rudraksha mala, $39
☐ "Aum Namasivaya" Bracelet, $30; ☐ Gold plated, $59.85

Prices are in U.S. currency. Add 20% for postage and handling in USA and foreign, $1.50 minimum. Foreign orders are shipped sea mail unless otherwise specified and postage is paid. For foreign airmail, add 50% of the merchandise total for postage.

☐ My payment is enclosed. Charge to: ☐ MasterCard ☐ Visa ☐ Amex

Card number: _____

Expiration, month: _____ year: _____ Total of purchase: $ _____

Name on card: [PLEASE PRINT] _____

Signature: _____

Address: [PLEASE PRINT] _____

_____

Phone: _____ Fax: _____

E-mail: _____

Mail, phone, fax or e-mail orders to:

Himalayan Academy Publications, Kauai's Hindu Monastery, 107 Kaholalele Road, Kapaa, Hawaii 96746-9304 USA. Phone (US only): 1-800-890-1008; outside US: 1-808-822-7032 ext. 238; Fax: 1-808-822-3152; E-mail: books@hindu.org; World Wide Web: www.hindu.org/books/

Also available through the following. (Write or call for prices.)
Sanathana Dharma Publications, Bukit Panjang Post Office, P. O. Box 246, Singapore 916809. Phone: 65-362-0010; Fax: 65-442-3452; E-mail: sanatana@mbox4singnet.com.sg
Saiva Siddhanta Church of Mauritius, La Pointe, Rivière du Rempart, Mauritius, Indian Ocean. Phone: 230-412-7682; Fax: 230-412-7177.
Iraivan Temple Carving Site, P.O. Box No. 4083, Vijayanagar Main, Bangalore, 560 040. Phone: 91-80-839-7118; Fax: 91-80-839-7119; E-mail: jiva@giasbg01.vsnl.net.in
Om Vishwa Guru Deep Hindu Mandir, Europe: Phone/Fax: 361-3143504; E-mail: ervin@mail.matav.hu

This American English translation of *Tirukural,* is by far one of the best, if not the best, that has appeared in this century. Satguru Sivaya Subramuniyaswami has introduced each of the sections. He has also provided guidance on how to benefit from a study of the volume. He recommends daily chanting of the Pranava Mantra Aum thrice, then opening the book at random and focusing on the verses that appear. ¶The authors have succeeded in providing the additional dimension of an excellent portrayal of Tiruvalluvar, his ideal relationship with his wife Vasuki, worthy of emulation, and the functioning of various classes of society 2,200 years ago. What was written about the guidelines for organizing the various facets of life in an ethical framework then are valid and relevant today. This will certainly continue to be so in the next millennium, which is about to dawn. ¶The text is composed in utmost simplicity, direct, easily understandable and yet profound. The illustrations are numerous and help to faithfully present an understanding of the society during Tiruvalluvar's period. The present efforts in Tamil Nadu to honor Tiruvalluvar are presented in photographs with picturesque and graphic detail. The monuments that have been erected provide testimony to the devotion of Tamils to Tiruvalluvar. ¶This book will be of value to Tamils, wherever they may be, to develop deep and abiding ties with their parent heritage. This book should ideally, indeed, become part of compulsory reading and be a daily companion to householders, high school children, college students, adults engaged in various walks of life and elders. Readers of this book, whichever culture, country or continent they come from, will gain a great friend, philosopher and guide in Tiruvalluvar.

Tiru A. Alagappan, Founding Member, New York Ganesha Temple; Former Director of the Natural Resources Division, Department of Economic and Social Affairs, United Nations Headquarters; New York, USA

Tirukural, a 2,200-year-old Dravidian classic on the art and science of living, though written by Saint Tiruvalluvar, does not belong to India or the Tamil-speaking people in particular. It is the permanent possession of the human race. The saint's message is not meant for one age or for one country, but for all time and for all mankind. His catholic spirit rose above all religious denominations and sects. His vision was not clouded by dogmas or prejudices of any kind. His great work is perfect in form, profound in thought and full of nobleness of sentiment and earnestness of moral purpose. It is a practical guide that applies to everyday matters and common concerns. This work is praised by the Tamil people as the Tamil Veda. ¶The several translations of the Kural in many Indian languages and in almost all the important languages of the world, like English, French and Latin, bear testimony to its universal appeal to all nations. Recently I was pleasantly surprised to come across a translation of this great treatise in the Fijian language, which is a laudable venture. However, it is a great pity that such an immortal classic has never been known in the Western world. ¶Translating an original masterpiece in any language is a task beset with many difficulties and problems, notwithstanding the translator's linguistic capacities and excellent scholarship. Very often, the translations are feeble and do not at all do justice to the merits of the original. On the contrary, the translators deform its grand thoughts by giving them a stilted and unnatural expression. Again, several obscure points in the original are not made clear in translation, and the imaginative translator bypasses this difficulty by taking shelter in pompous and meaningless words. ¶Above all, each *kural* is a couplet of the intricate *venpa* meter in Tamil. Each verse is extremely short and packed with lofty thoughts. Saint Tiruvalluvar has never used an irrelevant or unnecessary word. Its brevity is its strength. This adds to the difficulty for the translator. ¶This American English translation by Satguru Sivaya Subramuniyaswami of Hawaii is a masterpiece. This difficult task was successfully completed by the revered Swamiji and his devoted disciples after two decades of thorough preparation. This monumental work had taken many years for refining, polishing and perfecting. Many things have been achieved in this world by great people making hard efforts coupled with the labor of genius. But the Swamiji's achievement is the result of intense *tapasya* and total surrender to the Divine. He has not only understood the meaning of the *Kural* in its entirety but has lived it all through his life. The striking feature of the translation is that it is perfectly accurate and brings out the true spirit of the original composition. The subtle and essential meanings are clearly explained in modern American English. ¶To bring out an excellent, accurate, clear translation of the *Kural*, written twenty-two centuries ago in classical Tamil, is a superhuman *sadhana*. The translators have done their work after long hours of meditation on Saint Tiruvalluvar. Unless one goes to higher levels of consciousness, Tiruvalluvar's subtle meanings and insight cannot be caught. Such a work as this could not have been written without pure intuition, a psychic awakening and the saint's blessings. This work has the sanction and seal of a divine power, which guides the steps of sincere seekers of Truth. Another redeeming feature of the translation is that it is couched in the language of the present day, the idiom of the age. Archaic forms of expression have been carefully avoided, and it will now reach an even wider audience. Anything that would be cumbersome for the average reader is not used in the translation. The language is easy-flowing, lucid and inspiring. ¶*Tirukural* is divided in eight sections. Every section begins with a beautiful introduction by Gurudeva, Subramuniyaswami, in which he gives the reader briefly and clearly a succinct summary of the themes dealt with. This is of inestimable value and help to the student. It is very interesting to note that in Section III (The Way of the Renunciate) Gurudeva has most appropriately included the-never-to-be-forgotten "Song of the Sannyasin," composed by the illustrious Hindu monk, Swami Vivekananda, a true *sannyasin* who not only preached Vedanta but lived Vedanta. Gurudeva was deeply moved by Vivekananda's shining example of service and renunciation. ¶Gurudeva has explained the meaning of the much misunderstood concepts of karma and destiny with remarkable terseness and lucidity. He says clearly that it is wrong to think of karma in terms of what is understood by the words *fatalism* or *destiny*. Karma is the unalterable law of effect following previous causes. The word a Hindu uses for fate or destiny is *vidhi*. In the words of Gurudeva, "Karma is not fate, for man acts with free will, creating his own destiny." ¶Tiruvalluvar was a humble weaver by birth and profession. At the same time he was a wonderful weaver of lofty thoughts in bewitching language, and he helped millions of people to solve their problems and sorrows of life. As Gurudeva says, "Many times the subject of one chapter's last verse will become the transition to the next chapter's first, like one thread tied to another to continue the weaving." The weaver has created the tapestry of life with the rich-colored threads of Virtue and Wealth.

Sri S. Harihara Sharma, B.A., Chief Priest, Sri Murugan Temple, Vancouver, Canada; Former Religious Programme Producer, Sri Lanka Broadcasting Corporation

I frequently quote from the *Tirukural* in my talks. This is because I regard this work by Tiruvalluvar as one of the most masterful compilations of proverbs that exists today. Though it may be an ancient text, it has never been more relevant to modern life. It contains all the wisdom necessary to guide every step of one's life. To those who apply these proverbs consistently, sure success in every aspect of life is guaranteed. I myself have long wanted to translate the text from Tamil in such a way that it will be more easily accessible and comprehensible to Westerners. Thankfully, Sri Sivaya Subramuniya Swamigal has completed this mammoth task and in doing so rendered an incomparable service to humanity. I congratulate him and send my prayers and blessings to all the sincere seekers who allow the *Tirukural* to guide their lives. Om shanti.

His Holiness Sri Sri Swami Satchidananda, Founder and Spiritual Head of Satchidananda Ashram; Founder of the Light of Truth Universal Shrine (LOTUS); Yogaville, Virginia

Tirukural, already translated into fourteen different languages, conveys the message in current, simple, elegant, effective style to the English-speaking world for probably another 2,000 years.

Tiru S. Kumarakulasingam, Former Assistant Commissioner of Education of Jaffna, Sri Lanka; Surrey, England

This book is like a key to the Kingdom of God. Whoever reads and follows its teachings should reach the lotus feet of the Almighty without doubt. All those living in this world, which is immersed in the sea of sadness, will reach permanent eternal bliss in this birth itself by using this book as a boat. I consider Satguru Sivaya Subramuniyaswami, as an *avatara* for having undertaken this great task. There is no doubt that it is the saint himself who is working through Gurudeva to perform this great task. May Saint Tiruvalluvar shower his grace on this entire universe to bestow permanent peace.

His Holiness Dr. Swami R.K. Murugesu, Founder, Sri Lankatheshwarar Deyana Mander, Nuwara Eliya, Sri Lanka

After Tamil Nadu and Sri Lanka, North America is reputed to have the largest Tamil population. Though efforts are taken, especially in Canada by the government, to teach Tamil language to the Tamil children, it is a very sad fact that the majority of them have no inclination at all to learn the language, let alone gain the proficiency to read and understand our glorious literary heritage. It is the sacred duty of every Tamil parent to instill certain ideals in the minds of our youngsters. Of these ideals the ones we consider supreme are to show respect for our culture, to cherish the traditions that we have inherited, to practice the values we consider sacred and to be aware of our roots. To achieve this our youth must have access to our proud literary possessions which are second to none in their resplendence and content. ¶How can they have access to our literary masterpieces if their Tamil language skills are totally inadequate to read and to understand them? So it can only be done through translations very loyal to the original. Satguru Sivaya Subramuniyaswami, Guru Mahasannidhanam of Kauai Aadheenam, has aptly endeared himself with the task of translating into American English one of the greatest if not the greatest poetic masterpieces, *Tirukural*, for which Tamils will remember him for many years to come. *Tirukural* is hailed a literary work of art by religious dignitaries of all faiths, as well as atheists, philosophers, politicians and social reformers as espousing their mandate and considered as sacred and enchanting as the *Holy Bible, Bhagavad Gita, Holy Koran* and *The Prophet*. The greatness of Tiruvalluvar's work is such that it will never be irrelevant or outmoded at any time, in any culture, faith or conviction. ¶The translation is specifically done to offer our youngsters in particular a glimpse of *Tirukural* in simple English, easy to understand. Though the primary target is the youth, since this translation adheres very much to the original, even the elders could understand better the intuited meaning if they read the translation, as the original may be sometimes confusing because of its brevity and the fact that in Tamil a word has several meanings, which vary very often with context. In its simplicity, there is no ambiguity at all in this translation! ¶I strongly suggest that every household should possess a copy of this gem and read it to and with the children every day after prayers and get them to memorize these axioms, at least one or two a day. This will later guide them at every phase of their life as this enchanting work dwells deep into the insights of life and will enable them to be good citizens. We, the Tamil parents living all over the world in general and North America in particular, owe a sense of deep gratitude to Satguru Sivaya Subramuniyaswami and his *sannyasins* for this magnificent production purported to help every child not only of Tamil descent, not only those of Asian origin, but existing all over the world to learn to know how best they could live as better humans and be good citizens of the world.

Ponniah Kanagasabapathy, Multicultural Consultant, Toronto District School Board; Former Principal, Mahajana College, Tellippallai, Sri Lanka; Former Inspector of Schools, Sokoto, Nigeria; North York, Ontario

The title of the book is both topical and relevant, not only for the devotees of Shiva but also for all mankind, as a significant section of youth is engulfed by a drug-taking culture; the home where peace and tranquility should prevail has now been destabilized; and mores and ethical values have flown through the window in man's relentless hunt for his material well-being. In such a scenario, the ancient wisdom of the Tamil Saivites as expounded by the moral philosopher and Saint Tiruvalluvar is now being offered to the English-speaking world. It is hoped that every reader of this book would be transported "back to basics." ¶That the teachings of moral and ethical values propagated more than two thousand years ago are still relevant today is a poor testimony of man's spiritual progress in the past two millennia during which he has made phenomenal progress in harnessing the coarse external forces of nature for the satisfaction of his physical needs, but at the same time has permitted stagnancy in the development of his inner, finer self both morally and spiritually. Translated in American English, this book is poised to fill the void left empty until now by the lack of a proper rendering of the Tamil-language classic, *Tirukural*. It is my hope and prayer that the ever-hungry American people for new ideas that had made America the most advanced nation in the world in material wealth would mull over these *Tirukural* couplets and progress toward the most spiritually advanced nation. ¶In Malaysia today, prominence is being given to *Tirukural*. The Tamil News on channel two of the national television ends its news program with a recital of a couplet from the *Tirukural* with a brief exposition of the meaning of the couplet. In addition, the Indian Studies Department of University Malaya had in 1967 published the *Tirukural* in the Malay language, entitled *Tirukural–Sastera Kelasik Tamil Yang Agong (Tirukural–A Revered Tamil Classic Literature)*, translated by Ismail Hussein. ¶It gives me great pleasure to congratulate His Holiness Satguru Sivaya Subramuniyaswami for having published *Tirukural*. Much effort has been expended spanning a period of two decades to translate and publish this highly venerated book of the Tamils. The moral teachings of the *Tirukural* are even today the guiding light for the Saivite Tamil. *Tirukural* is only one of many gems that His Holiness has extracted from the depths of ancient writings. His Holiness has not only excavated them but also polished them to be acceptable to a modern world in a language suited for a vastly enlarged readership.

Tiru Perampalam Saravanamuthu of Kuala Lumpur, Malaysia; President, Selangor Wilayah Persekutuan Ceylon Saivites Association; Chairman, First National Malaysian Saiva Siddhanta Seminar, 1983

To comment on this holy book *Tirukural,* translated into modern American English from the holy devotional Tamil language, at the instance of the great Satguru Sivaya Subramuniyaswamigal, the 162nd Jagadacharya of the Nandinatha Sampradaya's Kailasa Parampara, my spiritual master, Mahasannidhanam of Kauai Aadheenam of Hawaii, "is like carrying coal to Newcastle." It is an accepted fact that the Tamil language is the Gods' language given to the Tamils by Lord Ganesha. The richness, devotion, knowledge, art, music, yoga, literature, etc., can only be enjoyed by those who have studied the very most ancient Tamil language. It is as old as Saivism. It has stood the test of times, such as wars, earthquakes and foreign invasion. Surely and certainly *Tirukural* will become a handbook to those interested in a humble and modest life.

Dr. Pundit K.N. Navaratnam, M.A.F.A., F.A.A.; Jyotisha Marthand and National Astrologer of Australia; devotee of Satguru Siva Yogaswami; Sivathondan Center; Hallam, Australia

I thought about the question, "Which is superior, Sanskrit or Tamil?" Sanskrit and Tamil are equal in their greatness. We cannot say that the one is superior to the other. The reason is that the *Vedas* are in Sanskrit, and now in Tamil we have the *Kural.* If there were nothing equal to the *Vedas* in Tamil, Sanskrit should have been said to be superior. Now the *Kural* is present in Tamil as the equal of the *Vedas.* Both languages, Sanskrit and Tamil, are now seen to be equally great.

His Holiness Jagadguru Sri Sankaracharya Swami Chandrashekharendra Saraswathi, Sri Kanchi Kamakoti Peetam; Kanchipuram, Tamil Nadu, India, from his book, *The Vedas.*

Greater than the "maker" of the light may be the one who recognises the value of the light and holds it for all to see! In this context, Satguru Sivaya Subramuniyaswami is playing an invaluable role in spreading further the knowledge of the ages! I was amazed that there are already five translations into English of the *Tirukural* and this is the sixth. (Perhaps there may be more!) But what is significant is again the holder of the light! There can be little doubt that when a being of Satguru's stature translates and releases this book on the "Weavers Wisdom," it will witness a surge of interest as never before, on the greatness of *Tirukural*. ¶With hands raised in prayer I would like to urge Satguru to persuade all Indian families whose mother tongue is Tamil, especially those living outside India and Sri Lanka to go back to their Noble Traditions, Religion, Aspiration and Culture (TRAC), for it is within this TRAC that all the values of life are enshrined. ¶The sayings of Tiruvalluvar and, Mother Auvaiyar have all the values that mankind needs to live noble lives. Can children be taught to memorise some of these sayings in original Tamil, and with full understanding of their meaning in English; these will be like giving the future generations golden torches, or compasses to guide them through the path of life! ¶When a giant moves, all take notice, if a spiritual giant like Satguru moves, people will take notice, only there must be others who are prepared to take up smaller torches to hold the light for the children and youth of today. Only if other readers of the works of Satguru are motivated to take pro-active action to uphold and spread Hindu TRAC, can the Hindu and Tamil TRAC withstand the negative impact of the forces of so called modernisation and globalisation! ¶I pray that those who read the *Tirukural* and other works done by Satguru Sivaya Subramuniyaswami are inspired to take the torch to spread the light. If those who read these, and possibly ninety percent will be adults, merely read and put these books back on the shelf, then the noble efforts of this great soul will not find its full flower. The most noble thing that those who wish to honour Satguru for his contribution can do, is to take this light he is offering (and others he has offered) and spread this among the Tamil and Hindu children and youth of the world. A noble soul like Satguru will not want our praise, he is beyond these petty things humans crave for; what he would want is for the light that he has lit to be ignited in thousands, nay millions of other hearts. This is how devotees of great souls can honour their Guru! I thank Satguru most humbly for having given me the honour and grace to have contributed these words to this magnificent effort.

Dato J. Jagadeesan, Advisor to the Sathya Sai Central Council of Malaysia; Co-founder and Co-chairman of the Hindu TRAC Programme; Former Deputy Director General, Malaysian Industrial Development Authority; Kuala Lumpur, Malaysia

Apart from the privilege and honor of this opportunity in helping with the dissemination of the masterpiece of Tamil literature, which is a gift to humanity from my native culture, I feel drawn to this task by my long conviction that the *Kural's* wisdom, which transcends time and place, is particularly needed to guide young and old alike who are growing up in alien countries and in India, itself without direction from our ancient culture. For more than two decades now I have been presenting English translations of *Kural* to graduating students in the US, with added comments on *Kural's* relevance in shaping one's conduct. The book I have used most often is the selection and translation by C. Rajagopalachari, *Kural*, published by Bhavan's Books, crisp, clear, concise. Now I will have one more gem to share with young students. ¶It is a matter of great satisfaction that this book succeeds so well in presenting the essence of the *Kural* in simple understandable English of current usage. That the true spirit, import and content of the original are faithfully preserved in this effort without aberrations, alterations or intrusions is particularly welcome and praiseworthy. ¶As much as for the translation, if not more, readers will forever be grateful to the author for the detailed introductions he has crafted for the various sections of the book. ¶It is also noteworthy and very pleasing that the history and culture of Tamil Nadu, the Tamil people and the Tamil language of India are introduced in all their relevant aspects throughout the book. With the author's ardent admiration fully evident, these discussions serve to place *Tirukural* in proper perspective against the background of its origin in the ancient Tamil culture. ¶The book should very well be an inspiration, not just to the Tamilian diaspora, but to all people, to live up to the high ideals and potential of human nature and progress. That indeed is the mission of the Satguru.

Dr. R.V. Subramanian, Ph.D., Greenbelt, Maryland, USA; Retired Professor, Washington State University, Pullman

I bestow all my blessings to you for your effort in bringing out the publication of the sacred *Kural*—the first 108 chapters—into American English. *Tirukural*, your twenty years effort, will really get a prominent place as the gem in the Western world and among the Tamils, irrespective of religion, all over the world. We, the Nallai Thirugnanasambanthar Adheenam of Jaffna, Sri Lanka, wish you all the best of health and all God's power to continue a life of spiritual service throughout the world.

His Holiness Srilasri Somasundara Gnanasambhantha Paramacharya Swamigal, Guru Mahasannidhanam, Nallai Thirugnanasambanthar Adheenam; Nallur, Jaffna, Sri Lanka

We deeply appreciate the earnest effort of Satguru Sivaya Subramuniyaswami in the propagation of Saiva Siddhanta principles and are very happy about his interest in translating selected valuable Tamil scriptures into American English. Swamigal's recognition of the immense value of the 2,200-year-old masterpiece has resulted in the translation of the eternal Tamil classic, *Tirukural.* The book deals with all the principles that encompass human life. Not only is it applicable to people who speak Tamil, but also it belongs to the whole world. We hope the book will be widely popular, enabling all the globe to read it with interest and adopt the eternal principles in their lives. We congratulate the two monastics who have translated it from Tamil, and the Tamil Indian artist who has illustrated the chapters. We pray to Gnanama Nataraja Peruman for the book's successful distribution.

His Holiness Sri Sri Sri Sivaprakasa Pandarasannadhi Adheenakarthar Avargal, Tiruvavaduthurai Adheenam; Tiruvavaduthurai, South India

Sri Satguru Sivaya Subramuniyaswami had been chosen by his guru, the Sage of Jaffna, to enlighten with sublime thoughts the West in particular and all others living in this universe. In the coming years, what is righteousness will be questioned by many. This book will be a guiding lamp to all those who have such doubts. May Lord Shiva bless us all to lead a perfect, harmonious life is our humble prayer to Him.

Swami Chidrupananda, Spiritual Head of Ramakrishna Sri Sarada Sevashrama; Point Pedro, Jaffna, Sri Lanka

The fact that Gurudeva has identified *Tirumantiram* and *Tirukural* as twin texts par excellence for spiritual progress and mundane life speaks volumes on the uniqueness and universality of these scriptures. Gurudeva has not only studied and translated *Tirumantiram* into English years back, but has accepted the text as an authentic source for his spiritual experiences and pursuits. It is not exaggeration that Gurudeva has been spreading the message of *Tirumantiram* all over the globe over the years. Now Gurudeva has taken up the translation of *Tirukural*, popularly known as the Tamil Veda. Since it is rendered in English, the work will surely attract global attention. *Tirukural* is addressed not to a restricted race or region, but to the human race at large. The Tamils feel proud of Gurudeva's emphasis on universal brotherhood and human solidarity in addition to the ultimate goal of human life, the liberation from the bonds and merging with the Godhead.

Dr. V. Ganapati Sthapati, Traditional Architect, Builder and Sculptor; Chennai, Tamil Nadu, India; Founder & Researcher: Vastu Vedic Research Foundation; Chief Editor: *Vastu Purusha*

This English translation of the first two parts of *Tirukural* is a very good and valuable production by Satguru Sivaya Subramuniyaswamiji of Hawaii, with the assistance of a few disciples. It makes good and interesting reading, slightly on the explanatory side, in American English, to facilitate the average American to absorb and internalize the goodness projected systematically in these couplets by the great sage, Valluvar. The get up of the volume, too, is appropriate, with suitable introductory remarks by the Swamiji and effective illustrations, harking back to the images of the Tamil country of two millennia ago. I am sure this noble endeavor will achieve the purpose for which the Swamiji intends it. My respects to Satguru Sivaya Subramuniyaswamiji, who is doing great work for the people in propagating "Anbe Sivam," as well as the great Tamil works, such as *Tirukural.*

Dr. N. Mahalingam, B.Sc., F.I.E., Tamil Scholar; Chairman,
Sakthi Group of Companies; Chennai, Tamil Nadu, India

His Grace, Jagadguru Subramuniyaswami of Kauai Aadheenam, Hawaii, has placed the Tamil-speaking world in his debt in presenting the timeless *Tirukural* anew, as an indispensable text, to enable men and women, governments and peoples to lead a perfect life. Human perfection is indeed the ultimate end and purpose of human life. Human perfection is the aim of education the world over. Whether mankind attains perfection or not, it should at least strive toward perfection. The Jagadguru's two American swamis have taken twenty years to fulfill the wishes of Gurudeva, to enrich the world with the time-tested truths of Tamil wisdom woven by a weaver named Tiruvalluvar. This is indeed a great accomplishment, a tremendous task undertaken with love and devotion. The classical scholar Juan Mascaro of Oxford took twenty-five years to translate the *Bhagavad Gita* into English so that no inner meaning of any Sanskrit term was lost in translation. The epigrammatic excellence of the couplets of the *Kural* is difficult to translate into any language, whether in prose or in poetry. It is often claimed by academics that a translation that is beautiful is often not faithful, and a translation that is faithful to the original is often not beautiful. This is an academic fallacy! Nevertheless, the two American translators of the *Kural* have succeeded in producing a very readable translation of the original text without loss of meaning. ¶The Jagadguru has in his introduction clearly stated the importance of the *Tirukural* and its reflection of Hindu religion, culture and civilization as it was some 2,000 years ago. In South India, Tamil and Saivism have been one and indivisible. It comes as no surprise, therefore, that Gurudeva has chosen to publish an English translation of the *Tirukural*, as it is the bedrock of Tamil religion, culture and civilization. Even the venerable Rishi Tirumular claimed that "God had created him in order that he compose Tamil." Both Tamil and Saivism find elaboration in both the texts, the *Tirukural* and the *Tirumantiram*. Today the *Tirukural* has attained a scriptural standing in South India as the Tamil *Veda*. This timeless Tamil classic will no doubt continue to excite and exercize the minds and enable the lives of men and women for generations to come. The letter and the spirit of the *Kural* must be illumined by the life an individual leads in this world. Those who preach it must endeavor to practice it. The Jagadguru, as a world teacher, has reintroduced the *Kural* for all mankind, urging us to all learn and live by its truths and attain perfection.

Dr. S.M. Ponniah, Professor, INTI College; Member of the National Commission on Moral Education; Advisor to the Malaysian Hindu Sangam; Kuala Lumpur, Malaysia

 Tens of thousands of years ago great Hindu sages unfolded the knowledge from within themselves to mankind. Today, we are grateful to Satguru Sivaya Subramuniyaswami for spreading the message to the modern society. In this respect, Gurudeva's recent addition, an American English translation of *Tirukural*, is an additional tool that will be available to our people. This book will help us read and take in the essence of the teaching of our ancient poet Tiruvalluvar. The style adopted by Gurudeva is very simple and easy to read. The beautiful illustrations add more meaning and understanding to the reader. As I went over the different verses in *Tirukural*, I came to realize that the most valuable achievement is leading a righteous life. I believe that reading the teachings in this holy book and applying them in our day-to-day activities will bring inner peace to us in today's stressful world. In conclusion, we will be failing in our duty if we do not attempt to teach *Tirukural* to our children. This will enable them to live a disciplined life and to rise to the level of a perfect person, *sanroor*.

Dr. Shan A. Shanmugavadivel, Tamil Elder and Dental Practitioner; Toronto, Ontario, Canada

I went through the book with tremendous interest. It is really a wonderful work and it shows Satguru Sivaya Subramuniyaswami's keen thought in promoting *Tirukural* to the West. I am sure it will be liked by people of all walks of life. An ancient Tamil once said, "To call anyone a poet upon this Earth besides the divine Tiruvalluvar would be like calling both the evening illumined by the moon and the evening shrouded in darkness a beautiful evening."

Dr. S. Sockalingam, M.B.B.S., M.C.G.P.; Klang, Malaysia

Tirukural by the Tamil Saint Tiruvalluvar is a Tamil *Veda*, a book of divinity and high moral and spiritual values. It is such an ancient work as to influence the entire gamut of Tamil literature. Such an ancient treatise has been brought out in English by Satguru Swamiji as a divine gift to humanity. Satguru's compassion coupled with desire for welfare of the entire human race has inspired him to make this book available in an understandable language. ¶The author of this English version of *Tirukural*, Satguru Sivaya Subramuniyaswami, has taken great pains to explain the meaning and the sense of each verse in a lucid and easy style to enable everyone to understand the essence of the great sayings of Tiruvalluvar and to follow and practice them carefully in their day-to-day life. The translation is faithful to the original Tamil verses as also profound and precise. ¶The author's introduction to each section is informative, conveys the concept expounded in the section with conviction and clarity and talks briefly about the subject in the background of the vast experience of the author. ¶The Satguru's service in presenting this Tamil treatise in English is lofty and commendable and I am sure that the whole world will welcome this publication and will benefit by the profound knowledge contained in each *kural* verse.

Dr. P. Jayaraman, Executive Director, Bharatiya Vidya Bhavan, Institute of Indian Culture; New York, USA